നോവൽ

വിഷമവൃത്തം

വത്സലൻ വാതുശ്ശേരി

ഗ്രീൻ ബുക്സ്

green books private limited
gb building, civil lane road, ayyanthole,
thrissur- 680 003, kerala, ph: +91 487-2381066, 2381039
website: www.greenbooksindia.com
e-mail: info@greenbooksindia.com

malayalam
vishamavrutham
novel
by
valsalan vathussery

first published august 2017

cover design : rajesh chalode

branches:
thrissur 0487-2422515
palakkad 0491-2546162
kannur 0497-2763038
thiruvananthapuram 8589095301

isbn : 978-93-86440-79-2

GBPL/949/2017

മുഖക്കുറി

വർത്തമാനകാലത്തിന്റെ സാമൂഹികാവസ്ഥയെ ആവിഷ്കരിക്കുന്ന നോവൽ. ഒരു ബസ്സും ട്രാഫിക്ജാമും അതിലെ യാത്രക്കാരും ഇന്നത്തെ ലോകത്തിന്റെ നിസ്സഹായമായ പ്രതീകങ്ങളായി മാറുന്നു. അനിശ്ചിതത്വത്തിന്റെ പാരമ്യത്തിൽ പരസ്പരം അപരിചിതരായ യാത്രക്കാർ രക്ഷപ്പെടാനുള്ള ഒരു പഴുതിനുവേണ്ടി ഒന്നിക്കുന്നു. ഇവിടെ പരോളിലിറങ്ങിയ ജയിൽപുള്ളിയും പ്രവാസിയും ശാസ്ത്രജ്ഞനും ബുദ്ധിജീവിയും വിപ്ലവകാരിയും തീവ്രവാദിയും അവരുടെ സംവാദാത്മകമായ നിലപാടുകളിലേക്ക് നോവൽ വികസിക്കുന്നു. ഇത് വിചിത്രമായ ഈ കാലഘട്ടത്തിന്റെ കഥ.

കൃഷ്ണദാസ്
മാനേജിങ് എഡിറ്റർ

എന്റെ രണ്ടാമത്തെ നോവലാണ് വിഷമവൃത്തം. ആദ്യനോവൽ വാർഷികരേഖ പ്രസിദ്ധീകരിക്കപ്പെട്ടത് ഒരു വ്യാഴവട്ടക്കാലത്തിനുമുമ്പാണ്. ആ നോവലിലെന്നപോലെ രാഷ്ട്രീയമോ ദാർശനികമോ ആയ പ്രശ്നങ്ങളെയാണ് ഈ പുതിയ നോവലും കേന്ദ്രീകരിക്കുന്നത്.

മൂന്നാം ലോകം പൊതുവെയും കേരളീയജീവിതം വിശേഷിച്ചും അകപ്പെട്ടുകിടക്കുന്ന ചില പ്രശ്നങ്ങളെയും പ്രതിസന്ധികളെയും കുരുക്കുകളെയും സവിശേഷമായ ഒരു സംഭവത്തെ മുൻനിർത്തി തെളിച്ചുകാണിക്കാനാണ് ഈ നോവലിലൂടെ ശ്രമിക്കുന്നത്. പലതരം മേൽക്കോയ്മകളുടെ കോലാഹലങ്ങൾ നിറഞ്ഞ ഈ ലോകത്ത് നിസ്സാരരായ സാധാരണമനുഷ്യർക്ക് എന്തുസ്ഥാനമാണുള്ളത് എന്ന ചോദ്യം പൊതുവെ എന്റെ എല്ലാത്തരം എഴുത്തുകളുടെയും ഒരു വിഷയമാണ്. അതിന്റേതായ ഒരു വിചാരപരത ഈ നോവലിലും ഉണ്ടാകും.

മലയാളനോവലിൽ ഇന്ന് ഉള്ളടക്കപരമായും ആഖ്യാനപരമായും ഒട്ടേറെ പരീക്ഷണങ്ങൾ നടന്നുകൊണ്ടിരിക്കുന്നുണ്ട്. അത്തരത്തിലുള്ള ഒരു പരീക്ഷണം ഈ നോവലിലും ഉണ്ടെന്ന് ഞാൻ കരുതുന്നു.

വായന ചിലപ്പോൾ ചിന്താപരമായ ഒരു സംവാദം കൂടിയാണ്. അത്തരം സംവാദത്തിൽ താത്പര്യമുള്ള വായനക്കാർക്കായി ഞാൻ ഈ നോവൽ സമർപ്പിക്കുന്നു.

ഈ ഗ്രന്ഥം പ്രസിദ്ധീകരിക്കാൻ തയ്യാറായ ഗ്രീൻബുക്സിന് നന്ദി.

വത്സലൻ വാതുശ്ശേരി

ഒന്ന്

തികച്ചും സാധാരണമായ ഒരു ട്രാഫിക് ബ്ലോക്കിന്റെ കാന്തവലയത്തിലേക്ക് ബസ് പ്രവേശിക്കുകയായിരുന്നു.

തങ്കച്ചൻ തന്റെ ഡ്രൈവിംഗ് സീറ്റിൽ ഇരുന്നുകൊണ്ട് മുന്നിലെ ആ ട്രാഫിക് ബ്ലോക്കിലേക്ക് തലയുയർത്തി നോക്കി, അത് എത്ര നേരത്തേക്ക് നീണ്ടുനിൽക്കും എന്ന് മുൻഅനുഭവങ്ങളുടെ പരിചയം വെച്ച് കണക്കുകൂട്ടാൻ ശ്രമിച്ചു.

ട്രാഫിക് ബ്ലോക്കിന് ഒരു ശില്പത്തിന്റെ ഘടനയുണ്ട്. വാഹനങ്ങളുടെ പല വർണമാർന്ന വരകളും ചതുരങ്ങളും ഷഡ്ഭുജങ്ങളും വൃത്തങ്ങളും ഒന്നിനു പിറകെ ഒന്നായി അടുക്കിവെച്ച് റോഡ് സ്വയം നിർമിക്കുന്ന ഒരു ശില്പം. അല്ലെങ്കിൽ, ഇൻസ്റ്റലേഷൻ.

ആ ശില്പത്തിലേക്ക് പച്ചനിറമുള്ള ഒരു ചതുരംകൂടി ചേർത്തുവച്ചുകൊണ്ട് തങ്കച്ചൻ ബസ് നിർത്തി.

സമയം രാത്രി ഒമ്പതു മണിയാണ്. കോഴിക്കോട് ബസ്സ്റ്റാന്റിൽ നിന്ന് ബസ് പുറപ്പെട്ടിട്ട് അരമണിക്കൂർ മാത്രമേ പിന്നിട്ടിട്ടുള്ളൂ.

നിർത്തിയിട്ട വണ്ടികളുടെ ഹെഡ്‌ലൈറ്റുകൾ അകലെ ആകാശത്തേക്ക് പ്രസരിപ്പിച്ചുകൊണ്ടിരുന്ന പ്രേതവെളിച്ചം ട്രാഫിക് ബ്ലോക്കിന്റെ ദൈർഘ്യം വെളിപ്പെടുത്തുന്നുണ്ട്. കിലോമീറ്ററുകൾ അകലെ വരെ ആ വെളിച്ചം തളംകെട്ടിക്കിടക്കുന്നു.

തങ്കച്ചന് ശില്പങ്ങൾ ഇഷ്ടമല്ല. നിശ്ചലതയുടെ കലയാണ് ശില്പം. അതുകൊണ്ട് തങ്കച്ചന് ട്രാഫിക് ബ്ലോക്കുകളും ഇഷ്ടമല്ല.

ചലനമില്ലാത്ത അവസ്ഥ എത്ര നേരമെന്ന് വെച്ചാണ് സഹിച്ചു നിൽക്കാനാവുക? തങ്കച്ചൻ ഒരു ഡ്രൈവറുടെ പ്രൊഫഷൻ തിരഞ്ഞെടുത്തതുതന്നെ സദാസമയവും സഞ്ചരിച്ചുകൊണ്ടിരിക്കാവുന്ന ഒരു തൊഴിൽ എന്ന നിലയ്ക്കാണ്. ഓരോ നിമിഷവും ചലനം. ഓരോ നിമിഷവും പുതിയ പുതിയ കാഴ്ചകൾ.

യാത്രക്കാർ നോക്കുമ്പോൾ വണ്ടി മാത്രമേ ചലിക്കുന്നുണ്ടാവുകയുള്ളൂ. എന്നാൽ ഒരു ഡ്രൈവറെ സംബന്ധിച്ച് വണ്ടി മാത്രമല്ല, ശരീരമാകെ സദാ ചലിച്ചുകൊണ്ടിരിക്കുകയാണ്. കൈകൾ സ്റ്റിയറിംഗിലും

ഗിയറിലും ഹോണിലും സിഗ്നലുകളിലും. കാലുകൾ ബ്രേക്കിലും ആക്സിലേറ്ററിലും ക്ലച്ചിലും. കൈകളും കാലുകളും ഒരു നൃത്തത്തിലെന്നപോലെ ഇടവിടാതെ ചലിച്ചുകൊണ്ടിരിക്കുന്ന ഒരു ദൃശ്യകലയാണ് ഡ്രൈവിംഗ്. കാണുന്നവർക്ക് ഡ്രൈവർ നിശ്ചലനായി ഇരിക്കുകയാണെന്നേ തോന്നൂ. പക്ഷേ, അരങ്ങിലെ ഓപ്പറാ നർത്തകനെപ്പോലെ അയാൾ നിരന്തരം ചലിച്ചുകൊണ്ടേയിരിക്കുകയാണ്.

ബസ്സിന്റെ നിശ്ചലത ക്ഷമയുടെ കെട്ടുപൊട്ടിച്ച് തന്റെ രക്തക്കുഴലുകളിലൂടെ ഒഴുകാൻ തുടങ്ങിയപ്പോൾ തങ്കച്ചൻ പിൻതിരിഞ്ഞ് കണ്ടക്ടർക്ക് നേരെ ഒരു ചോദ്യം എറിഞ്ഞിട്ടു.

"എന്തു ചെയ്യണം?"

രമേശൻ. ബസ് കണ്ടക്ടർ. തങ്കച്ചന്റെ അമ്പത്തിരണ്ടിനേക്കാൾ ഇരുപതു വർഷം കുറവാണു പ്രായം. ജന്തുശാസ്ത്രത്തിൽ ബിരുദധാരിയായ രമേശന് വണ്ടി ഓടുന്നതും ഓടാതിരിക്കുന്നതും തമ്മിൽ ഏറെ വ്യത്യാസമില്ല. ശില്പകലയെപ്പറ്റി ഇന്നോളം ആലോചിച്ചിട്ടു തന്നെയില്ല. സമയം വൈകിപ്പിക്കും എന്ന കാരണംകൊണ്ട് ട്രാഫിക് ബ്ലോക്ക് ഇഷ്ടമില്ലെന്നേയുള്ളൂ. സമയത്തിന് പ്രാധാന്യമില്ലെങ്കിൽ ട്രാഫിക് ബ്ലോക്ക് കൊണ്ട് എന്തു കുഴപ്പം? ഇതാണ് രമേശന്റെ തത്ത്വശാസ്ത്രം.

ഇത്തരം സന്ദർഭങ്ങളിൽ സാധാരണയായി പറയാറുള്ള മറുപടി തന്നെയാണ് ഇപ്പോഴും രമേശന് പറയാനുള്ളത്.

"എന്തു ചെയ്യാനാ, ബ്ലോക്ക് തീരട്ടെ."

പുതിയ ഒരു പരീക്ഷണത്തിനും താല്പര്യമില്ലാത്ത, സാഹസികതയ്ക്ക് ഒരു അവസരവുമില്ലാത്ത ആ തണുപ്പൻ മറുപടിയിൽ തങ്കച്ചന് നിരാശ തോന്നി. ട്രാഫിക് ബ്ലോക്ക് കണ്ടാൽ ഒരു സൗകര്യമായി കണ്ട് അതിൽ ചടഞ്ഞുകൂടുന്നവരുടെ ഒരു സാധാരണ പ്രതിനിധി തന്നെ അവനും. ഇങ്ങനെയുള്ളവരെക്കൊണ്ട് ലോകത്ത് ഒരു മാറ്റവും സൃഷ്ടിക്കാൻ കഴിയുകയില്ല.

ഇപ്പോൾ റോഡിന്റെ ഇടതുവശത്തോടു ചേർന്ന് മാത്രമാണ് വണ്ടികൾ നിരനിരയായി കിടക്കുന്നത്. എതിർദിശയിൽ നിന്ന് വരാവുന്ന വണ്ടികൾക്കു വേണ്ടി റോഡിന്റെ മറുപാതി സൗമനസ്യത്തോടെ ഒഴിച്ചിട്ടിരിക്കയാണ്. എന്നാൽ എതിർദിശയിൽ നിന്ന് തത്കാലം ഏതെങ്കിലും വണ്ടി വരുന്നതിന്റെ ലക്ഷണമില്ല. മുന്നിൽ എവിടെയോ റോഡ് പൂർണമായും തടയപ്പെട്ടിട്ടുണ്ടെന്നാണ് അതിൽ നിന്ന് മനസ്സിലാക്കേണ്ടത്. ട്രാഫിക് ബ്ലോക്കിന്റെ പ്രഭവകേന്ദ്രം എവിടെയാണെന്നോ അതിന്റെ ആഘാതമേഖല എത്ര ദൂരം വരെ വ്യാപിച്ചുകിടക്കുന്നുണ്ടെന്നോ അറിയണമെങ്കിൽ എതിർദിശയിൽനിന്ന് ഏതെങ്കിലും വണ്ടി വരിക തന്നെ വേണം. ഈ കാത്തുകിടപ്പ് എത്ര നേരം നീണ്ടുനില്ക്കുമെന്ന് അപ്പോഴേ നിശ്ചയിക്കാനാവൂ.

ഹമീദ്, സുഗതൻ, വിനയൻ. പരസ്പരം ബന്ധമോ പരിചയം തന്നെയോ ഇല്ലാത്ത ഈ മൂന്നു വ്യക്തികൾ ബസ്സിലെ യാത്രക്കാരായി

ഉണ്ട്. ഈ മൂന്നുപേരും വ്യത്യസ്തനിരകളിലെ വ്യത്യസ്ത സീറ്റുകളിലാണ് ഇരിക്കുന്നത്. വ്യത്യസ്തമായ മൂന്നു വാഹനങ്ങളിൽ സഞ്ചരിക്കുന്നവർ തമ്മിലും വ്യത്യസ്തമായ മൂന്ന് സ്ഥലങ്ങളിലൂടെ ഓടുന്ന വണ്ടികളിലെ യാത്രക്കാർ തമ്മിലും എത്രത്തോളം അപരിചിതരായിരിക്കുമോ അത്രത്തോളം അപരിചിതത്വം ഇപ്പോൾ അവർക്കു തമ്മിൽ ഉണ്ട്. ഇതുവരെ അവർ പരസ്പരം കാണുക തന്നെ ഉണ്ടായിട്ടില്ല. കോഴിക്കോടുനിന്ന് ബസ് പുറപ്പെടുമ്പോൾ മുതൽ ബസ്സിൽ ഉണ്ടായിരുന്നു എന്നതു മാത്രമാണ് മൂന്നുപേരും തമ്മിലുള്ള ബന്ധം.

വണ്ടിയിൽനിന്ന് തല പുറത്തേക്കിട്ട് ട്രാഫിക് ബ്ലോക്കിന്റെ സ്വഭാവം ഒരു വട്ടം പരിശോധിച്ചശേഷം എല്ലാവരും കേൾക്കേ ഹമീദ് ഉറക്കെ ആത്മഗതം ചെയ്തു.

“ഊയെന്റുമ്മാ. ഇതെപ്പോ തീര്ാ.”

ഹമീദിന്റെ ആ വിലാപം മറ്റ് യാത്രക്കാരിൽ യാതൊരു പ്രതികരണവും ഉണ്ടാക്കിയില്ല. കാരണം അത് സ്വന്തം മനസ്സിൽ നിന്ന് പൊന്തിയ ആത്മഗതം പോലെയാണ് ഓരോ യാത്രക്കാരനും അനുഭവപ്പെട്ടത്.

തന്റെ വിലാപം ആരും ഗൗനിക്കുന്നില്ലെന്ന് തെറ്റിദ്ധരിച്ച് ഹമീദ് പിൻനിരയിലേക്ക് തിരിഞ്ഞ് തന്റെ ആശങ്ക ഒരിക്കൽകൂടി യാത്രക്കാർക്കായി വിശദീകരിച്ചു.

“ന്റുമ്മാ ഇന്നോ നാളേന്നോ പറഞ്ഞ് കെടക്കാണേയ്. ഞാനങ്ങട് എത്തുമ്പളയ്ക്കും എന്താക്വോ?”

ഹമീദ് ജാലകത്തിലൂടെ തല പുറത്തേക്ക് ഒരിക്കൽകൂടി ഏന്തി വലിഞ്ഞു നോക്കി. എതിർദിശയിൽനിന്ന് ഒരു ഒറ്റവെളിച്ചം, ബൈക്ക് ആകണം. റോഡ് കയറി വരുന്നുണ്ട്. ട്രാഫിക് ബ്ലോക്കിന്റെ നീളം, വീതി, കനം തുടങ്ങിയ കാര്യങ്ങളെപ്പറ്റി അയാളിൽ നിന്ന് എന്തെങ്കിലും വിവരം ലഭിച്ചാൽ ഉമ്മയുടെ കാര്യത്തിൽ ഒരു തീരുമാനമെടുക്കാമായിരുന്നു എന്ന് ഹമീദ് കണക്കുകൂട്ടി.

ഹമീദിന് വളാഞ്ചേരിയിലേക്കാണ് പോകേണ്ടത്. കോഴിക്കോട് മെഡിക്കൽ കോളേജിലെ ഡോക്ടറെ കാണുന്നതിനായി അതിരാവിലെ വീട്ടിൽ നിന്നിറങ്ങിയതാണ്. ഉമ്മയെ സ്ഥിരമായി ചികിത്സിച്ചു പോരുന്ന ഡോക്ടറാണ്. ഓപ്പറേഷന്റെ തിരക്കുകളെല്ലാം അവസാനിച്ച് ഡോക്ടർ വീട്ടിൽ തിരിച്ചെത്തുമ്പോഴേക്കും സമയം സന്ധ്യയായി. കൂടുതൽ കാത്തുനില്ക്കാൻ വയ്യ. അതാണ് ഉമ്മയുടെ അവസ്ഥ. അതിനാൽ ഡോക്ടറെ കാണാൻ ഊഴം വെച്ച് കാത്തുനില്ക്കുന്ന രോഗികളെയെല്ലാം മറികടന്ന് ഡോക്ടറുടെ മുറിയിലേക്ക് ഇടിച്ചുകയറുകയായിരുന്നു.

ഡോക്ടർക്കു മുമ്പാകെ ഉമ്മയുടെ സ്ഥിതി ഒറ്റശ്വാസത്തിൽ വിസ്തരിച്ചു.

ഉമ്മ ഇന്നലെ രാത്രി മുതൽ ശ്വാസമെടുക്കാൻ പ്രയാസപ്പെട്ടു കിടക്കുകയാണ്. ബോധമുണ്ടോ ഇല്ലയോ എന്നുതന്നെ വ്യക്തമല്ല. സമീപത്തുള്ള ക്ലിനിക്കിലെ ഡോക്ടറെ വീട്ടിൽ കൊണ്ടുവന്ന് കാണിച്ചപ്പോൾ

അയാൾ ആസ്ത്മയ്ക്കുള്ള ഒരു ഗുളിക കുറിച്ചുതരികയാണ് ചെയ്തത്. വായിലിട്ടു കൊടുത്ത ഗുളിക അവിടെ കിടന്നു കുതിർന്നതല്ലാതെ താഴോട്ടു പോയില്ല.

വാതിലിനു പുറത്ത് രോഗികൾ അക്ഷമരായി തിരക്കു കൂട്ടുകയായി രുന്നിട്ടും ഡോക്ടർ എല്ലാം ക്ഷമയോടെ കേട്ടു.

ആശുപത്രിയിൽ അഡ്മിറ്റ് ചെയ്താൽ മരുന്ന് ഡ്രിപ്പായി കൊടുക്കാം. എന്നാൽ അതിനുവേണ്ടി മെഡിക്കൽ കോളേജ് വരെ യാത്ര ചെയ്ത് ബുദ്ധിമുട്ടണമെന്നില്ല. അടുത്തുള്ള ഏതെങ്കിലും ആശുപത്രിയിൽ കൊണ്ടുപോയാൽ മതിയാകും.

ഡോക്ടർ പറഞ്ഞതിന്റെ ധ്വനി, അഥവാ യഥാർഥ താത്പര്യം ഹമീദിന് മനസ്സിലായി. ലക്ഷണം വെച്ചു നോക്കിയാൽ ഉമ്മയുടെ ജീവിതം ഒന്നോ രണ്ടോ ദിവസത്തിനപ്പുറം നീണ്ടുനിൽക്കാനിടയില്ല. മെഡിക്കൽ കോളേജിൽ എത്തുന്നതിനു മുമ്പേ തന്നെ അത് സംഭവിച്ചേക്കും. സമീപ ത്തുള്ള ഏതെങ്കിലും ആശുപത്രിയിൽ അഡ്മിറ്റ് ചെയ്യുകയാണെങ്കിൽ ഐ.സി.യുവിൽ കിടന്നു മരിക്കാൻ അവസരമുണ്ട്. ബന്ധുക്കൾക്ക് ആ മരണം കാണാതെ കഴിക്കുകയുമാവാം.

എന്തായാലും ഉമ്മയെ ഐ.സി.യുവിൽ തള്ളി ഒരു തടവറമരണ ത്തിന് വിധിക്കരുതെന്ന് ഹമീദ് നിശ്ചയിച്ചിട്ടുണ്ട്. ഡോക്ടർ സൂചിപ്പിച്ചതു പോലുള്ള ഒരു അന്ത്യം അടുത്തു കഴിഞ്ഞെങ്കിൽ എത്രയും വേഗം ഉമ്മ യുടെ സമീപമെത്തുകയാണ് ചെയ്യേണ്ടത്. ആ തിടുക്കത്തോടെയാണ് ബസ്സ്റ്റാന്റിലേക്ക് ഓടിയെത്തിയതും ചാർജ് അധികമാവുമെന്നറിഞ്ഞിട്ടും സ്പീഡ് കൂടിയ എക്സ്പ്രസ്സ് ബസ്സിൽ കയറിയതും.

എതിർദിശയിൽ നിന്ന് അതിജീവനശേഷി കൂടിയ ഒരു ബൈക്ക് ഹെഡ്ലൈറ്റിന്റെ ഉന്മാദവെളിച്ചം തെറിപ്പിച്ചുകൊണ്ട് ഓടിയെത്തുന്നുണ്ട്. ട്രാഫിക് ബ്ലോക്കിന്റെ വലിപ്പത്തെപ്പറ്റിയും ആഘാതശേഷിയെപ്പറ്റിയും ആരും ആവശ്യപ്പെടാതെ തന്നെ ചില വിളംബരങ്ങൾ നടത്തിക്കൊണ്ടാണ് അയാൾ വരുന്നത്.

“മൂന്നു മണിക്കൂറ് കഴിഞ്ഞിട്ട് നോക്ക്യാ മതി. നാല് കിലോമീറ്റർ അപ്പുറംവരെ ബ്ലോക്കാ.”

തന്റെ ബസ്സിനു സമീപമെത്തിയ ബൈക്കിനു നേർക്ക് കൈ കാണിച്ച് തങ്കച്ചൻ ചോദിച്ചു.

“പൊലീസ് വന്നിട്ടുണ്ടോ?”

“ഒണ്ടെങ്കിത്തന്നെ ഈ രാത്രീല് അവര് എന്താക്കാനാ? അങ്ങടൂല്ല ഇങ്ങടൂല്ല എന്ന മട്ടിലാ വണ്ടികൾടെ കെടപ്പ്.”

പിന്നിൽ ഇതിനകം നിരന്നുകഴിഞ്ഞിരുന്ന വണ്ടികളിലും തന്റെ ട്രാഫിക് ബ്ലോക്ക് വിജ്ഞാനം സൗജന്യമായി എത്തിക്കുക എന്ന ഉത്തര വാദിത്വവുമായി കുതിച്ചു പായാൻ തുടങ്ങുകയായിരുന്ന ആ ബൈക്ക് യാത്രികനോട് ഹമീദും വിളിച്ചു ചോദിച്ചു.

"അങ്ങട് കടക്കാൻ വേറെ കട്ട് റോഡ്ണ്ടാ?"

"എന്ത് കട്ട് റോഡ്. ഇതുതന്നെ റോഡ്." പോകുന്ന പോക്കിൽ അയാൾ വിളിച്ചുപറഞ്ഞു.

തങ്കച്ചൻ ജാലകത്തിലൂടെ ശിരസ്സ് വെളിയിലേക്കിട്ട് പിൻദിശയിലെ അവസ്ഥ നോക്കിപ്പഠിച്ചു. അവിടെയും വണ്ടികളുടെ ഒരു നീണ്ട നിര രൂപപ്പെട്ടുകഴിഞ്ഞു. റോഡിന്റെ മറുപാതി ഇപ്പോഴും വിസ്തൃതമായി തുറന്നുകിടപ്പുണ്ട്. ഏതെങ്കിലും ഒരു വണ്ടി 'ഞാൻ മാത്രം അങ്ങ് കടന്നോട്ടെ' എന്ന ഭാവത്തിൽ കയറി വന്നാൽ ആ മറുപാതിയും അടഞ്ഞുപോകും. തിരിച്ചുപോകാൻ ഉദ്ദേശ്യമുണ്ടെങ്കിൽ ഇപ്പോൾത്തന്നെ വണ്ടി തിരിക്കണം.

വർഷങ്ങൾക്കുമുമ്പ് ഇതിനു സമാനമായ ഒരു സന്ദർഭത്തിൽ ഊടു വഴികളിലൂടെ ട്രാഫിക് ബ്ലോക്ക് മറികടന്നത് തങ്കച്ചന് ഓർമ്മ വന്നു. ജീപ്പ് യാത്രകൾ വഴി പണ്ടേ പരിചിതമായിരുന്ന ഒരു ഇടറോഡ്. യാത്രാ ബസ്സുകൾ സഞ്ചരിക്കുന്ന റോഡായിരുന്നില്ല. എങ്കിലും ബസ്സിനു പോകാൻ കഴിയുന്ന റോഡായിരുന്നു. ആ വിശ്വാസത്തിലാണ് അന്ന് ബസ് അതിലേ കൊണ്ടുപോയതും വിജയകരമായി ലക്ഷ്യത്തിലെത്തിച്ചതും.

പഴയ ആ സാഹസികബുദ്ധി തങ്കച്ചന്റെ മനസ്സിൽ പത്തിനീർത്താൻ തുടങ്ങി. വണ്ടിയുടെ നിശ്ചലമായ ഈ കിടപ്പ് തന്റെ ശീലത്തിനും സ്വഭാവത്തിനും ഇണങ്ങുന്നതല്ല. അതുകൊണ്ട് എത്രയും വേഗം ട്രാഫിക് ബ്ലോക്കിൽനിന്ന് പുറത്തുകടന്ന് ഈ നിശ്ചലതയെ അതിജീവിക്കണം.

തങ്കച്ചൻ കണ്ടക്ടറെ തിരഞ്ഞു. യുദ്ധം ചെയ്യാൻ കെല്പില്ലാതെ പിൻവാങ്ങിയ അർജുനനെപോലെ സ്വന്തം സീറ്റിൽ തളർന്നിരിപ്പാണ് കണ്ടക്ടർ.

"വേറൊരു വഴീണ്ട്. അതിലെ വിട്ടാലോ?" തങ്കച്ചൻ വിളിച്ചു ചോദിച്ചു.

കണ്ടക്ടർ വിസ്മയത്തോടെ ഡ്രൈവറെ നോക്കി.

"അതേതുവഴി? ഞാൻ കേട്ടിട്ടില്ലല്ലോ?"

"ചെറിയൊരു പഞ്ചായത്ത് റോഡ്. എന്നാലും ബസ്സു പോവും... അഞ്ചാറ് കൊല്ലം മുമ്പ് ഞാൻ പോയിട്ടുള്ളതാ."

തങ്കച്ചൻ തന്റെ പുതിയ രക്ഷാപദ്ധതി കണ്ടക്ടർക്ക് മുമ്പാകെ വിശദീകരിച്ചു. രണ്ട് കിലോമീറ്റർ പിന്നിലായി ഹൈവേയിൽ നിന്ന് തിരിഞ്ഞു പോവുന്ന ഒരു ഇടറോഡുണ്ട്. അതിലേ കയറണം. എട്ടു കിലോമീറ്റർ പോയാൽ ഹൈവേയിൽത്തന്നെ ചെന്നുകയറാം."

പദ്ധതി വിശദമായി കേട്ടതിനുശേഷവും രമേശന്റെ ആശങ്കകൾ ഒഴിഞ്ഞുമാറുന്നുണ്ടായിരുന്നില്ല.

"ഒറപ്പുണ്ടോ? അതും ഈ രാത്രി നേരത്ത്?"

"ബ്ലോക്ക് തീരണത് എപ്പഴാന്നും ഒറപ്പില്ലല്ലോ. അതുപോലെ ഇതിനും വലിയ ഒറപ്പൊന്നൂല്ല. എന്നാലും ഒന്നു ശ്രമിച്ചു നോക്കാല്ലോ."

കണ്ടക്ടർ സമ്മതരൂപീകരണത്തിനെന്നപോലെ യാത്രക്കാരിലേക്കു തിരിഞ്ഞു. മൂന്നു മണിക്കൂർ നീളുന്ന ഈ കാത്തുകിടപ്പ് ഒഴിവാക്കാമെന്നുണ്ടെങ്കിൽ എന്തുകൊണ്ട് ആ വഴി സ്വീകരിച്ചുകൂടാ എന്ന ഭാവമാണ് യാത്രക്കാരിൽ പലർക്കും.

ആരോ ഒരാൾ ശബ്ദംകൊണ്ട് തന്നെ ആ നിർദ്ദേശത്തെ പിന്താങ്ങുകയും ചെയ്തു.

"എങ്കിൽ, ചേളാരിക്കിപ്പുറത്ത് ഇറങ്ങാൻ ആരേലുമുണ്ടെങ്കി ഇവിടെ എറങ്ങിക്കോ." കണ്ടക്ടർ ഒരു പുതിയ നിർദ്ദേശം വെച്ചു.

കോഴിക്കോട് നിന്ന് ബസ് പുറപ്പെട്ടിട്ട് അരമണിക്കൂർ പിന്നിട്ടിരുന്നെങ്കിലും കണ്ടക്ടർ എല്ലാ യാത്രക്കാർക്കും ടിക്കറ്റ് നല്കിക്കഴിഞ്ഞിരുന്നില്ല. ഇതിനകം ടിക്കറ്റെടുക്കാത്തവരാകാം, രണ്ടുപേർ മാത്രം യാതൊരു പ്രതിഷേധത്തിനും നില്ക്കാതെ വണ്ടിയിൽനിന്ന് ഇറങ്ങിപ്പോയി. മുന്നിലെ വാഹനപരമ്പരകൾക്കിടയിലെ നിഴൽക്കൂട്ടത്തിലേക്ക് അവരും നടന്നു മറഞ്ഞു.

തെരഞ്ഞെടുക്കാൻ വേറൊരു വഴിയും ഇല്ലാത്തതുകൊണ്ട് മറ്റു യാത്രക്കാർ ബസ്സിൽ തന്നെ തുടരുകയായിരുന്നു. ഹമീദ് മാത്രം ഒരു തീരുമാനമെടുക്കാനാവാതെ പിന്നെയും ശങ്കിച്ചു നിന്നു.

തൊട്ടുപിന്നിലെ സീറ്റിൽ മ്ലാനവദനനായി ഗാഢമായ ഏതോ ആലോചനയിൽ മുഴുകിയിരിക്കുകയായിരുന്നു സുഗതൻ. പെട്ടെന്നുണ്ടായ ഒരു ഉൾപ്രേരണയാൽ സുഗതനെ തട്ടിവിളിച്ച് ഹമീദ് ചോദിച്ചു.

"ഞാനിപ്പെന്താ വേണ്ടെ. എറങ്ങണോ ഇരിക്കണോ?"

ആലോചനയുടെ ലോകത്തുനിന്ന് ഞെട്ടിയുണർന്ന് സുഗതൻ ഹമീദിനെ അദ്ഭുതത്തോടെ, അതിലേറെ അമ്പരപ്പോടെ തുറിച്ചു നോക്കി. ഇന്നോളം കണ്ടിട്ടില്ലാത്ത, യാതൊരു മുൻപരിചയവുമില്ലാത്ത ഒരു മനുഷ്യൻ തന്റെ അഭിപ്രായത്തിന് കാത്ത് മുന്നിൽ നിൽക്കുന്നു. ബസ്സിൽ വേറെ എത്രയോ യാത്രക്കാരുണ്ട്. അവരോടൊന്നും ചോദിക്കാതെ തന്നോടുതന്നെ ഈ ചോദ്യം ചോദിക്കുന്നതിന്റെ യുക്തി സുഗതന് ഊഹിക്കാൻ പോലും കഴിഞ്ഞില്ല.

കൃത്യമായ ഒരു തീരുമാനം നിർദ്ദേശിക്കുക ഒരു ഭാരിച്ച ചുമതലയാണ്. ആ ചുമതല ഏറ്റെടുക്കാൻ മടിച്ചുകൊണ്ടാണ് സുഗതൻ മറുപടി നല്കിയത്.

"ഞാനെന്തു പറയാനാ?"

സുഗതന്റെ വലതുകൈ തന്റെ ഇരുകൈകളാൽ ഗ്രഹിച്ചുകൊണ്ട് ഒരു അപേക്ഷപോലെ ഹമീദ് ആവർത്തിച്ചു:

"ഇങ്ങളും എന്നെപ്പോലെ ഒരു എടങ്ങേറിലാണ്. ഇങ്ങടെ മോറ് കണ്ടാലറിയാം. പൊന്ന് ചങ്ങാതീ, ഇങ്ങളെന്നെ ഒന്ന് സഹായിക്ക്... യ്ക്ക് ഒറ്റയ്ക്ക് ഒരു തീരുമാനമെട്ക്കാൻ കയ്യ്ണില്ല."

ഹമീദിന്റെ ആ അവസ്ഥയിൽ സുഗതന് അനുകമ്പ തോന്നി. നിർണായകമായ ഒരു സന്ദർഭത്തിൽ ഒരു ഉറച്ച തീരുമാനമെടുക്കുക എത്ര പ്രയാസകരമായ കൃത്യമാണെന്ന് അയാൾ സ്വയം അറിയുകയാണ്. ബോധ്യപ്പെടുത്തുകയുമാണ്.

“ഇറങ്ങുന്നവര് വേഗം ഇറങ്ങണം. വണ്ടി തിരിച്ചു പോവ്വാണ്.” കണ്ടക്ടറുടെ വിളംബരം ഒരിക്കൽ കൂടി ഉയർന്നു.

ഡ്രൈവർ ബസ്സ് റിവേഴ്സിലാക്കി റോഡിന്റെ തുറന്നു കിടക്കുന്ന മറുപാതിയിലേക്ക് തിരിച്ചിടുകയാണ്.

കൃത്യമായ നിർദ്ദേശം നല്കാനില്ലാതെ സുഗതൻ മൗനത്തിൽത്തന്നെ തടഞ്ഞുനില്ക്കെ തൊട്ട് പിൻസീറ്റിലെ യാത്രക്കാരനായ വിനയൻ ആരും ആവശ്യപ്പെടാതെ തന്നെ ആ പ്രശ്നത്തിലേക്ക് ഇടപെട്ടു.

“അയാളും നിങ്ങളെപ്പോലെ ഒരു യാത്രക്കാരനല്ലേ.” ഹമീദിനു നേർക്ക് വിനയൻ പറഞ്ഞു: “നിങ്ങളെന്തു ചെയ്യണമെന്ന് അയാളാണോ തീരുമാനിക്കേണ്ടത്? പിന്നീട് എന്തെങ്കിലും സംഭവിച്ചാൽ അയാൾടെ തലേൽ കേറാമെന്നാണോ? അയാള് വണ്ടീന്ന് ഇറങ്ങുന്നില്ല. ഞങ്ങളും ഇറങ്ങുന്നില്ല. പിന്നെ നിങ്ങൾക്കു മാത്രമെന്താണ് ഇങ്ങനെ ഒരു സംശയം.”

ഹമീദ് വിനയനു നേർക്ക് തളർന്ന കണ്ണുകളാൽ നിസ്സഹായമായ ഒരു നോട്ടം നോക്കി. ആഴം അളക്കാൻ കഴിയാത്ത വിധത്തിൽ ദയനീയമായ ഒരു നോട്ടമായിരുന്നു അത്. പിന്നെ, ആ നോട്ടം സുഗതനിലേക്കു തന്നെ വഴി തിരിഞ്ഞെത്തി.

സുഗതൻ ‘ക്ഷമിക്കൂ, നിങ്ങളുടെ ഭാവി തീരുമാനിക്കാൻ ഞാൻ ആളല്ല’ എന്ന് ഹമീദിന് നേർക്ക് ഖേദം നിറഞ്ഞ മുഖഭാവംകൊണ്ടുതന്നെ മൊഴിഞ്ഞു.

ഹമീദ് സുഗതന്റെ കൈയിലുള്ള പിടിവിട്ട് നിസ്സഹായതയോടെ സ്വന്തം സീറ്റിലേക്കുതന്നെ മടങ്ങി.

ബസ്സ് ഇതിനകം റോഡിന്റെ മറുപാതിയിൽ എതിർദിശയിലേക്കു തിരിച്ചിട്ട് കഴിഞ്ഞിരുന്നു.

തങ്കച്ചൻ സ്വയം ഒരു കമാണ്ടറായി തന്നോടുതന്നെ ആജ്ഞാപിച്ചു. “സ്റ്റാർട്ട്.”

യുദ്ധമുന്നണിയിലേക്ക് കുതിക്കുന്ന ഒരു സേനാവ്യൂഹത്തിന്റെ ഇരമ്പം ഓർമ്മയുടെ വിദൂരതയിലെങ്ങോ തങ്കച്ചൻ കേട്ടു.

ചുമരിൽ തട്ടിത്തെറിക്കുന്ന ഒരു പന്തുപോലെ വണ്ടി എതിർദിശയിൽ യാത്ര ആരംഭിക്കുന്നു. എന്നാൽ, സാധാരണമെന്ന് തോന്നിപ്പിക്കുന്ന ഒരു ട്രാഫിക് ബ്ലോക്കിൽ തട്ടി വണ്ടി മടങ്ങിപ്പോവുന്നത് അസാധാരണമായ ഒരു ഭാവിയിലേക്കാണ്.

രണ്ട്

ഹൈവേയിൽ നിന്ന് ഡ്രൈവർക്കു മാത്രം മുൻപരിചയമുള്ള ഇടറോഡിലേക്ക് ബസ്സ് തിരിഞ്ഞു. മറ്റൊരു ലോകത്തേക്ക് പ്രവേശിച്ചുകഴിഞ്ഞു എന്നതിന്റെ സൂചനയായി ബസ്സിന്റെ ചക്രങ്ങൾ കുഴിയിൽ ചാടി പല തരം ശബ്ദങ്ങളുണ്ടാക്കി. തിരയിളകിയ കടലിലിറക്കിയ തോണിപോലെ ബസ്സ് ആടിയുലഞ്ഞു.

ബഹിരാകാശവാഹനം ബ്ലാക്ക്ഹോളിന്റെ ആകർഷണവലയത്തിലേക്ക് പ്രവേശിക്കുന്ന ഒരു ഹോളിവുഡ് സിനിമാദൃശ്യമാണ് പ്രസാദിന് ഓർമ്മ വന്നത്. നിയന്ത്രണം വിട്ട് അജ്ഞാതമായ ബഹിരാകാശക്കുഴികളിലേക്ക് പാഞ്ഞുകയറുന്ന വാഹനം. കണ്ണുകൾ ഇറുക്കിയടച്ച് സ്വന്തം നിയോഗം ഏറ്റുവാങ്ങാൻ സജ്ജരായിക്കഴിഞ്ഞ യാത്രികർ. ഒരു ഹോളിവുഡ് സയൻസ് ഫിക്ഷൻ പോലെ സങ്കല്പിക്കാമെങ്കിൽ ഈ യാത്രയും രസകരമായ ഒരനുഭവം തന്നെ എന്ന് പ്രസാദ് തന്നോടുതന്നെ പറഞ്ഞു.

രാത്രി പത്തുമണിനേരത്ത്, കാലപ്പഴക്കത്തിൽ പാതിയും തകർന്നുകഴിഞ്ഞ ഒരു റോഡിലൂടെ വർഷങ്ങൾക്കുമുമ്പ് കടന്നുപോയ പരിചയം മാത്രം കൈമുതലാക്കിയാണ് ഡ്രൈവർ ഇപ്പോൾ വണ്ടി മുന്നോട്ടുകൊണ്ടുപോകുന്നത്. ആദ്യത്തെ ചാന്ദ്രയാത്ര നടത്തിയ നീൽ ആംസ്ട്രോങ്ങിനെപ്പോലെ അയാളും സാഹസികമായ ഒരു ചുവടുവെയ്പാണ് നടത്തുന്നത് എന്ന് പ്രസാദിനു തോന്നി.

ഫിലിപ്പ്, പ്രസാദ്, കരുണൻ ഇവർ മൂന്നുപേർ ഒരേ നിരയിലെ സീറ്റുകളിലെ യാത്രക്കാരാണ്. ഒരാളും തന്റെ അടുത്ത സീറ്റിലിരിക്കുന്നത് ആരെന്ന് ഇതുവരെ ശ്രദ്ധിച്ചിരുന്നില്ല. ഒരു ശരീരം എന്നതിനപ്പുറം ഒരു വ്യക്തി എന്ന നിലയിൽ മനസ്സിലാക്കിയിരുന്നുമില്ല. എന്നാൽ ബസ്സ് ഗട്ടറുകളിൽ കയറിയിറങ്ങി ആടിയുലയാൻ തുടങ്ങിയതോടെ ഫിലിപ്പിനും പ്രസാദിനും കരുണനും പരസ്പരം നോക്കാതിരിക്കാനോ കാണാതിരിക്കാനോ കഴിയില്ലെന്ന സ്ഥിതിയായി. ആടിയുലയുന്ന ഒരാൾക്ക് മുന്നിലേക്കല്ല വശങ്ങളിലേക്ക് നോക്കാനേ കഴിയൂ.

കോഴിക്കോടു നിന്ന് കൊല്ലത്തേക്കാണ് പ്രസാദിന്റെ യാത്ര. ഫിലിപ്പിന്റേത് കോട്ടയവും കരുണന്റേത് കായംകുളവുമാണ്. എറണാകുളത്ത് ബസ്സിറങ്ങി അവിടന്ന് കിട്ടുന്ന വണ്ടിയിൽ കോട്ടയത്തെത്തുകയാണ് ഫിലിപ്പിന്റെ പദ്ധതി.

മൂന്ന് വ്യത്യസ്തസ്ഥലങ്ങളിൽനിന്ന് പുറപ്പെട്ട് മൂന്ന് ഇടങ്ങൾ ലക്ഷ്യം വെക്കുന്ന മൂന്നുപേർ സാഹചര്യം കൊണ്ടു മാത്രം ഒരേ വണ്ടിയിലെ യാത്രക്കാരാവാൻ ഇടവരുന്നു. ഒരേ വണ്ടിയിൽ ഒരേ സീറ്റിൽ വന്നുപെടുന്നു. പുതുതായി ഒന്നും സംഭവിക്കുന്നില്ലെങ്കിൽ ഒരിക്കൽപോലും പരസ്പരം മുഖം കാണാതെ കൊല്ലത്തേക്കും കോട്ടയത്തേക്കും കായംകുളത്തേക്കുമായി മാഞ്ഞുപോകേണ്ട മൂന്നുപേർ. ബസ്സ് പുറപ്പെട്ട്

ഇതുവരെയും അവർക്ക് സംസാരിക്കാൻ പൊതുവായ ഒരു വിഷയവുമുണ്ടായിരുന്നില്ല. എന്നാൽ അപരിചിതമായ ഏതോ ഉൾനാട്ടിലൂടെ ആടിയുലഞ്ഞ് നീങ്ങുന്ന വണ്ടിയിലിരിക്കുമ്പോൾ അവർക്ക് സംസാരിക്കാൻ ഒരു പൊതുവിഷയം ഉണ്ടാവുകയാണ്.

"ഇതെങ്ങോടാണീ പോണ." ബസ്സിന്റെ ഉലച്ചിലിൽ ശരീരത്തിന്റെ ബാലൻസ് നഷ്ടപ്പെട്ട് കരുണൻ ആത്മഗതംപോലെ പറഞ്ഞുപോയി. അയാളുടെ ആ ക്ഷോഭം അപ്പോൾത്തന്നെ ഏറ്റുപിടിച്ച് ഫിലിപ്പ് പറഞ്ഞു: "ഈ ഡ്രൈവറ് എന്നാ വിചാരിച്ചാ ഈ റോഡേ വണ്ടിയെടുത്തേന്നാ?"

സാധാരണമായ ഒരു യുക്തികൊണ്ട് രണ്ടുപേരുടേയും പാരവശ്യങ്ങളെ ലഘൂകരിക്കാൻ ശ്രമിക്കുകയായിരുന്നു പ്രസാദ്.

"റോഡിൽ കുഴിയുണ്ടായത് ഡ്രൈവറുടെ കുറ്റംകൊണ്ടൊന്നുമല്ലല്ലോ. എന്തായാലും വണ്ടി എടുത്തുപോയി. ഇനി നമ്മൾ ഒച്ചയുണ്ടാക്കി അയാൾടെ ശ്രദ്ധ തെറ്റിക്കേണ്ട."

ട്രാഫിക് ബ്ലോക്ക് മറികടക്കാൻ ഡ്രൈവർ എളുപ്പവഴി സ്വീകരിച്ചപ്പോൾ അതിന് മൗനംകൊണ്ട് സമ്മതം നല്കിയവർ തന്നെയാണ് വഴി കഠിനമാവുമ്പോൾ പ്രതിഷേധസ്വരം ഉയർത്തുന്നത്. റിസ്കുകൾ ഏറ്റെടുക്കുന്ന സന്ദർഭങ്ങളിൽ ഏത് നായകനും പ്രതിനായകനാകാനുള്ള സാധ്യത ഏറെയാണ് എന്നൊരു ജീവിതതത്ത്വം ആ പ്രതികരണങ്ങളിൽ പ്രസാദ് നിശ്ശബ്ദമായി വായിച്ചു.

അപരിചിതമോ അജ്ഞാതമോ ആയ ഒരു ഭൂഖണ്ഡത്തിലൂടെ സഞ്ചരിക്കുമ്പോഴെന്നതുപോലെ ഒരു അസ്വസ്ഥത കണ്ടക്ടർ രമേശന്റെയുള്ളിൽ കനത്തു തുടങ്ങിയിരുന്നു. ആറ് വർഷം മുമ്പാണ് ട്രാൻസ്പോർട്ട് വകുപ്പിൽ കണ്ടക്ടറായി ജോലിയിൽ പ്രവേശിച്ചത്. ഹൈവേയിലൂടെ ഇതിനകം ആയിരത്തിലധികം തവണ സഞ്ചരിച്ചു കഴിഞ്ഞിട്ടുണ്ടാകും. എന്നാൽ ഇക്കാലത്തിനിടയിൽ ഒരിക്കൽപോലും ഇങ്ങനെയൊരു സ്ഥലമോ റൂട്ടോ തന്റെ പരിചയവൃത്തത്തിലേക്കു കടന്നുവന്നിട്ടില്ല.

അസ്വസ്ഥതയ്ക്ക് കനം കൂടിയതോടെ രമേശന് ഇരിക്കാൻ കഴിയാതെയായി. എഴുന്നേറ്റ് കമ്പിയിൽ തൂങ്ങിപ്പിടിച്ചുനിന്നു. വണ്ടിയുടെ ദിശയറിയാൻ ഹെഡ്‌ലൈറ്റിൽ നിന്ന് പായുന്ന വെളിച്ചത്തോടൊപ്പം നോട്ടമെത്തിച്ചു.

ബസ്സിന് വളരെ ക്ലേശിച്ചു മാത്രം കടന്നു പോകാൻ കഴിയുന്ന വീതി കുറഞ്ഞ ഒരു റോഡ്. ഒരു റോഡ് എന്ന് പൂർണമായും വിശേഷിപ്പിക്കാൻ പറ്റാത്ത വിധത്തിൽ അത് ഇടിഞ്ഞും മഴക്കാലത്ത് വന്നടിഞ്ഞ ചെമ്മണ്ണിൽ മൂടിയും തകർന്നു കിടക്കുകയാണ്. ടിപ്പർ ലോറികൾ കയറിയിറങ്ങി രൂപം കൊണ്ട ചില പടുകുഴികളും കാണാം.

റോഡിന്റെ ഇരുവശങ്ങളിലും വീടുകളുള്ളതിന്റെ അടയാളങ്ങൾ അധികമില്ല. വിശാലമായി തുറന്നുകിടക്കുന്ന പറമ്പുകളിൽ ചെങ്കൽപ്പാറയുടെ ഒരു മുഖാവരണം കാണാം. പൊതുവെ ജനസാന്ദ്രത കുറഞ്ഞ,

ലാറ്ററൈറ്റ് മേൽപ്രതലമുള്ള വരണ്ട പ്രദേശത്തുകൂടെയാണ് വണ്ടി കടന്നു പോവുന്നതെന്ന് ഹെഡ്‌ലൈറ്റിന്റെ പ്രകാശം കൊണ്ടുതന്നെ മനസ്സിലാക്കാം.

റോഡ് നിറയെ ഗട്ടറുകളാണ്. ഒഴിഞ്ഞുമാറാൻ എത്ര ശ്രമിച്ചാലും വണ്ടിയുടെ ചക്രങ്ങൾ വീണ്ടും വീണ്ടും അതിൽത്തന്നെ ചെന്നു ചാടുന്നുണ്ട്. ഗട്ടറുകളിലൂടെയുള്ള ഈ കയറ്റിറക്കങ്ങൾ ബസ്സിനെ നിരന്തരം ഉലച്ചുകൊണ്ടിരിക്കുന്നു.

ഏതോ വന്യജീവി മുന്നിൽ ചാടിയിട്ടെന്നപോലെ പൊടുന്നനെ വണ്ടി നിന്നു. വഴിയിൽ ഏതോ അപകടം ഊഹിച്ച് യാത്രക്കാരിൽ ചിലർ പാരവശ്യത്തോടെ തല പൊന്തിച്ചു. മുന്നിലെ റോഡ് നെടുകെ മുറിക്കപ്പെട്ടു കിടക്കുന്നതാണ് കാഴ്ച. റോഡിന്റെ ഒരു വശത്ത് കറുത്ത വരപോലെ ഒരു നീളൻ കുഴി. കുടിവെള്ള പദ്ധതിയുടെ ഭാഗമായി പൈപ്പോ ടെലിഫോൺ കേബിളോ സ്ഥാപിക്കാൻ വേണ്ടി ഉണ്ടാക്കിയ കുഴിയാവാം എന്ന് രമേശൻ ഊഹിച്ചു. ഹെഡ്‌ലൈറ്റിന്റെ കണ്ണെത്തുന്നതിനപ്പുറത്തേക്കും അത് നീണ്ടുകിടക്കുകയാണ്.

ബസ് മുന്നോട്ടെടുക്കാൻ കഴിയാത്തവിധം മുറിക്കപ്പെട്ട റോഡ്, വണ്ടി വളയ്ക്കാനോ തിരിക്കാനോ സൗകര്യമില്ലാത്തവിധം ഇടുങ്ങിയ സ്ഥലം. വഴിയടഞ്ഞു എന്ന് ഉറപ്പിച്ച ആ സമയത്ത് എഞ്ചിൻ സ്റ്റാർട്ട് ചെയ്യുന്ന ശബ്ദം കേട്ട് രമേശൻ അമ്പരന്നു. പാതിയും മുറിഞ്ഞുപോയ റോഡാണ് മുന്നിലെങ്കിലും ഡ്രൈവർക്ക് തെല്ലും കൂസലില്ല. വണ്ടി മുന്നോട്ടെടുക്കാൻ തന്നെയാണ് അയാളുടെ പ്ലാൻ.

ആ സാഹസികതയിൽ ചകിതനും അസ്വസ്ഥനുമായി കണ്ടക്ടർ രമേശൻ ഡ്രൈവർക്ക് സമീപത്തേക്ക് ഓടിയെത്തി.

"ഈ റോട്ടിലൂടെയോ?"

ഡ്രൈവിംഗിൽ പൂർണമായും ശ്രദ്ധിച്ചുകൊണ്ട് ഡ്രൈവർ തങ്കച്ചൻ പറഞ്ഞു:

"സാരമില്ല. ശ്രമിച്ചു നോക്കാം."

കണ്ടക്ടർക്ക് നിശ്ശബ്ദനായി ആ സാഹസികതയ്ക്ക് സാക്ഷ്യം വഹിക്കുകയല്ലാതെ മറ്റൊന്നും ചെയ്യാനാവുമായിരുന്നില്ല. ഡ്രൈവർ അയാളുടെ ഡ്രൈവിംഗ് വൈദഗ്ധ്യം സ്വയം പരീക്ഷിക്കുകയാണ്. ഇപ്പോൾ തർക്കിച്ച് ശ്രദ്ധ തെറ്റിച്ചാൽ അയാൾക്കല്ല, യാത്രക്കാർക്കാണ് അതിന്റെ ഫലം അനുഭവിക്കേണ്ടി വരിക. ആഴം കൃത്യമായി നിർണയിക്കാനാവാത്ത കുഴിയുടെ അരികു ചേർന്ന് വണ്ടി നിരങ്ങി നീങ്ങുകയാണ്. വണ്ടിച്ചക്രങ്ങൾ ഉണ്ടാക്കുന്ന സമ്മർദ്ദത്താൽ കുഴിയുടെ പാർശ്വങ്ങൾ ഇടിഞ്ഞു മറിയുന്നതിന്റെ കുടുക്കം വണ്ടിയുടെ ഓരോ അണുവിലും മുഴങ്ങുന്നുണ്ട്. പിൻനിരയിലെ ഇരട്ടച്ചക്രങ്ങളുടെ പാദവിസ്തൃതി കൊണ്ടു മാത്രമാണ് ഇപ്പോൾ വണ്ടി കുഴിയിലേക്ക് അമർന്നു പോകാത്തത്. ഏതു നിമിഷവും

ചാടിവീഴാവുന്ന അപകടത്തെ നേരിടാൻ സജ്ജരായിട്ടെന്ന പോലെ ശ്വാസത്തിന്റെ ഒച്ചപോലും നിയന്ത്രിച്ച് യാത്രക്കാർ സ്വന്തം സീറ്റിൽ പതിഞ്ഞിരിക്കുകയാണ്.

ഈ പ്രപഞ്ചത്തിൽ വണ്ടിയും താനുമല്ലാതെ മറ്റൊന്നുമില്ല എന്ന മട്ടിൽ, ഒരു ധ്യാനത്തിലെന്നപോലെയാണ് ഡ്രൈവർ ഇരിക്കുന്നത്. ആ ഇരിപ്പു കണ്ടാൽ മറ്റാരോ ആണ് വണ്ടി ഓടിക്കുന്നതെന്നു തോന്നും. കുഴിയുടെ അപകടഘട്ടം മറികടന്ന് റോഡ് പൂർവസ്ഥിതിയിലായപ്പോൾ ആദ്യം പ്രതികരണമുണ്ടായത് പുരുഷോത്തമനിൽ നിന്നാണ്.

"ഈയാളെന്ത്ന്നാ ഈ കാട്ടണെ?... വണ്ടീല് കുറെ മനുഷ്യന്മാർണ്ട്ന്ന് വിചാരം വേണ്ടെ. മരണക്കെണറില് വണ്ടിയോടിക്കാൻ യാത്രക്കാര് വേണന്നുണ്ടോ?"

പുരുഷോത്തമന്റെ ശബ്ദം സാമാന്യത്തിലേറെ കനത്തതും തീക്ഷ്ണവുമായിരുന്നു. അറുപത്തഞ്ചു വയസ്സ് വാർധക്യമുള്ള ആ മെലിഞ്ഞ ശരീരത്തിൽ ഇത്രയും ഒച്ചയുണ്ടെന്ന് ആരും പ്രതീക്ഷിക്കുകയില്ല.

അയാളുടെ കൂടെയുണ്ടായിരുന്ന ഭാര്യ രുഗ്മിണി അരോചകമായ ആ അട്ടഹാസത്തിന് ഒരു സാധൂകരണവും നല്കി.

"ഒര് തവണ അറ്റാക്ക് വന്ന ആളാ. അതുകൊണ്ടാ."

ആ സ്ത്രീയുടെ മടിയിൽ മൂന്നു വയസ്സ് പ്രായം മതിക്കുന്ന ഒരു പെൺകുഞ്ഞ് ഇപ്പോഴും സ്വസ്ഥമായി ഉറങ്ങിക്കിടക്കുന്നുണ്ട്.

നാളെ എറണാകുളത്ത് കുടുംബക്കോടതിയിൽ റിപ്പോർട്ട് ചെയ്യേണ്ട ഒരു കക്ഷിയാണ് ആ കുട്ടി. അവളുടെ തുടർജീവിതം അച്ഛനോടൊപ്പമോ അമ്മയോടൊപ്പമോ എന്ന് കോടതി തീരുമാനിക്കും.

പുരുഷോത്തമൻ ഉയർത്തിയ ക്ഷോഭം തനിക്കും ഒപ്പം എല്ലാ യാത്രക്കാർക്കും കൂടി വേണ്ടിയാണെന്ന് തോന്നിയതുകൊണ്ട് കണ്ടക്ടർ സ്വന്തം രോഷം രണ്ട് മണിയടികളായി വണ്ടിയിൽ ചിതറിത്തെറിപ്പിച്ചു.

ക്ഷോഭത്തിന്റെ വേലിയേറ്റം അവസാനിച്ചതോടെ ശാന്തത തിരിച്ചുപിടിച്ച് പുരുഷോത്തമൻ കണ്ടക്ടറോട് ചോദിച്ചു.

"വണ്ടി എവിടെയെത്തീന്ന് ഒന്നു പറയാൻ പറ്റ്വോ?"

അത് ഡ്രൈവർക്കു മാത്രം ഉത്തരം പറയാൻ കഴിയുന്ന ചോദ്യമാണ്. അതുകൊണ്ട് കണ്ടക്ടർ രുചികരമല്ലാത്ത ശബ്ദത്തോടെ ആ ചോദ്യം ഡ്രൈവർക്ക് കൈ മാറുകമാത്രം ചെയ്തു.

ഡ്രൈവറിൽ നിന്ന് മറുപടിയും എത്തി.

"ഇപ്പോൾ നമ്മൾ വഴിയിലാണ്."

"വഴിയിലെന്നു പറഞ്ഞാൽ?" കണ്ടക്ടറുടെ ശബ്ദം കൂടുതൽ പരുഷമായി.

"വഴിയിൽത്തന്നെ" ഡ്രൈവിംഗിൽ നിന്ന് ശ്രദ്ധ തിരിക്കാതെ ഡ്രൈവർ ഉത്തരം ആവർത്തിച്ചു.

മൂന്ന്

യാത്രക്കാരുടെ മുഖച്ഛായ ഓരോ നോട്ടത്തിലും വ്യത്യസ്തമായിക്കൊണ്ടിരിക്കുന്നുണ്ടോ? വണ്ടിയിൽ നടന്നുകൊണ്ടിരിക്കുന്ന കോലാഹലങ്ങളിലോ കലഹങ്ങളിലോ ശ്രദ്ധിക്കാതെ സ്വന്തം സീറ്റിൽ പ്രതിമപോലെ ഇരിക്കുകയായിരുന്ന ഒരു യാത്രക്കാരനെ നാലാംവട്ടം നിരീക്ഷിച്ചപ്പോഴാണ് കണ്ടക്ടർ രമേശന് ഇങ്ങനെയൊരു സംശയമുണർന്നത്. ട്രാഫിക് ബ്ലോക്കിൽ എത്തുന്നതിനു മുമ്പേ തന്നെ അയാൾക്ക് ടിക്കറ്റ് നല്കിക്കഴിഞ്ഞതാണ്. ആ സമയത്ത് അയാളുടെ മുഖം ഒരു പഴയ ഹിന്ദി ചലച്ചിത്രതാരത്തെപ്പോലെ തോന്നിച്ചു. എന്നാൽ, വണ്ടി ഹൈവേയിൽ നിന്ന് വഴിപിരിഞ്ഞശേഷം അയാൾക്ക് തമിഴ്സിനിമയിലെ വില്ലന്റെ ഛായയാണ്. മുകളിലേക്ക് പിരിഞ്ഞു വളഞ്ഞ, ഒട്ടിച്ചുവെച്ചതുപോലുള്ള ഒരു മീശ ഇപ്പോൾ അയാളുടെ മുഖത്തുണ്ട്.

സൂക്ഷിച്ച് നോക്കിയാൽ, അയാൾക്കു മാത്രമല്ല പലർക്കും പല മുഖച്ഛായകളാണ്. മായുകയും തെളിയുകയും ചെയ്യുന്ന മുഖച്ഛായകൾ, ഒരു പക്ഷേ, ഇതൊക്കെ തന്റെ മനസ്സിന്റെ ഒരു തോന്നലുമാവാം.

നോക്കുന്ന ദിശ മാറിയാൽ, അല്ലെങ്കിൽ കണ്ണട മാറിയാൽപോലും കാഴ്ചയുടെ സ്വഭാവം മാറിപ്പോകാറുണ്ടല്ലോ. അതുപോലെ വ്യത്യസ്തമായ ഒരു കാഴ്ചാനുഭവം.

“എന്താണ് നോക്കുന്നത്?” കണ്ടക്ടറുടെ നോട്ടത്തിന് ദൈർഘ്യമേറിയപ്പോൾ ഇരുപത്തെട്ടാം സീറ്റിൽ ഇരിക്കുകയായിരുന്ന ആ യാത്രക്കാരൻ ചോദിച്ചു.

താൻ അയാളെത്തന്നെ മര്യാദയില്ലാതെ നോക്കിക്കൊണ്ടിരിക്കുകയായിരുന്നു എന്ന് അപ്പോഴാണ് രമേശന് വെളിപാടുണ്ടായത്.

“ടിക്കറ്റ് എറണാകുളത്തേക്കല്ലേ എടുത്തത്?” എന്ന അനാവശ്യമായ ഒരു ചോദ്യം കൊണ്ട് തന്റെ വൈക്ലബ്യം മറച്ചുപിടിക്കേണ്ടിവരുന്നു. അന്യഭാഷക്കാരനായ ഒരാളുടെ ഉച്ചാരണംപോലെ തോന്നിച്ച അയാളുടെ മലയാളഭാഷണം. മുഖച്ഛായകൾ മാത്രമല്ല, യാത്രക്കാർ തന്നെ മാഞ്ഞുപോകുന്നതായി ഒരു ഇല്യൂഷൻ പിന്നാലെ വന്നു. അല്പം മുമ്പുവരെ ആളുണ്ടായിരുന്ന ചില സീറ്റുകൾ ഇപ്പോൾ ഒഴിഞ്ഞുകിടക്കുന്നുണ്ട് എന്നൊരു തോന്നൽ. കോഴിക്കോട് നിന്ന് പുറപ്പെടുമ്പോൾ എല്ലാ സീറ്റുകളിലും യാത്രക്കാരുണ്ടായിരുന്നതാണ്. എന്നാൽ ആകെയുള്ള അമ്പത്തൊന്നു സീറ്റുകളിൽ അഞ്ചാറ് സീറ്റുകൾ ഇപ്പോൾ ഒഴിഞ്ഞുകിടക്കുകയാണ്.

ഒരുപക്ഷേ, ട്രാഫിക് ബ്ലോക്കിൽ വെച്ച് രണ്ടിലേറെ യാത്രക്കാർ യഥാർത്ഥത്തിൽ വണ്ടിയിൽ നിന്ന് ഇറങ്ങിപ്പോയിട്ടുണ്ടാവാം. തന്റെ ശ്രദ്ധയിൽപെടാഞ്ഞതാണ്.

രമേശൻ യാത്രക്കാർക്ക് വിതരണം ചെയ്ത ടിക്കറ്റുകളുടെ എണ്ണവും യാത്രക്കാരുടെ എണ്ണവും ഒത്തുവെച്ച് പരിശോധിക്കാൻ തുടങ്ങി.

ബസ്സിന്റെ മുൻനിര മുതൽ തുടങ്ങി പിൻസീറ്റിൽ അവസാനിക്കുമ്പോൾ യാത്രക്കാരുടെ എണ്ണം നാല്പത്തിയഞ്ച്. എന്നാൽ വിതരണം ചെയ്യപ്പെട്ട ടിക്കറ്റ് നാല്പത്തിമൂന്നാണ്. യാത്രക്കാരിൽ ഒരാൾ മൂന്നുവയസ്സ് പ്രായ മുള്ള കുട്ടിയാണ്. അതിന് ടിക്കറ്റ് ആവശ്യമില്ല. ആ കുട്ടിയെ ഒഴിവാക്കി യാൽത്തന്നെയും ഇപ്പോൾ ഏതോ ഒരാൾ ടിക്കറ്റെടുക്കാതെ വണ്ടിയിൽ യാത്ര ചെയ്യുന്നുണ്ട് എന്നാണ് മനസ്സിലാക്കേണ്ടത്.

ടിക്കറ്റില്ലാതെയുള്ള യാത്ര ശിക്ഷാർഹമാണ് എന്ന കർത്തവ്യബോധ ത്താൽ ആവേശിതനായി രമേശൻ ഉറക്കെ വിളിച്ചു ചോദിച്ചു:

"ആരാണിനി ടിക്കറ്റെടുക്കാൻ ബാക്കിയുള്ളത്?"

വണ്ടിയുടെ പിൻസീറ്റുകളിലൊന്നിൽ സ്വന്തം വേവലാതികൾ തുഴഞ്ഞു കടക്കാൻ പ്രയാസപ്പെടുകയായിരുന്നു ഹമീദ്. കണ്ടക്ടറുടെ വിളംബരം കേട്ടതോടെ ഹമീദിന്റെ അസ്വസ്ഥത മുഴുവൻ ക്ഷോഭമായി രൂപംമാറി.

"ബസ്സ് ഏടയ്ക്കാ പോണേന്ന് തന്നെ അറീല്യ. അപ്പളാ ഓന്റെ ഒരു ടിക്കറ്റ്."

"വണ്ടി എവിടെയ്ക്ക് പോയാലും വേണ്ടില്ല."

കണ്ടക്ടർ ശബ്ദം കർക്കശമാക്കി. "വണ്ടീലിരിക്കണമെങ്കില് ടിക്കറ്റെ ടുത്തേ പറ്റൂ."

"ഏടയ്ക്കുള്ള ടിക്കറ്റാ ഇനി എടുക്കണ്ട്യേ? നരകത്തില്ക്കാ." ഹമീദും ശബ്ദത്തിനു മൂർച്ചകൂട്ടി.

"നിങ്ങൾ ഒരു തവണകൂടി ആളെണ്ണി നോക്കൂ." എന്ന് സൗമ്യഭാവ ക്കാരനായ വിനയൻ കണ്ടക്ടർക്ക് ഒരു ഉപദേശം നല്കി. കണ്ടക്ടർ ഒരിക്കൽകൂടി തന്റെ എണ്ണൽ ആവർത്തിച്ചു. തുടർന്ന് വിജയഭാവത്തിൽ പ്രഖ്യാപിച്ചു.

"വണ്ടിയിൽ നാല്പത്തിനാല് യാത്രക്കാരുണ്ട്. നാല്പത്തിമൂന്നാളേ ടിക്കറ്റെടുത്തിട്ടുള്ളൂ."

കണ്ടക്ടറെ മാത്രമല്ല, ലോകത്തെ മുഴുവൻ പഴിച്ചുകൊണ്ട് ഹമീദ് ക്ഷുഭിതനായി എഴുന്നേറ്റ് നിൽക്കുകയാണ്. കണ്ടക്ടർ ആവശ്യപ്പെട്ടിട്ടും പരിശോധനയ്ക്കായി ടിക്കറ്റ് കാണിക്കാൻ അയാൾ തയ്യാറാവുന്നില്ല. അതുകൊണ്ട് ടിക്കറ്റെടുക്കാത്ത യാത്രക്കാരൻ ഹമീദ് തന്നെ എന്ന് കണ്ട ക്ടർ നിശ്ചയിച്ചുകഴിഞ്ഞിരുന്നു.

"വണ്ടി ഹൈവേയിലെത്തട്ടെ, എന്നിട്ടാവാം ടിക്കറ്റ് കാണിക്കുന്നത്" എന്ന ശാഠ്യത്തിലാണ് ഹമീദ്.

"അയാൾ പറയുന്നതും ശരിയല്ലേ. വണ്ടി എങ്ങോട്ടാണ് പോകുന്ന തെന്ന് നിങ്ങൾക്കുതന്നെ ഉറപ്പില്ല. ഈ സമയത്ത് ടിക്കറ്റെടുക്കാൻ പറയു ന്നത് മര്യാദയാണോ?" ഹമീദിന്റെ ക്ഷോഭത്തിന് വിനയൻ താത്ത്വിക മായ ഒരു വിശദീകരണം നല്കി.

സർവീസിൽ നിന്ന് അകാലത്തിൽ വിരമിച്ചതിനുശേഷം യാത്ര ചെയ്തും അലഞ്ഞുനടന്നും ജീവിതം സജീവമാക്കാൻ ശ്രമിക്കുന്ന ഒരു പഴയ എഞ്ചിനീയറാണ് വിനയൻ. അത്തരമുള്ള ഒരു നീണ്ടയാത്രയ്ക്കു ശേഷം കൊല്ലത്തുള്ള സ്വന്തം വീട്ടിലേക്കു മടങ്ങുകയാണ്. വീടെന്നു പറയാൻ അവിടെ ഒരു കെട്ടിടം മാത്രമേയുള്ളൂ. കാത്തിരിക്കാൻ ആരുമില്ല. ഭാര്യ ഡൈവോഴ്സ് ചെയ്ത് വേർപിരിഞ്ഞുപോയതുകൊണ്ട് യഥേഷ്ടം സ്വാതന്ത്ര്യം. അതുകൊണ്ട് വണ്ടി വൈകുന്നതോ വഴി തെറ്റുന്നതോ വിനയനെ സംബന്ധിച്ച് ഒരു പ്രശ്നമേയല്ല. ഏതു വഴിയും വിനയന് ശരിയായ വഴിയാണ്. ഏത് ഇടവും എത്തേണ്ട ഇടമാണ്. അതിനാൽ ബസ്സിൽ ഉയർന്നുവരുന്ന കോലാഹലങ്ങൾക്കിടയിലും വിനയൻ അക്ഷോഭ്യനാണ്.

കണക്കിലെ പൊരുത്തക്കേടാണ് സുഗതനെ ആകർഷിച്ചത്. നാല്പത്തിനാല് യാത്രക്കാരും നാല്പത്തിമൂന്ന് ടിക്കറ്റും ഈ പൊരുത്തക്കേടിന്റെ കൗതുകത്തിൽ പ്രേരിതനായി സുഗതൻ സ്വന്തം സീറ്റിൽ നിന്നെഴുന്നേറ്റു. 'ഞാനൊന്ന് എണ്ണിനോക്കട്ടെ എന്ന ആത്മഗതത്തോടെ മുൻനിരയിലേക്ക് നടന്നു. ബസ്സിന്റെ മുൻനിരയിലെത്തി സുഗതൻ ബസ്സിന്റെ അകമാകെ ഒന്നു നിരീക്ഷിച്ചു. തുടർന്ന് മുൻനിരയിലെ സീറ്റിൽ നിന്ന് യാത്രക്കാരെ എണ്ണി തിട്ടപ്പെടുത്താൻ തുടങ്ങി. പഠിക്കുന്ന സ്ഥാപനത്തിൽ നിന്ന് തിരുവനന്തപുരത്തെ വീട്ടിലേക്ക് മടങ്ങുന്ന രണ്ട് എഞ്ചിനീയറിംഗ് കോളേജ് വിദ്യാർത്ഥിനികളാണ് ആദ്യം. അമൃതയും സുഷമയും. വണ്ടി അപരിചിതമായ ഒരു വഴിയിലൂടെയാണ് സഞ്ചരിക്കുന്നത് എന്നതിൽ അവർ പരിഭ്രാന്തരായിരുന്നു. ആ പരിഭ്രാന്തി മുഴുവൻ മൊബൈൽ ഫോണിലേക്ക് ഇടതടവില്ലാതെ ചൊരിഞ്ഞുകൊണ്ടിരിക്കുകയാണ് അവർ. കാതോട് ചേർത്തുപിടിച്ച മൊബൈൽ ഫോൺ ഇപ്പോൾ അവർക്കൊരു തലയണയാണ്.

സൈഡിലെ ഇരട്ട സീറ്റിൽ പരിസരം മറന്ന് പറ്റിച്ചേർന്നിരിക്കുന്ന യുവതിയും യുവാവും. വിമല എന്നും അരുൺ എന്നും അവർ സ്വയം പരിചയപ്പെടുത്തുന്നു. അവരുടെ ഇരിപ്പിന്റെ ഘടന വെച്ച് നോക്കിയാൽ കമിതാക്കളാകാനാണ് സാധ്യത. വിവാഹം നടന്ന് അധികദിവസമെത്താത്ത ദമ്പതികളും ആവാം. എന്തായിരുന്നാലും സഞ്ചരിക്കുന്നത് സ്വർഗത്തിലൂടെയാണെന്ന് അവരുടെ സ്വപ്നാത്മകമായ മുഖഭാവം വെളിപ്പെടുത്തുന്നുണ്ട്.

ട്രാഫിക് ബ്ലോക്കിൽ കുടുങ്ങിയതോ ബസ്സ് ദുർഘടപാതയിലൂടെ ഗതി മാറി സഞ്ചരിക്കുന്നതോ ശ്രദ്ധിക്കാതെ തന്റെ സ്മാർട്ട് ഫോണിലെ ഗെയിമുകളിൽ ആസകലം മുഴുകിയിരിക്കുന്ന ഒരു നവയുവാവ്. ജയേഷ്. ലക്ഷണം കണ്ടിട്ട് അച്ഛനമ്മമാരുടെ ഒറ്റപ്പുത്രനായ ഒരു ഐ.ടി. വിദ്യാർത്ഥി.

അടച്ച ജാലകത്തിൽ തല ചായ്ച്ചിരുന്ന് ഉറങ്ങുന്ന പരിക്ഷീണനായ വൃദ്ധൻ. അയാളോടൊപ്പം ഉറങ്ങാതെ കാവലിരിക്കുന്ന സഹായിയായ യുവാവ്.

തിരുവനന്തപുരത്ത് റീജ്യണൽ കാൻസർ സെന്ററിലേക്കുള്ള യാത്രയിലാണ് റിയാസും അവന്റെ വല്യുപ്പ കാദറും. തിരുവനന്തപുരത്തേക്കുള്ള തീവണ്ടിയിൽ ടിക്കറ്റ് റിസർവ് ചെയ്തിരുന്നതാണ്. എന്നാൽ സ്റ്റേഷനിലെത്തിയപ്പോഴേക്കും തീവണ്ടി കടന്നുപോയിരുന്നു. വേറെ വഴിയില്ലാത്തതുകൊണ്ട് നേരെ ബസ് സ്റ്റാന്റിലേക്കു പോരികയായിരുന്നു.

വേദനസംഹാരിയുടെ ബലത്തിൽ ലോകം മറന്നുറങ്ങുകയാണ് കാദർ.

എണ്ണൽ പൂർത്തിയാക്കി കണ്ടക്ടറുടെ മുന്നിലേക്ക് മടങ്ങിയെത്തിയിട്ട് സുഗതൻ അറിയിച്ചു.

"ആ കുട്ടിയെ കൂട്ടാതെതന്നെ നാല്പത്തിയഞ്ച് യാത്രക്കാരുണ്ട് വണ്ടിയിൽ." തന്റെ ഗണിതപരിജ്ഞാനത്തിനു നേർക്കുള്ള ഒരു അവഹേളനമായാണ് ആ അറിയിപ്പ് കണ്ടക്ടർക്ക് അനുഭവപ്പെട്ടത്.

"ഞാനെണ്ണിയപ്പോൾ നാല്പത്തിനാലേ ഉണ്ടായിരുന്നുള്ളൂ." സ്വന്തം ആധികാരികത ഉറപ്പിക്കുന്നതിനുള്ള ഒരു ശാഠ്യം ആ ശബ്ദത്തിലുണ്ടായിരുന്നു. സുഗതന് തന്റെ കണ്ടെത്തൽ വാദിച്ചുറപ്പിക്കണമെന്ന ശാഠ്യമുണ്ടായിരുന്നില്ല. അതുകൊണ്ട് കൂടുതൽ വിശദീകരണത്തിനു നില്ക്കാതെ സുഗതൻ സ്വന്തം സീറ്റിലേക്കു മടങ്ങി. എന്നാൽ, അപ്പോഴേക്കും കണ്ടക്ടർ ഒരു പുതിയ പ്രതിസന്ധിയിൽ അകപ്പെട്ടുകഴിഞ്ഞിരുന്നു. സുഗതൻ പറഞ്ഞത് ശരിയാണെങ്കിൽ ടിക്കറ്റെടുക്കാത്ത രണ്ടു യാത്രക്കാരുണ്ടാവണം വണ്ടിയിൽ. തന്റെ രോഷവും മടുപ്പും പിറുപിറുപ്പുകളായി ചിതറിത്തെറിപ്പിച്ചുകൊണ്ട് കണ്ടക്ടർ വീണ്ടും മുൻനിരയിൽ നിന്ന് എണ്ണാനാരംഭിച്ചു. എണ്ണുന്നതിനൊപ്പം ഓരോ മുഖവും കൃത്യമായി വായിക്കാനും അയാൾ ശ്രദ്ധിച്ചു. മുഖച്ഛായ തെറ്റിക്കണ്ടാൽ ഒരാളെത്തന്നെ രണ്ടായി എണ്ണിപ്പോകാനിടയുണ്ട്.

പെട്ടെന്ന് അതിശക്തമായ ഒരു ബ്രേക്കിൽ കൊളുത്തി വണ്ടി നിന്നു. ആ ബ്രേക്കിന്റെ ആഘാതത്താൽ യാത്രക്കാരെല്ലാം ഇരിപ്പിടത്തിൽ നിന്ന് ബാലൻസ് തെറ്റി മുന്നോട്ടാഞ്ഞു വീണു. ചിലരുടെ നെറ്റി മുൻസീറ്റിലിടിച്ചു മുഴച്ചു. യാത്രക്കാരുടെ എണ്ണമെടുത്ത് നീങ്ങുകയായിരുന്ന കണ്ടക്ടർ പിന്നിലേക്ക് വെട്ടിയലച്ചു വീണു. വണ്ടി ഏതോ അപകടത്തിൽ ചാടിയെന്ന ധാരണയിൽ പരിഭ്രാന്തരായ യാത്രക്കാരിൽ നിന്ന് ഒരു നിലവിളി പൊന്തി. മരണത്തിന്റെ സ്പർശം സംശയിച്ച ചിലരുടെ നിലവിളിക്ക് ഒരു അലറലിന്റെ സ്വഭാവമുണ്ടായിരുന്നു.

എന്നാൽ വിശേഷിച്ച് ഒന്നും സംഭവിച്ചിരുന്നില്ല. ബസ്സ് പൊടുന്നനെ ബ്രേക്കിട്ടു. അത്രമാത്രം.

"ഈ മനുഷ്യൻ ആളെ കൊല്ലുമല്ലോ' എന്ന് ഉറക്കെ പരിഭവിച്ചുകൊണ്ട് കണ്ടക്ടർ വീഴ്ചയിൽ നിന്ന് എഴുന്നേറ്റു.

"ഇയാക്ക് ഇത് എന്തിന്റെ കേടാ" എന്ന് അട്ടഹസിച്ചുകൊണ്ട് ഹമീദ് ഡ്രൈവറുടെ സമീപത്തേക്ക് കുതിച്ചു. പക്ഷേ, ഡ്രൈവർ അകാരണമായി ഉണ്ടാക്കിയ പ്രശ്നമായിരുന്നില്ല ആ ബ്രേക്ക്. വഴി തടഞ്ഞുകൊണ്ട്

ഒരു മരക്കൊമ്പ് റോഡിനു കുറുകെ നില്ക്കുന്നു. കൊമ്പ് എന്നു പറഞ്ഞാൽ മതിയാവുകയില്ല, ഒരു തടി തന്നെ. ഒരു വനപ്രദേശം എന്നു തോന്നിപ്പിക്കുന്ന വിധത്തിൽ മരങ്ങൾ നിബിഡമായി വളർന്നു നില്ക്കുന്ന സ്ഥലത്താണ് ബസ്സ് നില്ക്കുന്നത്. മുന്നിൽ കാണുന്നത് റോഡല്ല, ചെങ്കൽപ്പാറയുടെ മുകൾപ്പരപ്പാണ്. സൂക്ഷിച്ചുനോക്കിയപ്പോൾ വ്യക്തമായി. വണ്ടിയുടെ വഴി തടഞ്ഞുനില്ക്കുന്ന മരം ഒരു കശുമാവാണ്. മുകളിലേക്കെന്നപോലെ വശങ്ങളിലേക്കും പടർന്നു വളർന്നു നില്ക്കുകയാണ് അത്. കണ്ടക്ടറും ഹമീദും ഡ്രൈവറോട് കലഹിക്കാനായി ഓടിയെത്തിയ യാത്രക്കാരും വണ്ടിയുടെ വഴി തടഞ്ഞ ആ മരക്കൊമ്പിനു നേർക്ക് അന്തംവിട്ടു നിന്നു.

സുഗതൻ ഡ്രൈവറോടു ചോദിച്ചു:

“വഴി തെറ്റി അല്ലേ?”

‘വിശേഷിച്ച് ഒന്നും സംഭവിച്ചിട്ടില്ല എന്ന ഭാവത്തിൽ ഡ്രൈവർ പറഞ്ഞു.

“വഴി തെറ്റിയിട്ടില്ല. ഒരു മരം റോഡിലേക്ക് ചാഞ്ഞുനില്ക്കുന്നതാണ്.”

സുഗതൻ ഹെഡ്ലൈറ്റ് അനുവദിക്കുന്നിടത്തോളം അകലേക്ക് നോട്ടമെത്തിച്ചു. പണ്ട് ഒരു വഴിയുണ്ടായിരുന്നതിന്റെ അടയാളമായി ഒരു തുറസ്സ് മുന്നില് കാണാനുണ്ട്. അതിനിരുവശവും കനത്ത ഇലച്ചാർത്തുകൾ വിടർത്തിയ കശുമാവുകളാണ്. ആ മരങ്ങളിൽനിന്ന് കാലങ്ങളായി പൊഴിഞ്ഞുവീണ കരിയിലകളുടെ ഒരു മേൽപ്പുതപ്പ് ചുറ്റുപാടും കാണാം. ഇരുളിൽനിന്ന്, ഒരു യക്ഷിയുടെ അരൂപസാന്നിധ്യംപോലെ കശുമാവിൻ പൂക്കളുടെ മാദകഗന്ധം. കണ്ടക്ടറുടെ നേരെ അലസഭാവത്തിൽ തിരിഞ്ഞുനോക്കി ഡ്രൈവർ പറഞ്ഞു:

“ഒരു വെട്ടുകത്തി കിട്ടിയാൽ മുറിച്ചുമാറ്റാം.”

ഒരു തമാശ ആസ്വദിക്കാൻ കഴിയുന്ന മാനസികാവസ്ഥയിലായിരുന്നില്ല രമേശൻ. അതുകൊണ്ട്, അർധരാത്രി സമയത്ത് ഒരു വെട്ടുകത്തി സംഘടിപ്പിക്കുന്നതിനെക്കുറിച്ചുള്ള ഭാവന രമേശനെ സ്പർശിക്കാതെ കടന്നുപോവുക മാത്രം ചെയ്തു. മരക്കൊമ്പ് മുറിച്ചുമാറ്റിയതുകൊണ്ടു മാത്രം ഫലമുണ്ടാകുമെന്ന് പ്രതീക്ഷിക്കാൻ കഴിയാത്തവിധം ദുർഘടമായിരുന്നു വഴിയുടെ തുടർന്നുള്ള സ്ഥിതിയും. പണ്ട് അതിലേ ഒരു റോഡുണ്ടായിരുന്നിരിക്കാം എന്ന് സങ്കല്പിക്കാനേ ഇപ്പോൾ സാധിക്കൂ. ആ റോഡിന്റെ അടയാളമൊന്നും ഇപ്പോൾ അവശേഷിച്ചിട്ടില്ല. ഡ്രൈവറുടെ നിർദ്ദേശം പരിഗണിക്കാതെ കണ്ടക്ടർ ബസ്സിൽ നിന്നിറങ്ങി ഹെഡ്ലൈറ്റിന്റെ വെളിച്ചം വിരൽ ചൂണ്ടുന്ന ദിശയിലേക്കു നടന്നു. ഇനി ഡ്രൈവറെ വിശ്വസിക്കാൻ വയ്യ. വഴിയുടെ നിജസ്ഥിതി വ്യക്തമാവാതെ യാത്രയെക്കുറിച്ച് ഒരു തീരുമാനമെടുക്കാനും കഴിയില്ല.

അതിനാൽ, സ്വന്തം നിലയ്ക്കുതന്നെ ഒരു അന്വേഷണം നടത്തുകയെന്നതായിരുന്നു രമേശന്റെ പുതിയ പദ്ധതി.

രമേശന്റെ ക്ഷുഭിതമായ കാൽവയ്പുകൾ കരിയിലപ്പരപ്പിൽ പ്രേതസഞ്ചാരത്തിന്റെ സീൽക്കാരമുയർത്തി. ബസ്സിന്റെ ഹെഡ്ലൈറ്റ് വെളിച്ചം ഒളിച്ചുകളിക്കുന്ന മരക്കൂട്ടങ്ങൾ ചെന്ന് ചുറ്റിലും ഒന്ന് പാളിനോക്കിയിട്ട് രമേശൻ തിരിച്ചുനടന്നു. ബസ്സിനകത്ത് തിരിച്ചെത്തി, ഈ സംഭവങ്ങളെല്ലാം ആശങ്കയോടെ നിരീക്ഷിച്ചുകൊണ്ടിരിക്കുന്ന യാത്രക്കാരോടായി രമേശൻ ഒരു പ്രഖ്യാപനം നടത്തി.

“ബസ്സ് മുന്നോട്ടു പോവില്ല. അങ്ങോട്ടും ഇതുമാതിരിയുള്ള തടസ്സങ്ങളാണ്.”

അതുവരെയും നിയന്ത്രിച്ചുനിർത്തിയ രോഷം മുഴുവൻ പുരുഷോത്തമൻ വീണ്ടും പുറത്തെടുത്തു.

“ബസ്സ് പോവില്ലെന്നോ? ഇതെന്താ രണ്ടാളുംകൂടി ഞങ്ങളെ പൊട്ടൻ കളിപ്പിക്കുന്നോ?”

ഡ്രൈവർ നിർമമഭാവത്തിൽ, ഒന്നും തന്നെ ബാധിക്കുന്ന പ്രശ്നമല്ലെന്ന മട്ടിൽ ഇരിക്കുകയാണ്. ഡ്രൈവറുടെ ആ ഇരിപ്പ് രമേശനേയും രോഷാകുലനാക്കുന്നുണ്ടായിരുന്നു. എങ്കിലും ആ രോഷം നിയന്ത്രിച്ച് അയാൾ വിളിച്ചു പറഞ്ഞു:

“കേട്ടില്ലേ. വണ്ടി മുന്നോട്ട് പോവില്ല. വേഗം റിവേഴ്സെടുക്കാൻ നോക്ക്. ഇപ്പോ വണ്ടി തിരിച്ചെടുത്താലേ നാളെ ഉച്ചയ്ക്കെങ്കിലും അങ്ങെത്താൻ കഴിയൂ.”

ഡ്രൈവർ അക്ഷോഭ്യനായി പിന്നിലേക്ക് തിരിഞ്ഞുനോക്കി.

“റിവേഴ്സ് എടുക്കാനൊന്നും പറ്റില്ല. ആ ഭാഗത്ത് താഴ്ചയാണ്.”

കണ്ടക്ടർ ഏന്തിവലിഞ്ഞ് വണ്ടിയുടെ പാർശ്വസ്ഥലങ്ങളും നിരീക്ഷിച്ചു. ഡ്രൈവർ പറയുന്നത് സത്യമാണ്. ഒരു ഭാഗത്ത് ഭൂമി താഴ്ന്നു കിടക്കുന്നു. റിവേഴ്സ് എടുക്കാൻ ശ്രമിച്ചാൽ വണ്ടി ആ ഭാഗത്തേക്ക് ഇറങ്ങിപ്പോകാൻ സാധ്യതയുണ്ട്. പോരാത്തതിന് രാത്രി സമയവും. എന്താണ് സംഭവിക്കുന്നതെന്ന് വ്യക്തമാവാത്തതിന്റെ അമ്പരപ്പിൽ യാത്രക്കാർ തെല്ലുനേരം കനത്ത നിശ്ശബ്ദതയിൽ തടഞ്ഞുനിന്നു. വണ്ടി മുന്നോട്ടുപോവില്ലെന്ന് കണ്ടക്ടർ. പിന്നോട്ടു പോവില്ലെന്ന് ഡ്രൈവർ. വണ്ടിയിൽ തുടരാൻ വിധിക്കപ്പെട്ട യാത്രക്കാർ എന്തു ചെയ്യണമെന്ന് രണ്ടുപേരും പറയുന്നില്ല.

അങ്ങനെ, വിദൂരമായ ഏതോ വിജനഭൂമിയിൽ ബസ്സിന്റെ സാഹസിക സഞ്ചാരത്തിന് വിരാമമാകുന്നു. പ്രസാദ് സങ്കല്പത്തിൽ, അതോ ഓർമ്മയിലോ, ഇങ്ങനെ കണ്ടു; ബഹിരാകാശവാഹനം ശബ്ദസഞ്ചാരമില്ലാത്ത ഏതോ വിദൂരഗ്രഹത്തിൽ ലാന്റ് ചെയ്തിരിക്കുന്നു.

നാല്

ബസ്സിൽനിന്ന് പുറത്തേക്കിറങ്ങുമ്പോൾ വഴിയടഞ്ഞ ഒരു ജനത എന്ന മനോഹരമായ പ്രയോഗം മനസ്സിൽ ഉയർന്നു വന്നതിന്റെ വിസ്മയത്തിലായിരുന്നു ജഗൻ. ആലങ്കാരികമായല്ല, വാച്യമായിത്തന്നെ വഴിയടഞ്ഞിരിക്കുന്നു.

വഴിയടയുക എന്നത് ഇപ്പോൾ ജീവിതത്തിന്റെ തന്നെ ഒരു രൂപകമായി മാറിയിട്ടുണ്ട്. അത്തരത്തിൽ അടഞ്ഞുപോയ ഒരു വഴി തുറക്കാനാവുമോ എന്ന ഒരു അന്തിമശ്രമവുമായാണ് അർധമനസ്സോടെ തിരുവനന്തപുരത്തേക്ക് പുറപ്പെട്ടത്. ആ യാത്രയുടെ തന്നെ വഴിയാണ് ഇപ്പോൾ ഒരു മരക്കൊമ്പ് മുന്നിൽ കയറിനിന്ന് ഉപരോധിച്ചു കളഞ്ഞത്.

ജില്ലാ കമ്മിറ്റിയിൽനിന്ന് ഏരിയ കമ്മിറ്റിയിലേക്ക് ആദ്യം തരം താഴ്ത്തൽ. ഏരിയ കമ്മിറ്റിയിൽ നിന്ന് ലോക്കൽ കമ്മിറ്റിയിലേക്ക്. ഇതൊക്കെ പാർട്ടി നിയമമനുസരിച്ച് സ്വീകരിക്കേണ്ട അച്ചടക്ക നടപടികൾതന്നെയാണ്. ലോക്കൽ കമ്മിറ്റിയിൽ അച്ചടക്കമുള്ള അംഗമായി പ്രവർത്തിക്കാമെന്ന് അപ്പോഴും പ്രതീക്ഷയുണ്ടായിരുന്നു. എന്നാൽ താഴെത്തട്ടിൽനിന്ന് വീണ്ടും താഴേക്ക്, പ്രസ്ഥാനത്തിന് പുറത്തേക്കാണ് ലോക്കൽ കമ്മിറ്റി വഴി തുറന്നുവെച്ചത്. ഇരുപതുകൊല്ലം പ്രവർത്തിച്ച, ഇരുപതുകൊല്ലം പ്രാണവായുവായി കൊണ്ടുനടന്ന പ്രസ്ഥാനത്തിൽ നിന്ന് പുറത്തേക്ക് പോവാനുള്ള കല്പനയാണ് വരാൻ പോകുന്നത്.

തിരുവനന്തപുരത്ത് കൺട്രോൾ കമ്മീഷനു മുമ്പാകെ തന്റെ വാദങ്ങൾ അവതരിപ്പിക്കാൻ ഒരു അവസരം അനുവദിക്കപ്പെട്ടിട്ടുണ്ട്. നാളെയാണ് അതിനുള്ള സമയം. പാർട്ടിയിലെ തന്റെ ഭാവി എന്തായിരിക്കുമെന്ന് നാളെ പൂർണമായും തീരുമാനിക്കപ്പെടും.

തന്റെ രാഷ്ട്രീയജീവിതം തന്നെയാണ് ഏതോ വിജനഭൂമിയിലെ ഇരുട്ടിൽ വഴിയടഞ്ഞ് കുടുങ്ങിക്കിടക്കുന്നതെന്ന് ജഗനു തോന്നി.

“ദാ പിടിക്ക്, ങ്ങടെ ടിക്കറ്റ്” എന്ന ഹമീദിന്റെ കലഹശബ്ദത്തിലേക്കാണ് ജഗൻ ഇറങ്ങിവന്നത്. തന്റെ പോക്കറ്റിൽ നിന്ന് ടിക്കറ്റെടുത്ത് കണ്ടക്ടർക്ക് നീട്ടുകയാണ് ഹമീദ്.

“ഈ ടിക്കറ്റിന്റെ കാര്യം പറഞ്ഞാ ഇങ്ങളെന്റെ തലേക്കേറാമ്പോയെ. ടിക്കറ്റ് പിടി. എന്നട്ട് വണ്ടിയെട്.” ഹമീദിന്റെ ശബ്ദത്തിൽ കലഹസ്വഭാവം കൂടിക്കൂടി വരുന്നുണ്ട്. ബസ്സിൽ നിന്നിറങ്ങി മൊബൈൽ ഫോൺ കാതോടു ചേർത്തുവെച്ച് ധ്യാനത്തിലെന്നപോലെ നില്ക്കുകയായിരുന്നു കണ്ടക്ടർ രമേശൻ. ഹമീദിനെ കൂടാതെ മറ്റ് ഏതാനും യാത്രക്കാരും ഇപ്പോൾ അയാളെ ചൂഴ്ന്നു നിന്നുകൊണ്ട് ശബ്ദമുയർത്തുന്നുണ്ട്.

“ങ്ങള്, ഞമ്മളെ ഏട്യാ കൊണ്ടെറക്കീരിക്കണ്?... ഈടന്ന് പൊറത്ത് കടക്കാൻ ഒരു വഴീണ്ടാക്കഡോ.” കണ്ടക്ടർക്ക് നേരെ വീണ്ടും ഹമീദിന്റെ ഒച്ച പൊന്തി.

ആരുടേയും പ്രതികരണം താൻ അറിയുന്നില്ല. എന്ന ഭാവത്തിൽ കണ്ടക്ടർ ഫോണിലേക്ക് തല ചായ്ച്ചു.

“ഇയാളെന്ത്ന്നാ ഈ കാട്ട്ണ്. വേറെ വണ്ടി വിളിക്കഡോ” എന്ന് അട്ടഹസിച്ചുകൊണ്ട് ഹമീദ് കണ്ടക്ടറുടെ കോളറിന് കുത്തിപ്പിടിച്ച് ആഞ്ഞ് ഒരു തള്ളുകൊടുത്തു. ഹിംസാത്മകമായ ആ ഭാവം മറ്റുള്ള യാത്ര ക്കാരിലേക്കും പടരുമെന്ന് കണ്ടക്ടർ ന്യായമായും പേടിക്കുന്നുണ്ടായി രുന്നു. അതുകൊണ്ടു മാത്രം അയാൾ സംയമനം പാലിക്കുകയും ചെയ്തു.

“നിങ്ങള് കുറച്ച് ക്ഷമിക്ക്. ഞാൻ ഡിപ്പോയിലേക്കാണ് വിളിക്കുന്നത്. പക്ഷേ റേഞ്ച് കിട്ടണ്ടെ.”

“റേഞ്ച് കിട്ടീല്ലെങ്കില് ഇയാള് ഞങ്ങളെ എന്ത്ന്നാ ചെയ്യാമ്പോന്നേന്നും കൂടി പറയഡോ.”

“ഇവടെ ഞങ്ങളും നിങ്ങളുമൊന്നുമില്ല. ഞാനും നിങ്ങളെപ്പോലെ ഒരു മനുഷ്യനാ... എനിക്കൂണ്ട് കുടുംബോം കുട്ട്യോളും... എനിക്കും ഇവിടന്ന് പോകാനുള്ളതാ.” അധികാരഭാവത്തേക്കാൾ നിസ്സഹായത യാണ് ഇപ്പോൾ കണ്ടക്ടറുടെ ശബ്ദത്തിൽ മുന്നിട്ടു നില്ക്കുന്നത്.

പിന്നിലൂടെ ചെന്ന് ജഗൻ ഹമീദിന്റെ തോളിൽ സാന്ത്വനഭാവത്തിൽ കൈവെച്ചു. ആ സ്പർശത്തിന്റെ സൗമ്യതയിൽ ഹമീദ് ക്ഷോഭം കൈവിട്ട് തിരിഞ്ഞുനിന്നു.

“ഇനി അയാളോട് ദേഷ്യപ്പെട്ടിട്ടെന്തിനാ. അയാളും നമ്മളെപ്പോലെ വഴിയടഞ്ഞ് നില്ക്കുകയല്ലേ. കുറച്ചുനേരം ക്ഷമിക്കൂ. അയാൾ എന്തെ ങ്കിലും പരിഹാരമുണ്ടാക്കും.”

ജഗന്റെ ശബ്ദത്തിലെ ശാന്തതയും ദയാഭാവവും ഹമീദിന്റെ രോഷത്തെ മുഴുവൻ ഒറ്റയടിക്കു മായ്ച്ചുകളഞ്ഞു. പകരം, കരയാനൊ രുങ്ങി നില്ക്കുന്ന കുട്ടിയുടേതുപോലെയായി ആ മുഖം.

“എന്റുമ്മാ ഇന്നോ നാളെയോന്ന് പറഞ്ഞ് കെടക്കാണേയ്... ഉമ്മ എന്നെ വിളിച്ചോണ്ടിരിക്ക്ന്ണ്ട്. എനിക്ക് ഇന്നന്നെ ഉമ്മാന്റെ അടുത്തെ ത്തണം. ആ നേരത്താ ഇവമ്മാരുടെ ഒരു കളി.”

ഒരു കണ്ടക്ടർ എന്ന നിലയിൽ തന്റെ ചുമതലകളെക്കുറിച്ച് രമേശന് ബോധ്യമുണ്ട്. സാധാരണഗതിയിൽ, യാത്ര മുടങ്ങിയാൽ യാത്രക്കാരെ മറ്റൊരു വണ്ടിയിൽ കയറ്റിവിടുകയാണ് വേണ്ടത്. എന്നാൽ ഇപ്പോൾ വണ്ടി നില്ക്കുന്നത് വാഹനമൊന്നും പ്രതീക്ഷിക്കാൻ കഴിയാത്ത അപരി ചിത സ്ഥലത്താണ്. രണ്ടാമത്തെ വഴി ഫോൺ ചെയ്ത് ഡിപ്പോയിൽ നിന്ന് മറ്റൊരു വണ്ടി വരുത്തുകയാണ്. എന്നാൽ അതിലും ഒരു പ്രശ്ന മുണ്ട്. ഇവിടെ വണ്ടിക്കല്ല കുഴപ്പം, വഴിക്കാണ്. ആകെ ചെയ്യാനാവുന്ന കാര്യം വഴി കൃത്യമായി ബോധ്യമുള്ള ആരെയെങ്കിലും വിളിച്ചുവരുത്തുക യാണ്. എന്നാൽ അപ്പോഴും വണ്ടി നില്ക്കുന്ന സ്ഥലം എങ്ങനെ കൃത്യമായി അവരെ പറഞ്ഞു ബോധ്യപ്പെടുത്തും എന്ന പ്രശ്നം

അവശേഷിക്കുന്നു. വഴിയും വണ്ടി നില്ക്കുന്ന സ്ഥലവും അറിയാമെന്ന് അവകാശപ്പെടുന്ന ഡ്രൈവറുടെ വാക്കുകൾ ഇനിയും വിശ്വാസത്തിലെടുക്കാനാവുകയില്ല.

ഏതുവഴി തെരഞ്ഞെടുക്കാനാണെങ്കിലും ഫോണിന് റേഞ്ചുണ്ടെങ്കിലേ അത് നടപ്പിലാക്കാനൊക്കൂ. തന്റെ ഫോൺ കൊണ്ട് കണ്ടക്ടറെ സഹായിക്കാമെന്ന് കരുതി പരിശോധിക്കുമ്പോഴാണ് താനും മൊബൈൽ ടവറിന്റെ റേഞ്ചിന് പുറത്താണെന്ന് ജഗന് ബോധ്യമായത്. റെയ്ഞ്ച് കിട്ടുന്ന ഇടംതേടി കണ്ടക്ടർ തുറസ്സായ ഇരുട്ടിലേക്ക് നീങ്ങിനിന്നു. എണ്ണിത്തിട്ടപ്പെടുത്താൻ കഴിയാത്തവിധം ആകാശത്ത് ചിതറിത്തെറിച്ചു കിടക്കുന്ന നക്ഷത്രങ്ങൾ അപ്പോൾ അയാളെ തുറിച്ചുനോക്കി.

വണ്ടിയിൽ നിന്ന് പുറത്തിറങ്ങി, വണ്ടിയിൽത്തന്നെ ചാരി അക്ഷോഭ്യനായി നില്ക്കുകയാണ് ഡ്രൈവർ. അയാളുടെ സാഹസികബുദ്ധിയാണ് ഇപ്പോഴത്തെ ഈ പ്രതിസന്ധിക്ക് കാരണമെങ്കിലും ആരും അയാളോട് കലഹിക്കാൻ ശ്രമിക്കുന്നില്ല. യാത്രയുടെ തുടർസാധ്യത അയാളെ ആശ്രയിച്ചുതന്നെയാണ് നില്ക്കുന്നത് എന്നതുകൊണ്ട് യാത്രക്കാർ തങ്ങളുടെ ക്ഷോഭാവേശങ്ങളിൽ നിന്ന് തൽക്കാലം അയാളെ ഒഴിവാക്കിയിരിക്കുകയാണ്. അയാളാകട്ടെ, ഒരു വെട്ടുകത്തികൊണ്ട് പരിഹരിക്കാവുന്ന പ്രശ്നം എന്നതിനപ്പുറമുള്ള ഒരു പ്രാധാന്യവും ഇപ്പോഴത്തെ പ്രതിസന്ധിക്കു നല്കുന്നുമില്ല.

യാത്രക്കാരിൽ ഭൂരിഭാഗവും പല രീതിയിൽ പരിക്ഷീണരും പ്രതികരിക്കാൻ ശേഷിയില്ലാത്തവരുമാണെന്ന് ജഗന് മനസ്സിലായി. നാല്പത്തിയാറോ നാല്പത്തിയഞ്ചോ യാത്രക്കാരുണ്ടെങ്കിലും അക്കൂട്ടത്തിൽ പത്തോ പന്ത്രണ്ടോ ആളുകൾ മാത്രമേ പ്രശ്നപരിഹാരത്തിനായി കണ്ടക്ടറുമായി സംവദിക്കുന്നുള്ളൂ. മറ്റുള്ള യാത്രക്കാർ സ്വന്തം കഴിവുകേടുകളിലും ഉദാസീനതയിലും ചാരി ഒഴിഞ്ഞുമാറി നില്ക്കുകയാണ്. ഇതൊന്നും തന്നെ ബാധിക്കുന്ന പ്രശ്നമല്ല എന്ന ഉദാസീനഭാവമാണ് ചിലർക്ക്. മറ്റു ചിലരാവട്ടെ, ഇപ്പോഴത്തെ ഈ കോലാഹലമൊക്കെ കഴിയുമ്പോൾ യാത്ര തുടരുകതന്നെ ചെയ്യും എന്ന ഒരു വെറും പ്രതീക്ഷയിൽ സ്വന്തം സീറ്റിൽ നിന്ന് അനങ്ങാൻ തന്നെ തയ്യാറാവുന്നില്ല.

ചിലർ അങ്ങനെയാണ് വെള്ളം കയറി മുങ്ങിക്കൊണ്ടിരിക്കുന്ന ബോട്ടിലിരുന്നും പാട്ടുമത്സരം തുടരും. കപ്പലണ്ടി കൊറിച്ചു രസിക്കും. വണ്ടിക്ക് അകത്തും പുറത്തുമായി, വിശേഷിച്ചെന്തെങ്കിലും സംഭവിച്ചു എന്ന ബോധ്യമില്ലാതെയും യാതൊരു പ്രതികരണമില്ലാതെയും തുടരുന്ന ഈ മനുഷ്യരുടെയൊക്കെ മനസ്സിൽ ഏതുതരം വികാരമാനിരിക്കും പ്രവർത്തിക്കുന്നുണ്ടാവുക എന്ന് ജഗൻ സങ്കല്പിക്കാൻ ശ്രമിച്ചു. വെറുതെ സങ്കല്പിക്കാമെന്നേയുള്ളൂ. യഥാർഥത്തിൽ അവരുടെയൊക്കെ മനസ്സുകളിൽ എന്താണുള്ളതെന്ന് ആർക്കറിയാം? കൂടുതൽ ആലോചിച്ചാൽ മനസ്സമാധാനം നഷ്ടപ്പെടും. ആയതിനാൽ കൂടുതലായി ഒന്നും ആലോചിക്കേണ്ടതില്ല എന്ന് തീരുമാനിച്ചവർ. വരാൻ പോകുന്ന കാര്യങ്ങൾ മുൻകൂട്ടി അറിഞ്ഞതുകൊണ്ട് പ്രത്യേകിച്ച് നേട്ടമൊന്നും

ഉണ്ടാവാനില്ല എന്ന ഒരു തത്ത്വവിചാരവും ആ നിലപാടിനു പിന്നിൽ പ്രവർത്തിക്കുന്നുണ്ടാവണം.

ജീവിതത്തിലെ നല്ലതോ ചീത്തയോ ആയ എല്ലാ കാര്യങ്ങളും ദൈവ നിശ്ചിതമായി സംഭവിക്കുന്നതാണ് എന്ന് വിശ്വസിക്കുന്നവരാണ് ചിലർ. ദൈവം തന്നെ ഈ പ്രശ്നത്തിനും പരിഹാരം ഉണ്ടാക്കിത്തരും എന്ന അമിത പ്രതീക്ഷയിൽ ഏതു പ്രശ്നത്തിനു മുന്നിലും നിസ്സംഗരാവാൻ അവർക്കു കഴിയും. ആത്യന്തികമായി ഇതു തന്നെയാണ് ജീവിതം എന്ന തത്ത്വചിന്ത വഴി ഏതു പ്രശ്നത്തേയും നേരിടാൻ സജ്ജരായിരിക്കുന്ന വരും ലോകത്തുണ്ട്. ജീവിതത്തിൽ നല്ലതു മാത്രം സംഭവിച്ചു ശീലി ച്ചതുകൊണ്ട് ഇനിയും അങ്ങനെതന്നെയേ സംഭവിക്കൂ എന്ന ശുഭ പ്രതീക്ഷ വെച്ചു പുലർത്തുന്നവർ.

ജീവിതത്തിൽ ദുരിതങ്ങളും ദുരന്തങ്ങളും മാത്രം ഏറ്റുവാങ്ങി ശീല മായിപ്പോയതുകൊണ്ട് 'ഇതിൽ കൂടുതൽ ഇനി എന്തു സംഭവിക്കാൻ' എന്ന വിരക്തിയിൽ എത്തിച്ചേർന്നവർ. ഇതൊന്നും എന്നെ ബാധിക്കുന്ന പ്രശ്നമല്ല എന്ന യുക്തികൊണ്ട് ഏത് പൊതുപ്രശ്നത്തിൽനിന്നും ഒഴിഞ്ഞുമാറുന്നവർ. ഏതു പ്രളയം വന്നാലും എങ്ങനെയും താൻ രക്ഷ പ്പെടും എന്ന് ഉറപ്പുള്ള തന്ത്രശാലികൾ. എന്നെക്കൊണ്ട് ഒന്നിനും കഴിയില്ല എന്ന കർമ്മവിമുഖബുദ്ധി ഒരു പ്രമാണമായി കൊണ്ടുനടക്കുന്ന വർ. പ്രവർത്തിക്കാതിരിക്കാനുള്ള ഒരു ലൈസൻസാണ് അവർക്ക് ആ ദൈന്യനാട്യം.

മറ്റുള്ളവർ ശ്രമിക്കട്ടെ. അവരുടെ ശ്രമം വിജയിക്കുമ്പോൾ അതിന്റെ ഫലം എനിക്കും കിട്ടുമല്ലോ എന്ന് എളുപ്പവഴിയിൽ മുന്നേറുന്നവർ. വിപ്ലവ കാരികൾ സ്വന്തം ചോര കൊടുത്ത് നേടിയെടുക്കുന്ന സ്വാതന്ത്ര്യ ത്തിന്റേയും സൗഭാഗ്യങ്ങളുടേയും ഫലം അനുഭവിക്കുന്നത് ഇവരായി രിക്കും. ഒരു സമരത്തിലും പങ്കുചേരാതെ ആരൊക്കെയോ സമരം ചെയ്ത് നേടിയെടുത്ത ആനുകൂല്യങ്ങൾ ആവേശത്തോടെ കൈപ്പറ്റുന്നതും ഇവ രാണ്.

എന്തുവന്നാലും എനിക്കൊന്നുമില്ല എന്ന നിലപാടെടുക്കാൻ കെല്പുള്ളവർ. മഹാരോഗങ്ങൾക്ക് അടിപ്പെട്ട് മരണം ഉറച്ചു കഴിഞ്ഞ വർ. കർമ്മവിമുഖതകൊണ്ട് മനസ്സ് തുരുമ്പിച്ചുപോയവർ. പ്രതികരണ ശേഷി ഇല്ലാത്ത, അല്ലെങ്കിൽ പ്രതികരിക്കാൻ തയ്യാറല്ലാത്ത ഈ വിഭാഗ മാണ് ലോകത്തിലെ ഭൂരിപക്ഷവും. ലക്ഷംപേരെ ബാധിക്കുന്ന ഒരു പ്രശ്നം പരിഹരിക്കാൻ വേണ്ടിയുള്ള സമരത്തിൽ പങ്കുചേരുന്നത് കേവലം നൂറിൽത്താഴെ ആളുകൾ മാത്രമാണ് എന്ന് എത്രയോ അനു ഭവങ്ങളിലൂടെ ജഗന് ബോധ്യപ്പെട്ടിട്ടുള്ളതാണ്.

പ്രതികരിക്കേണ്ട, അതല്ലെങ്കിൽ പ്രവർത്തിക്കേണ്ട സന്ദർഭമാണ് ഇത് എന്ന് ജഗൻ തന്നോടുതന്നെ പറഞ്ഞു. തന്നെ വളർത്തിയ, താനും കൂടി ചേർന്നു വളർത്തിയ തന്റെ പ്രസ്ഥാനം തന്നെ ഒരു പാഴ്വസ്തുവായി കണ്ട് വലിച്ചെറിഞ്ഞു കളഞ്ഞുവെങ്കിലും താൻ ഇനിയും പ്രവർത്തിച്ചു

കൊണ്ടിരിക്കും എന്ന് ജഗൻ തീരുമാനിച്ചുകഴിഞ്ഞതാണ്. ജഗന്റെ നിഘണ്ടുവിൽ ജീവിക്കുക എന്നതിനർഥം പ്രവർത്തിക്കുക എന്നാണ്. ബസ്സിന് പുറത്തിറങ്ങി അശാന്തമായി പിറുപിറുത്തുകൊണ്ടിരുന്ന നാലഞ്ചുപേരെ കൂട്ടിച്ചേർത്ത് ജഗൻ ഒരു അനൗൺസ്മെന്റ് നടത്തി.

“ഡ്രൈവറ് പറഞ്ഞതുപോലെ ഒരു വെട്ടുകത്തി സംഘടിപ്പിച്ചാൽ നമുക്ക് ഈ പ്രശ്നം പരിഹരിക്കാമല്ലോ. ഒന്നു ശ്രമിച്ചുകൂടെ?”

കണ്ടക്ടറെ ചൂഴ്ന്നുനിന്ന നിഴൽ രൂപങ്ങളിൽ നിന്ന് ആദ്യം പ്രതികരണവുമായി മുന്നോട്ടു വന്നത് ഫിലിപ്പാണ്.

“ഈ രാത്രി നേരത്ത് എങ്ങനാ വെട്ടുകത്തി കിട്ടുന്നെ?”

“അന്വേഷിക്കണം.” ജഗൻ പറഞ്ഞു.

“ഇവിടെ അടുത്തെവിടെങ്കിലും വീടുകൾ ഇല്ലാതിരിക്കുമോ?”

അപ്പോഴും വണ്ടിയിൽ ചാരി പ്രത്യേകിച്ച് ഒരു ചിന്തയുമില്ലാതെ അലസഭാവത്തിൽ നില്ക്കുകയായിരുന്നു ഡ്രൈവർ തങ്കച്ചൻ. തന്റെ പദ്ധതി നടപ്പിലാക്കാനും അതുവഴി തന്റെ സാഹസികതയെ സാധൂകരിക്കാനും അവസരം ലഭിക്കുന്നതിലുള്ള ജാഗ്രതയോടെ അയാളും ആ സംഭാഷണത്തിലേക്ക് ഇടപെട്ടു.

“അങ്ങോട്ടും ഇങ്ങോട്ടുമൊക്കെ വീടുകളാണ്. ഇരുട്ടുകൊണ്ട് കാണാൻ കഴിയാത്തതാ.”

വണ്ടിയുടെ ഹെഡ്ലൈറ്റിന്റെ വെളിച്ചം നീണ്ടുകിടക്കുന്ന ദിശയിലേക്കു നോക്കി ജഗൻ പറഞ്ഞു.

“ഞാൻ ആ വഴി പോകാം. ആരെങ്കിലും ഒരാൾ എന്റെ കൂടെ വന്നാൽ മതി.”

വണ്ടിയിൽ നിന്ന് റിയാസും ഇരുട്ടിൽ നിന്ന് രാജീവനും ഇറങ്ങി വന്നു. ഇതുവരെ, നിർവികാരമായ മുഖഭാവത്തോടെ, കോലാഹലങ്ങളിൽ നിന്നെല്ലാം ഒഴിഞ്ഞുമാറി ഞാനെന്തിന് ഇതിലൊക്കെ ഇടപെടണം എന്ന മട്ടിൽ നില്ക്കുകയായിരുന്നു രാജീവൻ. കണ്ണൂർ സെൻട്രൽ ജയിലിൽ നിന്ന് പരോളിലിറങ്ങിയ രാജീവന്റെ ലക്ഷ്യസ്ഥാനം എറണാകുളമാണ്.

രാജീവൻ സ്വയം സന്നദ്ധനായി.

“നിങ്ങടെ കൂടെ ഞാൻ വരാം.”

“എങ്കിൽ” ജഗൻ ഫിലിപ്പിനെ നോക്കി. “ആ വഴിയേ പോകാനും ആരെങ്കിലും രണ്ടുപേർ വേണം.”

ഫിലിപ്പ് പറഞ്ഞു.

“എനിക്ക് ഇവിടുള്ള സ്ഥലങ്ങളെപ്പറ്റിയൊന്നും അറിയത്തില്ല. കേരളത്തിലെത്തീട്ട് രണ്ടാഴ്ച ആയിട്ടേയുള്ളു.”

കേരളത്തിൽത്തന്നെ ധാരാളം സഞ്ചരിച്ച് ശീലമുള്ളവർക്കും ഇപ്പോൾ നില്ക്കുന്ന സ്ഥലത്തെപ്പറ്റി കൃത്യമായ ധാരണയൊന്നുമില്ല. ഇത് കേരളം തന്നെയോ എന്ന് ഉറപ്പില്ലാത്ത സ്ഥിതി. എന്നാലും ഒരു തർക്കത്തിനോ

സംവാദത്തിനോ ഉള്ള സന്ദർഭമല്ല എന്നുകണ്ട് ജഗൻ ഫിലിപ്പിൽ നിന്ന് നോട്ടം പിൻവലിച്ചു. ജഗന്റെ ഉദ്യമം കൗതുകത്തോടെ നിരീക്ഷിക്കുകയായിരുന്നു വിനയൻ. ഈ പാതിരാ നേരത്ത് അപരിചിതമായ സ്ഥലങ്ങളിലൂടെ അന്വേഷിച്ച് നടന്ന് ഒരു വീട് കണ്ടെത്തുക, വെട്ടുകത്തി സംഘടിപ്പിക്കുക, മരക്കൊമ്പ് മുറിച്ചുമാറ്റി യാത്ര തുടരുക ഇതിലൊക്കെ അസാധാരണമായ ഒരു യാത്രാനുഭവത്തിന്റെ ഉദ്വേഗവും രസവും ഒളിഞ്ഞിരിക്കുന്നുണ്ട് എന്ന് വിനയൻ കണ്ടു. ആ രസം അനുഭവിക്കാനുള്ള താത്പര്യംകൊണ്ട് വിനയനും ആ ഉദ്യമത്തിൽ പങ്കുചേരാൻ സന്നദ്ധനായി.

വിനയൻ പറഞ്ഞു.

"രണ്ടുപേർ വേണമെന്നില്ല. ഞാനൊറ്റയ്ക്ക് പൊയ്ക്കോളാം."

"രാത്രിയാണ്. അപരിചിതമായ സ്ഥലവും."

ഒറ്റയ്ക്ക് സഞ്ചരിക്കുന്നതിന്റെ അപകടസാധ്യതകൾ ധ്വനിപ്പിച്ചുകൊണ്ട് ജഗൻ പറഞ്ഞു.

"സാരമില്ല. എനിക്കത് ശീലമാണ്."

ഗംഗോത്രിയിൽ നിന്ന് ഗോമുഖ് ലക്ഷ്യംവെച്ച് മഞ്ഞുപാതയിലൂടെ ഒറ്റയ്ക്കു നടന്നുപോയ ഒരോർമ്മ. ഊട്ടിയിൽ നിന്ന് മൈസൂരിലേക്കുള്ള മലയോരപാതയിലൂടെ ഒരു രാത്രിനേരത്ത് ഒറ്റയ്ക്ക് നടന്നുപോയ മറ്റൊരു ഓർമ്മ. അങ്ങനെ ഒറ്റയ്ക്കു നടന്നുതീർത്ത അപരിചിത പാതകൾ എത്രയോ ഉണ്ട് ജീവചരിത്രത്തിൽ. കൂടുതൽ വിശദീകരണങ്ങൾക്കു നിൽക്കാതെ വിനയൻ വണ്ടിയിൽ കയറി. ബാഗിൽ നിന്ന് ടോർച്ച് എടുത്ത് തിരിച്ചുവന്നു. ടോർച്ച് പ്രവർത്തനക്ഷമമാണോ എന്ന് പരിശോധിച്ചു. ബാറ്ററിയുടെ പവർ മിക്കവാറും വറ്റിപ്പോയിരിക്കുന്നു. കുഞ്ഞുബൾബിൽ വെളിച്ചത്തിന്റെ ഒരു സ്വർണവര മാത്രം. വഴി കാണിച്ചുതരാനുള്ള കെല്പു നഷ്ടപ്പെട്ട ഒരു സഞ്ചാരസഹായി. എന്നാലും പിൻമടങ്ങാൻ മനസ്സ് സമ്മതിക്കുന്നില്ല. യാത്ര തീരുമാനിക്കപ്പെട്ടു കഴിഞ്ഞു. ഇരുട്ടിനു മുമ്പിൽ ഭയപ്പെട്ട് കൈയൊഴിയേണ്ടതല്ല ഒരു യാത്രയും.

വിനയൻ ഇരുട്ടിലേക്കിറങ്ങി. ഇരുട്ട് വിസ്മയത്തോടെ വിനയനെ തുറിച്ചുനോക്കി. ജഗനും രാജീവനും ഇരുട്ടിലേക്കിറങ്ങി. ഇരുവരും ഒരു പ്രതിയോഗിയെപ്പോലെ ഇരുട്ടിനെ തുറിച്ചുനോക്കി.

അഞ്ച്

ഇരുട്ടും വെളിച്ചവും രണ്ട് ഭൂഖണ്ഡങ്ങളാണ്. ഒന്ന് അപരിചിതഭൂഖണ്ഡവും മറ്റേത് പരിചിത ഭൂഖണ്ഡവും. അപരിചിതഭൂഖണ്ഡങ്ങളിലൂടെ സഞ്ചരിക്കുമ്പോഴാണ് ജീവിതം എത്രമേൽ വിചിത്രമാണ് എന്ന് നിങ്ങൾ തിരിച്ചറിയുക. ജീവിതത്തിന്റെ ആ വിചിത്ര വഴിയിലൂടെ, ഇരുട്ടിലൂടെ സഞ്ചരിക്കാനൊരുങ്ങുകയായിരുന്നു ജഗനും രാജീവനും. വണ്ടിയുടെ ഹെഡ്‌ലൈറ്റ്

ഒരു നിശ്ചിതദൂരംവരെ വെളിച്ചം വിതറുന്നുണ്ട്. അതു പിന്നിട്ടാലും പ്രശ്ന മില്ല. കൈയിൽ ടോർച്ചുണ്ട്. നടക്കാൻ തുടങ്ങുമ്പോൾ പിന്നിൽ നിന്ന് ഡ്രൈവർ തങ്കച്ചൻ ഉറക്കെ വിളിച്ചു പറയുന്നതു കേട്ടു.

"വഴീടെ രണ്ട് സൈഡിലോട്ടും ടോർച്ചടിച്ചു നടന്നോ. ഇവിടത്തെ വീടുകളൊക്കെ വളരെ ചെറുതാ."

തന്റെ കൈയിലുള്ളത് ഒരു മൊബൈൽ ഫോൺ മാത്രമാണെന്നും മൊബൈൽ ഫോണിലെ ടോർച്ചിന് റേഞ്ച് കുറവാണെന്നും അപ്പോഴാണ് ജഗന് തിരിച്ചറിവുണ്ടായത്. വെളിച്ചം അധികം ദൂരത്തേക്ക് എറിഞ്ഞു പിടിപ്പിക്കാൻ അതിനു പ്രാപ്തിയില്ല. രാജീവന്റെ കൈയിൽ ടോർച്ച് എന്നല്ല മൊബൈൽ ഫോൺ തന്നെയുമില്ല.

ടോർച്ച് കൈവശം വെച്ചുകൊണ്ടല്ലല്ലോ ആളുകൾ യാത്ര ചെയ്യാറു ള്ളത്. ഇങ്ങനെ ഒരവസ്ഥ വരുമെന്ന് യാത്രയ്ക്കിറങ്ങുമ്പോൾ ആരെ ങ്കിലും കരുതാറുണ്ടോ എന്ന് ആത്മഗതംപോലെ പറഞ്ഞുകൊണ്ട് ജഗൻ മൊബൈൽ ഫോണിലെ ടോർച്ച് ഓൺ ചെയ്തു.

ബസ്സിന്റെ ഹെഡ്‌ലൈറ്റ് പ്രക്ഷേപിക്കുന്ന പ്രകാശം മരക്കൂട്ടങ്ങളിൽ ചെന്നു തട്ടി ചിതറിത്തെറിച്ചും ഇലച്ചാർത്തുകളാൽ മൂടപ്പെട്ടും മെല്ലെ അപ്രത്യക്ഷമായി. തുടർന്നുള്ള നടപ്പിന് ഫോൺടോർച്ചിന്റെ നേർത്ത വെളിച്ചം മാത്രം സാക്ഷി. തിരിഞ്ഞുനോക്കിയാൽ അകലെ രണ്ട് സിഗ്നൽ ലൈറ്റുകളായി ബസ്സിന്റെ ഹെഡ്‌ലൈറ്റ് കാണാം. കടൽയാത്രികർക്ക് വഴി കാട്ടുന്ന വിളക്കുമരങ്ങൾ പോലെ. അതുകൊണ്ട് ഇരുട്ടിൽ അല്പം വഴി തെറ്റിയാലും പുറപ്പെട്ട സ്ഥലം കണ്ടുപിടിക്കുക പ്രയാസകരമല്ല.

പണ്ട് ഇവിടെ ഒരു റോഡുണ്ടായിരുന്നു എന്നതിന്റെ തെളിവ് മരങ്ങൾ ക്കിടയിലെ പതിനഞ്ചോ ഇരുപതോ അടി വീതിയുള്ള ഒരു തുറസ്സ് മാത്ര മാണ്. കരിയിലകൾ വീണടിഞ്ഞ് അട്ടിയട്ടിയായി കിടക്കുന്നതുകൊണ്ട് താഴെ ടാർറോഡോ മണ്ണോ എന്ന് നിശ്ചയമില്ല. പലതരം അപകടങ്ങൾ അതിനടിയിൽ മറഞ്ഞിരിക്കുന്നുണ്ടാവാം. പക്ഷേ, അതേപ്പറ്റിയൊന്നും ആശങ്കപ്പെടാൻ കഴിയുന്ന സന്ദർഭമല്ല. അതിജീവനശ്രമത്തിന്റേതായ ആവേശം മാത്രമാണ് ഇപ്പോൾ മനസ്സിനെ സജീവമാക്കുന്നത്.

"അടുത്ത കാലത്തൊന്നും ഇതിലേ ഒരു വണ്ടി കടന്നുപോയതിന്റെ ലക്ഷണമില്ല. പിന്നെ എന്തു ധൈര്യത്തിലാണ് ഡ്രൈവർ ഇതിലേ വണ്ടി യെടുത്തത്?" മറുപടി പ്രതീക്ഷിച്ചുകൊണ്ടല്ലാതെതന്നെ ജഗൻ ഇരുട്ടി ലേക്ക് ചില ആശങ്കകൾ എറിഞ്ഞിട്ടുകൊണ്ടിരുന്നു. ജഗന്റെ ആശങ്ക കൾക്ക് ഒരു അനുബന്ധമെന്ന നിലയിൽ രാജീവൻ മറ്റൊരു ആശങ്ക കൂടി ഇരുട്ടിലേക്ക് ഇറക്കിവെച്ചു.

"അയാൾ തന്നെയാണ് വണ്ടിയുടെ ഡ്രൈവർ എന്നതിന് എന്താണു റപ്പ്? ആരോ ഒരാൾ വണ്ടിയോടിച്ചു. നമ്മൾ അയാളെ ഡ്രൈവർ എന്നു വിളിച്ചു. അത്രയല്ലേയുള്ളൂ."

തന്റെ കൂടെ സഞ്ചരിക്കുന്ന, രാജീവൻ എന്നു പേരുള്ള, അപരിചിതനായ ഇയാൾ എന്തിനേയും ഏതിനേയും സംശയദൃഷ്ടിയോടെ മാത്രം കാണുന്ന ഒരാളാണെന്ന് ജഗന് മനസ്സിലായി. ഇങ്ങനെ സംശയിക്കാനാണെങ്കിൽ അയാൾക്കു തന്നെയും സംശയിക്കാവുന്നതേയുള്ളൂ. വണ്ടി ഓടിക്കുന്നത് ഒറിജിനൽ ഡ്രൈവറോ ഡ്യൂപ്ലിക്കേറ്റ് ഡ്രൈവറോ എന്ന് ഒരിക്കലും യാത്രക്കാർ അറിയാറില്ല. യാത്രക്കാർ അത് അന്വേഷിക്കാറുമില്ല. വഴിയിലോ ചുറ്റുപാടുകളിലോ ആൾസഞ്ചാരത്തിന്റെ ഒരു നേർത്ത ലക്ഷണം പോലും കാണാനുണ്ടായിരുന്നില്ല. ഒരു വീട് ഉണ്ടാവാനുള്ള സാധ്യത ഇരുദിശകളിലും തെളിയുന്നില്ല.

വഴി ഒരു ഇറക്കത്തിലേക്കാണ്. അതിനർഥം ഇപ്പോൾ ബസ്സ് വഴിയടഞ്ഞ് കുടുങ്ങിക്കിടക്കുന്നത് അല്പം ഉയർന്ന പ്രദേശത്താണ് എന്നാണ്.

പെട്ടെന്ന് മുന്നിൽ, അകലെ ഒരു കാഴ്ച കണ്ട് ജഗൻ അമ്പരന്നു നിന്നു. ഒരേ നേർവരയിലൂടെ വെളിച്ചങ്ങളുടെ നിരവധി പ്രവാഹങ്ങൾ. വാഹനങ്ങൾ ഇരുദിശയിലേക്കും പായുന്നതിന്റെ വിദൂരക്കാഴ്ച. അതു തന്നെയാവണം തങ്ങൾക്ക് എത്തിച്ചേരേണ്ട ഹൈവേ. ഹൈവേയിലല്ലാതെ ഈ രാത്രി നേരത്ത് ഇത്രയും വാഹനങ്ങൾ മറ്റെവിടെയാണ് കാണാനാവുക?

"എങ്കിൽ..." ജഗന്റെ ആശ്ചര്യം പിന്നെയും കനംവെച്ചു. "എങ്കിൽ ഹൈവേയിലെ ട്രാഫിക് ബ്ലോക്ക് ഒഴിഞ്ഞു എന്നല്ലേ അതിനർഥം?"

മൂന്നു മണിക്കൂർ സമയംകൊണ്ടല്ലാതെ അവസാനിക്കില്ലെന്ന് ആരൊക്കെയോ പറഞ്ഞു ധരിപ്പിച്ച ആ ട്രാഫിക് ബ്ലോക്ക് ഒരു മണിക്കൂറിനകം തന്നെ അവസാനിച്ചിരിക്കുന്നു. ആ ഗതാഗതക്കുരുക്കിൽ നിന്ന് എത്രയും വേഗം പുറത്തുകടന്ന് രക്ഷപ്പെടാൻ ശ്രമിച്ച ബസ്സാകട്ടെ തിരിച്ചെടുക്കാൻ പോലും കഴിയാത്തവിധത്തിൽ മറ്റൊരു ബ്ലോക്കിൽ കുരുങ്ങി ഏതോ അജ്ഞാതദേശത്ത് കിടക്കുന്നു.

"വെട്ടുകത്തി മാത്രം കിട്ടിയതുകൊണ്ട് ഒരു കാര്യവുമില്ല സാറേ." അകലെ പാഞ്ഞുകളിക്കുന്ന വെളിച്ചങ്ങളിലേക്ക് വ്യാകുലതയോടെ മുഖം കൂർപ്പിച്ചു നിന്ന ജഗനോട് രാജീവൻ പറഞ്ഞു. "ഒരു ജെ.സി.ബി കൂടി കിട്ടിയാലെ മുന്നോട്ടു പോകാനൊക്കൂ."

"എന്ത്!" എന്ന ആശ്ചര്യത്തോടെ ജഗൻ രാജീവന്റെ നിഴൽരൂപത്തിനു നേർക്കു നോക്കി.

"അങ്ങോട്ട്, താഴേക്ക് നോക്കൂ."

ആകാശത്തുനിന്ന് വീഴുന്ന നേർത്ത നക്ഷത്രവെളിച്ചത്തിൽ ജഗനു കാണാം. ഒരു കൂറ്റൻ മതിൽ വഴി തടഞ്ഞുനില്ക്കുന്നു. വഴിയടഞ്ഞ ജനത എന്ന് ജഗൻ ഒരിക്കൽകൂടി മനസ്സിൽ കുറിച്ചു.

ആറ്

അജ്ഞാതമായ ഒരു വിദൂരഗ്രഹത്തിൽ ലാന്റ് ചെയ്ത ബഹിരാകാശ പേടകത്തിൽ നിന്ന് ഉദ്വേഗഭരിതമായ മനസ്സോടെ പുറത്തേക്കിറങ്ങുമ്പോൾ പ്രസാദിന് തന്റെ കൂടെയുള്ള യാത്രക്കാരെ കേവലമനുഷ്യരായി കാണാൻ കഴിയുന്നുണ്ടായിരുന്നില്ല. എല്ലാം ഒരു സയൻസ് ഫിക്ഷൻ സിനിമയിലെ അല്ലെങ്കിൽ ശാസ്ത്രനോവലിലെ കൗതുകമുണർത്തുന്ന കഥാപാത്രങ്ങളാണ്. തന്റെ മുന്നിൽ അരങ്ങേറുന്ന സംഭവങ്ങളെ ഒരു സയൻസ് ഫിക്ഷനായി വായിക്കാൻ കഴിയുന്നതിന്റെ കൗതുകത്തിലും ആവേശത്തിലുമായിരുന്നു പ്രസാദ്. വിദൂരഗ്രഹങ്ങളിലോ ബഹിരാകാശ പേടകങ്ങളിലോ കുടുങ്ങിപ്പോവുന്ന ബഹിരാകാശ സഞ്ചാരികൾ അനേകതരം പ്രതിസന്ധികൾ അതിജീവിച്ച് ഒടുവിൽ ഭൂമിയിൽത്തന്നെ തിരിച്ചെത്തുന്നതാണ് മിക്ക സ്പേസ് സിനിമകളുടേയും പരിണാമഗുപ്തി. താത്ക്കാലികമായ ചില പ്രതിസന്ധികളും വെല്ലുവിളികളും അതിന്റെ ഫലമായ സമ്മർദ്ദങ്ങളുമൊക്കെ നേരിടേണ്ടി വന്നാലും മനുഷ്യർ അന്തിമമായി വിജയിക്കുകതന്നെ ചെയ്യുന്നുവെന്നാണ് അവയുടെയൊക്കെ ഗുണപാഠം. ഇപ്പോൾ താൻ അടക്കമുള്ള യാത്രക്കാർ വന്നുപെട്ട അവസ്ഥയ്ക്കും ആ വിധത്തിലുള്ള ഒരു പരിണാമഗുപ്തിയേ സംഭവിക്കാനുള്ളൂ. പിന്നെന്തിനാണ് ഈ കഥാപാത്രങ്ങളൊക്കെ ഈ അവസ്ഥയിൽ ഇത്രമേൽ പരിഭ്രമിക്കുകയും വശംകെടുകയും ചെയ്യുന്നത്?

വാഹനത്തിൽ നിന്ന് പുറത്തിറങ്ങുന്നതിനു മുമ്പേതന്നെ വിദൂരഗ്രഹവുമായി ആ സ്ഥലത്തിനുള്ള സാദൃശ്യം പ്രസാദിന്റെ ശ്രദ്ധയിൽ പതിഞ്ഞുകഴിഞ്ഞിരുന്നു. വായുമണ്ഡലമില്ലാത്ത ഒരു അന്യഗ്രഹത്തിലേതുപോലെ താൻ നില്ക്കുന്ന സ്ഥലം അതീവനിശ്ശബ്ദമാണ്. രാത്രിപ്പറവകളുടേതെന്നല്ല, ഒരു ചീവീടിന്റെ ശബ്ദംപോലും എങ്ങുനിന്നും കേൾക്കാനില്ല. ഗാഢവും ഗംഭീരവുമായ നിശ്ശബ്ദത. യാത്രക്കാരുടെ കോലാഹലങ്ങൾ കൂടി ഇല്ലായിരുന്നെങ്കിൽ തന്റെ കേൾവിശക്തി പൂർണമായും നഷ്ടപ്പെട്ടുപോയെന്നുതന്നെ സംശയിപ്പിക്കുമായിരുന്ന നിശ്ശബ്ദത.

കശുമാവുകളുടെ സമൃദ്ധമായ ഇലച്ചാർത്തുകൾ സൃഷ്ടിക്കുന്ന കനത്ത നിഴൽപ്പാടുകൾ നേർത്ത ആകാശവെളിച്ചത്തിന്റെ പശ്ചാത്തലത്തിൽ കാണാം. കശുമാവിൻ പൂക്കളുടെ മാദകഗന്ധം അന്തരീക്ഷത്തിൽ കനത്തുനില്ക്കുന്നുമുണ്ട്. ഇതു ഭൂമിതന്നെ എന്ന് തെളിയിക്കുന്നത് തത്ക്കാലം ഈ രണ്ട് ലക്ഷണങ്ങൾ മാത്രമാണ്. മൊബൈൽ ഫോണിന് റെയ്ഞ്ചില്ലാത്ത ഒരിടം ഭൂമിയിൽ ഇതല്ലാതെ വേറെ ഏതാണുണ്ടാവുക?

വണ്ടിക്ക് പുറത്തിറങ്ങി അക്ഷോഭ്യനായി നിൽക്കുകയായിരുന്ന ഡ്രൈവർ, ബഹിരാകാശത്ത് കുടുങ്ങിപ്പോയിട്ടും ധൈര്യം കൈവിടാത്ത ഒരു ഹോളിവുഡ് ബഹിരാകാശ സഞ്ചാരിയെ ഓർമ്മിപ്പിച്ചു. അയാൾക്കാണെങ്കിൽ ബ്രൂസ് വില്ലിസ് എന്ന ഹോളിവുഡ് നടനുമായി രൂപസാദൃശ്യവുമുണ്ട്. റോഡിന് കുറുകെ നീണ്ടുവളർന്ന് ഒരു മരക്കൊമ്പ് ബസ്സിന്റെ

വഴി മുടക്കിയപ്പോൾത്തന്നെ കനമുള്ള ഒരു ആകാംക്ഷ പ്രസാദിന്റെ മനസ്സിൽ കുടിയേറിയതാണ്. അഞ്ചാറ് വർഷം മുമ്പ് ഇതുവഴി വന്നിട്ടുണ്ട് എന്നാണ് ഡ്രൈവറുടെ അവകാശവാദം. എന്നാൽ അഞ്ചാറു വർഷം കൊണ്ട് ഒരു കശുമാവ് ഈവിധം വളർന്ന് ബസ്സിന്റെ വഴി തടയാൻ പ്രാപ്തമാവുമോ? അഞ്ചാറു വർഷംകൊണ്ട് ഏതെങ്കിലും ടാർ റോഡ് ഈവിധം ദ്രവിച്ച് അപ്രത്യക്ഷമാകുമോ? എങ്കിൽ, അയാളുടെ കാലഗണന എവിടെയോ പിഴച്ചുപോയിട്ടുണ്ട് എന്നാണ് മനസ്സിലാക്കേണ്ടത്.

ബസ്സിനു മുന്നിൽ നിലയുറപ്പിച്ച്, വഴിക്ക് കുറുകെ വളർന്നു നില്ക്കുന്ന ആ കൊമ്പിന്റെ വണ്ണവും നീളവും അളക്കുകയായിരുന്നു തങ്കച്ചൻ. ആറ് വർഷത്തെ വളർച്ചയല്ല ആ കൊമ്പിനുള്ളത് എന്ന് തന്റെ സസ്യശാസ്ത്ര യുക്തിവെച്ച് പ്രസാദും അളന്നു.

തന്റെ ആകാംക്ഷ പൂരിപ്പിക്കാനുള്ള ഒരു അവസരം എന്ന കൗതുക ത്തോടെ പ്രസാദ് തങ്കച്ചനെ സമീപിച്ചു.

"അഞ്ചാറ് കൊല്ലം മുമ്പ് ഇതിലേ വന്നിട്ടുണ്ടെന്നല്ലേ പറഞ്ഞത്? എന്നിട്ടെന്താ വഴിതെറ്റിയത്?"

"എനിക്ക് വഴി തെറ്റീട്ടൊന്നുമില്ല." ഡ്രൈവർ ആത്മവിശ്വാസത്തോടെ ഉറപ്പിച്ചു പറഞ്ഞു. "ഇരുപത്താറ് കൊല്ലമായി ഞാൻ വണ്ടിയോടിക്കണ്. വഴി തെറ്റിയാ എനിക്കറിയാം. നമ്മള്ടെ മനസ്സുതന്നെ നമ്മളോട് പറയും, വഴി തെറ്റീട്ട്ണ്ട്ന്ന്... ഒരേ പണി ഒരുപാട് കാലം ചെയ്താ ആർക്കും കിട്ടണ കഴിവാ... എനിക്ക് വഴി തെറ്റീട്ടില്ലെന്നാ ഇപ്പളെന്റെ മനസ്സ് പറയണെ."

ഒരു നിമിഷനേരത്തേക്ക് എന്തോ ആലോചിച്ചുനിന്ന ശേഷം അയാൾ തുടർന്നു.

"എന്നാലും എവിടെയോ ഒരു തെറ്റ് പറ്റിയപോലെ എനിക്കും തോന്നണ്ണ്ട്... എന്തായാലും ഇത് വഴിതന്നെയാ. ദാ, ഇവിടന്ന് നേരെ പോയാ വഴി വലതുഭാഗത്തേക്ക് ചെറുതായി വളയും. പിന്നെ ഒരു ഇറക്കവാ... അതുകഴിഞ്ഞാ കൊറേ ദൂരം നെൽപ്പാടം. അതിലേ രണ്ട് മൂന്ന് മൈല് പോയാ ഹൈവേയിലെത്തും."

"എങ്കിൽ, കാലം കണക്കുകൂട്ടിയതിലാവും നിങ്ങൾക്ക് തെറ്റിയത്. ഒന്നുകൂടി ഓർത്തുനോക്ക്. ഇതിനു മുമ്പ് എന്നാണ് നിങ്ങൾ ഇതുവഴി വന്നിട്ടുള്ളത്?"

ഓരോരുത്തരുടേയും കാലാനുഭവം ഓരോ തരത്തിലാണ്. ഐൻസ്റ്റീന്റെ ആപേക്ഷികസിദ്ധാന്തം പ്രയോഗക്ഷമമാവുന്ന ഏറ്റവും പ്രധാന പ്പെട്ട മേഖല കാലമാണ് എന്നും പ്രസാദ് ഓർത്തു. ഡ്രൈവറുടെ ഓർമ്മ കളിൽനിന്ന് യഥാർത്ഥത്തിലുള്ള കാലത്തെ ഉയർത്തിയെടുക്കാനുള്ള ശ്രമത്തിലായിരുന്നു പ്രസാദ്.

'അഞ്ചാറ് കൊല്ലംന്ന് ഞാൻ ഒരു ഏകദേശക്കണക്ക് പറഞ്ഞതാ... ഒരുപക്ഷേ..."

അയാൾ ആലോചിക്കാൻ തുടങ്ങി. തന്റെ പൂർവകാലങ്ങളിലേക്ക് തിരിഞ്ഞുനടക്കാൻ അയാൾ വളരെ പ്രയാസപ്പെടുന്നുണ്ടെന്ന് ആ മുഖ ഭാവം തന്നെ വെളിപ്പെടുത്തുന്നുണ്ട്.

“ഒരു കാര്യം നല്ല ഓർമ്മേണ്ട്. അന്നു ഞാൻ കല്യാണം കഴിച്ചിട്ടില്ല... പക്ഷേ, കല്യാണം നിശ്ചയിച്ചുവെച്ചിരുന്നു... ഡ്രൈവിംഗിനെടേല് ഞാന വളെ ഓർക്കുകേം ചെയ്തോണ്ടിരുന്നു. ഈ കശുമാവുകളുടെ മണം അന്നും ഇവിടേണ്ട്. ഈ മണം കേൾക്കുമ്പോ അന്നത്തെ അവൾടെ രൂപം തന്നെ എനിക്ക് ഓർമ്മ വരണുണ്ട്.”

“എങ്കിൽ കണക്ക് എളുപ്പമായല്ലോ. എന്നായിരുന്നു നിങ്ങളുടെ കല്യാണം?”

ഡ്രൈവറുടെ ചുണ്ടിൽ, അബദ്ധം പിണഞ്ഞതിന്റെ ഫലിതഭാവം ഒരു പുഞ്ചിരിയായി തെളിഞ്ഞു.

“നിങ്ങള് പറഞ്ഞത് ശരിയാ. ഇരുപത് കൊല്ലം മുമ്പാ ഞാൻ ഈ വഴി വന്നത്. തൊണ്ണൂറ്റി മൂന്നിലാ എന്റെ കല്യാണം.”

തെല്ലുനേരം ഏതെല്ലാമോ ഓർമ്മകളുമായി സംവദിച്ചശേഷം അയാ ളിൽ നിന്ന് ഒരു ആത്മഗതം പൊന്തി.

“കർത്താവേ, ഇരുപതുകൊല്ലം. അഞ്ചുകൊല്ലം പോലെയാ തോന്നണെ.”

“അതു തന്നെയാ ചേട്ടാ നിങ്ങളുടെ പ്രശ്നം. നിങ്ങടെ മാത്രമല്ല, നമ്മടെ എല്ലാരടേം പ്രശ്നം.” പുതിയൊരു കൗതുകത്തിലേക്ക് ഡ്രൈവറെ ക്കൂടി നയിച്ചുകൊണ്ട് പ്രസാദ് പറഞ്ഞു. “മൊബൈൽ ഫോണും കമ്പ്യൂട്ടറുമൊക്കെ വരുന്നേനു മുമ്പുള്ള ഒരു കാലം. അതിലേയാണ് നിങ്ങൾ വണ്ടിയോടിച്ചത്. അവിടെയാണ് നിങ്ങൾ ഞങ്ങളെ കൊണ്ടു വന്ന് ഇറക്കിയിരിക്കുന്നത്.”

കാലത്തിന്റെ ആപേക്ഷികതയെപ്പറ്റി വീണ്ടും ഒരു ശാസ്ത്രകൗതുകം പ്രസാദിന്റെ മനസ്സിലേക്ക് ഉയർന്നുവന്നു. അന്യഗ്രഹങ്ങളിലെ ഒരു വർഷം ഭൂമിയിലെ അമ്പതു വർഷത്തിനു തുല്യമാണെന്നു വായിച്ചിട്ടുണ്ട്. അതു പോലെ ചിലരുടെ കാലം, ചിലരുടെ ജീവിതം അതിവേഗം കടന്നു പോകുന്നു. അപരിചിതമായ ഒരു സ്ഥലത്തല്ല, വിദൂരമായ ഒരു കാല ഖണ്ഡത്തിലാണ് താനടക്കമുള്ള യാത്രക്കാരും വണ്ടിയും കുടുങ്ങിക്കിട ക്കുന്നതെന്ന് പ്രസാദിനു തോന്നി. ആ കാലത്തിൽ നിന്നാണ് ഇനി പുറത്തു കടക്കേണ്ടത്. കാലത്തിൽ നിന്നായാലും സ്ഥലത്തിൽ നിന്നാ യാലും പുറത്തു കടക്കാൻ ഒരു എളുപ്പവഴിയുണ്ട്. വണ്ടി റിവേഴ്സെ ടുത്ത് തിരിച്ചുപോവുക. ഡ്രൈവർ വിചാരിച്ചാൽ ഒരു മിനിറ്റുകൊണ്ട് പരിഹരിക്കാവുന്ന പ്രശ്നമേ തത്ക്കാലം ഇവിടെ അവശേഷിച്ചിട്ടുള്ളൂ. വണ്ടി റിവേഴ്സെടുക്കാനുള്ള പ്രയാസം മാത്രമാണ് അതിനുള്ള തടസ്സ മായി ഡ്രൈവർക്ക് പറയാനുള്ളത്.

വന്ന വഴിയേ മടങ്ങിപ്പോവുക എന്ന നിർദ്ദേശം ഒരു യാത്രക്കാരനും ഉയർത്തുന്നില്ല എന്നത് പ്രസാദിന് ആശ്ചര്യകരമായി തോന്നി. ഒരുപക്ഷേ, വഴി മുന്നോട്ടു മാത്രമല്ല, പിന്നോട്ടും അടഞ്ഞുകഴിഞ്ഞു എന്ന ഒരു അശുഭ വിചാരം എല്ലാവരേയും പിടികൂടിക്കഴിഞ്ഞിട്ടുണ്ടാവാം. അല്ലെങ്കിൽ, ഈ ഡ്രൈവറിലുള്ള വിശ്വാസംതന്നെ നഷ്ടപ്പെട്ടുപോയതുകൊണ്ടും ആവാം. അയാൾ വണ്ടി തിരിച്ചെടുത്താൽത്തന്നെ മറ്റേതെങ്കിലും അപകടത്തിലേക്കാവും വണ്ടി ഓടിച്ചുകയറ്റുക എന്ന് ഭയപ്പെടുന്നതുപോലെ.

തിരിച്ചുപോക്ക് ഒഴിവാക്കാൻ ആഗ്രഹിക്കുന്നതിനു പിന്നിൽ ഇതു രണ്ടുമല്ലാതെ മറ്റൊരു കാരണവും പ്രസാദ് കാണുന്നുണ്ട്. തുടങ്ങിവെച്ച ഉദ്യമം ലക്ഷ്യത്തിലെത്തിക്കാതെ തിരിച്ചുപോരുന്നതിലുള്ള വൈമനസ്യമാണത്. മനുഷ്യസഹജമായ ജീവിതാസക്തിയുടെ ഭാഗം. ഇതുവരെ നടത്തിയ ഉദ്യമങ്ങളും ചെലവഴിച്ച അധ്വാനവും കേവലം പാഴ്‌വേലയായിരുന്നു എന്ന് അംഗീകരിക്കുന്നത് ഒട്ടും സുഖകരമായ കാര്യമല്ല. കഠിന പാതകളിലൂടെ പിന്നിട്ട പത്തു കിലോമീറ്റർ ദൂരം പിന്നിട്ട ജീവിതം തന്നെയാണ്. ആരും പരാജയപ്പെടാൻ, പരാജയം സമ്മതിക്കാൻ, ആഗ്രഹിക്കുന്നില്ല. എന്തായാലും, മടങ്ങിപ്പോവുക എന്നൊരു സാധ്യത ഇപ്പോഴും നിലനില്ക്കുന്നുണ്ട്. ഒരു സാഹസബുദ്ധികൊണ്ട് ഡ്രൈവർക്ക് ഇതുവരെ വണ്ടിയെത്തിക്കാമെങ്കിൽ അതേ സാഹസികബുദ്ധികൊണ്ട് വണ്ടി തിരിച്ചുകൊണ്ടുപോകുവാനും കഴിയേണ്ടതാണ്.

പിന്നിട്ട ഇരുപതു വർഷത്തിന്റെ ലാഭനഷ്ടക്കണക്കുകൾ വിലയിരുത്തുകയായിരുന്ന ഡ്രൈവർ തങ്കച്ചനു മുമ്പാകെ പ്രസാദ് തന്നെ ആ സാധ്യത ഒരിക്കൽകൂടി അവതരിപ്പിച്ചു.

“തിരിച്ചുപോകാനോ? അതത്ര എളുപ്പമല്ല.” പ്രസാദിന്റെ നിർദ്ദേശത്തെ പൂർണമായും തിരസ്കരിച്ചുകൊണ്ട് ഡ്രൈവർ പറഞ്ഞു: ‘തിരിച്ചെടുത്തിട്ട് കാര്യമില്ല. വണ്ടി വേറെ എവിടെയെങ്കിലും കൊണ്ടുപോയി ഇടാമെന്നേയുള്ളൂ.”

ഒരു നിമിഷം നിർത്തിയിട്ട്, ഒരു സാന്ത്വനംപോലെ ശാന്തവും സൗമ്യവുമായ സ്വരത്തിൽ അയാൾ പറഞ്ഞു.

“എന്തിനാണ് തിരിച്ചുപോവുന്നതിനെപ്പറ്റിയൊക്കെ ചിന്തിക്കുന്നത്. ഒരു വെട്ടുകത്തി കിട്ടിയാൽ മരക്കൊമ്പ് നമുക്കുതന്നെ മുറിച്ചു മാറ്റാമല്ലോ.”

ഒരു വെട്ടുകത്തികൊണ്ട് പരിഹരിക്കാവുന്ന പ്രശ്നമേ മുന്നിലുള്ളൂ എന്ന് ഡ്രൈവർ ഇപ്പോഴും വിശ്വസിക്കുകയാണ്. കണ്ടക്ടർക്ക് പറയാനുള്ളത് മറ്റൊരു പ്രശ്നമാണ്: മൊബൈൽ ഫോണിന് റെയ്ഞ്ചില്ല. ഫോണിന് റെയ്ഞ്ചുണ്ടെങ്കിൽ പരിഹരിക്കാവുന്ന പ്രശ്നമേ മുന്നിലുള്ളൂ എന്ന് കണ്ടക്ടറും വിശ്വസിക്കുന്നു. ഫോണിന് റെയ്ഞ്ചു കിട്ടുന്നില്ല എന്ന ആശങ്കയുമായി കണ്ടക്ടർ വന്നു. വിവിധ ദിശകളിൽ മാറി മാറി നിന്നു ശ്രമിച്ചിട്ടും ഒരു ഫോണും റെയ്ഞ്ചിനുള്ളിലേക്ക് കടക്കുന്നില്ല. ഫോണിന് റെയ്ഞ്ച് കിട്ടാത്ത ഏത് പാതാളലോകത്താണ് താൻ വണ്ടി കൊണ്ടു

വന്ന് തള്ളിയത് എന്ന പരാതിയും നീരസവും കണ്ടക്ടറുടെ വാക്കുകളിൽ സ്ഫുരിക്കുന്നുണ്ട്.

ആ നീരസം മനസ്സിലാക്കി ഡ്രൈവർ പറഞ്ഞു:

"ഏതെങ്കിലും ഫോണിന് എവിടെങ്കിലും റെയ്ഞ്ച് കിട്ടാതിരിക്കുമോ? ഒന്ന് അങ്ങോട്ട് കയറിനിന്ന് ശ്രമിച്ചുനോക്ക്."

ദൂരെ ഇരുട്ടിലേക്ക് നോക്കിയാണ് ഡ്രൈവർ പറഞ്ഞത്. അത് അല്പം ഉയർന്ന പ്രദേശമാണെന്ന് ആകാശത്തിന്റെ പശ്ചാത്തലത്തിൽ നിഴൽ പോലെ കാണാവുന്ന ഭൂമിശാസ്ത്രംകൊണ്ട് ഊഹിക്കാം.

"ഞാനൊറ്റയ്ക്കോ" എന്ന് കണ്ടക്ടർ അസ്വസ്ഥനായി.

"ഞാനീ വഴി വണ്ടി ഓടിച്ചിട്ടുണ്ടെന്നേയുള്ളൂ. സ്ഥലം എനിക്കും പരിചയമില്ല."

"പരിചയത്തിന്റെ പ്രശ്നമല്ല. ഞാനൊറ്റയ്ക്ക് ഇങ്ങനെ ഇരുട്ടിൽ തപ്പുന്നതെന്തിനാ? പ്രശ്നം ചേട്ടനുണ്ടാക്കിയതല്ലേ. അതുകൊണ്ട് ചേട്ടനും കൊറച്ച് ബുദ്ധിമുട്ട്."

"താനെന്തിനാ ഫോണിന് റെയ്ഞ്ചും നോക്കി നടക്കണത്. ഒരു വെട്ടുകത്തി സംഘടിപ്പിക്കാൻ നോക്ക്. പരിഹാരം ഞാനുണ്ടാക്കാം." ഡ്രൈവറുടെ ശബ്ദം സൗമ്യതയിൽ നിന്ന് കാർക്കശ്യത്തിലേക്ക് കയറാൻ തുടങ്ങി.

"ഈ കാട്ടിലാണിനി വെട്ടുകത്തി! ഇനി വെട്ടുകത്തി കിട്ടണേലും ഫോണിന് റെയ്ഞ്ചു കിട്ടണം. അതുകൊണ്ട് വെട്ടുകത്തിയല്ല, ഫോണിന് റെയ്ഞ്ചാ സംഘടിപ്പിക്കേണ്ടത്." കണ്ടക്ടറും ശബ്ദം കനപ്പിച്ചു.

രോഷംകൊണ്ട് എന്തോ പുലമ്പിക്കൊണ്ട് കണ്ടക്ടർ, ഉയർന്ന ഭാഗത്തുള്ള തുറസ്സ് ലക്ഷ്യംവെച്ച് നടന്നു. ഒരു നിമിഷം ശങ്കിച്ചു നിന്നിട്ട് ഡ്രൈവറും അയാളെ പിന്തുടർന്നു. ആകാശത്തിന് ചുവട്ടിലെ നിഴൽക്കാഴ്ചകളിലേക്ക് ആ രണ്ടു രൂപങ്ങളും അലിഞ്ഞുതീർന്നു. അവർ ഇരുവരും അലിഞ്ഞുതീർന്ന ആ ഇരുളിമയിലേക്ക് നോക്കി പ്രസാദ് വേവലാതിപ്പെട്ടു. അശുഭകരമായ എന്തൊക്കെയോ അവിടെ മറഞ്ഞിരിക്കുന്നുണ്ട്.

ഏഴ്

പാതിരാനേരത്ത്, അപരിചിതമായ വിജനതയിലൂടെ ഒറ്റയ്ക്ക് സഞ്ചരിക്കുന്നതിൽ വിനയന് ഗൂഢമായ ഒരു ആനന്ദം അനുഭവപ്പെട്ടു. കഴിഞ്ഞ പത്തു വർഷങ്ങളിൽ നടത്തിയ എത്രയോ സഞ്ചാരങ്ങൾ ഏകാന്തതയിലെ യാത്രകളെ സുഖകരമായ ഒരു ശീലമാക്കി മാറ്റിയിരിക്കുന്നു. രാത്രിസഞ്ചാരങ്ങളിലൂടെ ഇരുട്ടിലും കണ്ണുകാണാവുന്ന ഒരു സിദ്ധിയും കൈവന്നിട്ടുണ്ട്. ബസ്സിന്റെ വെളിച്ചം നേരിൽ കാണാനാവുന്ന അവസാന

പോയന്റിൽ നിന്നുകൊണ്ട് വിനയൻ ഒരിക്കൽകൂടി തിരിഞ്ഞുനോക്കി. ആരും പിറകേ വരുന്നില്ലെന്ന് ഉറപ്പുവരുത്തി. ഏതെങ്കിലും വീടു കണ്ടെത്തി, മരം മുറിക്കാനുള്ള ആയുധം സംഘടിപ്പിക്കുക എന്ന ദൗത്യവുമായാണ് ബസ്സിൽ നിന്ന് ഇറങ്ങിയതെങ്കിലും അത് അതിവേഗം നിർവഹിക്കേണ്ട ഒരു കൃത്യമായി വിനയനു തോന്നുന്നില്ല. ഈ ഇരുട്ടിനും അത് ഉള്ളട ക്കുന്ന നിഗൂഢതകൾക്കും വിജനതയിലെ ഈ നില്പിനും സാഹസി കതയുടേതായ ഒരു രസമുണ്ട്. ആ രസം എന്തിന് പെട്ടെന്ന് അവസാനി പ്പിക്കണം.

ചുറ്റിലും കനത്ത ഇരുട്ടുതന്നെയാണ്. എങ്കിലും ആകാശനക്ഷത്ര ങ്ങൾ പൊഴിക്കുന്ന നേർത്ത വെളിച്ചത്തിൽ കശുമാവുകളുടെ രാക്ഷസ ശിരസ്സുകൾ കാണാം. കശുമാവുകൾക്കിടയിലെ ചില തുറസ്സുകളിൽ ഉണങ്ങിയ കുറ്റിച്ചെടികളുടെ പ്രേതരൂപങ്ങൾ. അവയ്ക്കിടയിലൂടെ, പണ്ട് ഉണ്ടായിരുന്നിരിക്കാവുന്ന ഒരു വഴിയുടെ തുരങ്കമാർഗം. അതിലൂടെ വീശുന്ന നിർഗുണമായ ഒരു നേർത്ത കാറ്റും. ഇരുട്ടിലും കണ്ണു കാണാ വുന്ന ഒരു നിശാചരജീവിയാണ് താൻ എന്ന് സങ്കല്പിച്ചുകൊണ്ട് കശു മാവുകൾക്കിടയിലെ ആ തുരങ്കമാർഗത്തിലേക്ക് വിനയൻ നൂണ്ടുകയറി. ഒറ്റയ്ക്കാണ്. നിരായുധനാണ്. പേടിക്കാനാണെങ്കിൽ പലതിനേയും പേടിക്കാം. ഇതൊരു കാടാണെങ്കിൽ വന്യമൃഗങ്ങളെ പേടിക്കാം. തൊടി യാണെങ്കിൽ ഇഴജീവികളെ പേടിക്കാം. ശ്മശാനമാണെങ്കിൽ പ്രേതങ്ങളെ പേടിക്കാം. നാടാണെങ്കിൽ കള്ളന്മാരേയും പൊലീസിനേയും പേടിക്കാം.

പക്ഷേ, ഒന്നിനോടും പേടി തോന്നുന്നില്ല. ഒരു തരത്തിൽ ഒന്നിനോടും പേടി തോന്നാത്ത അവസ്ഥ മരണമാണ്. ഇവിടെ, ഈ അജ്ഞാത ലോകത്തുകൂടെ ഒറ്റയ്ക്കു സഞ്ചരിക്കുന്ന താൻ ഒരുപക്ഷേ, ഒരു മരണാ നന്തര സഞ്ചാരമാകുമോ നടത്തിക്കൊണ്ടിരിക്കുന്നത്? ഒരു ആത്മാ വിന്റെ പരലോകയാത്ര? വിനയൻ നടപ്പുതുടർന്നു. കശുമാവുകളുടെ ഇലച്ചാർത്തുകൾ സൃഷ്ടിക്കുന്ന കറുത്ത മേഘരൂപങ്ങൾക്കപ്പുറത്ത് വീടു കളുടെ ചതുരങ്ങളും കോണങ്ങളും അന്വേഷിച്ചുകൊണ്ട്.

കണ്ണുകൊണ്ടല്ല, മൂക്കുകൊണ്ടാണ് മനുഷ്യവാസമുള്ള വീടുകളും ഇടങ്ങളും എളുപ്പത്തിൽ കണ്ടെത്താനാവുക എന്നത് വിനയന് ഒരു അനു ഭവപാഠമാണ്. അതുകൊണ്ട് വീട് തിരയാൻ കണ്ണു വേണ്ട, മൂക്ക് മതി.

വർഷങ്ങൾക്കു മുമ്പാണ്. ഒരു ഡിസംബർ മാസം. ഹിമാചൽപ്രദേശ് എന്ന സംസ്ഥാനത്തിലൂടെയുള്ള ഒരു രാത്രിയാത്ര. ജീപ്പിൽ അപരി ചിതരോടൊപ്പം. മൂടൽമഞ്ഞിൽ കാഴ്ച തടസ്സപ്പെട്ട് ജീപ്പ് പാതയിലുറച്ചു. ഒരു മീറ്റർ അപ്പുറത്തേക്കുപോലും കാഴ്ചയെത്താത്ത വിധത്തിലാണ് മൂടൽമഞ്ഞ്. വണ്ടിക്കു മുന്നോട്ടു നീങ്ങാൻ കഴിയില്ലെന്ന് ഡ്രൈവർ പ്രഖ്യാപിച്ചു. അതിശൈത്യം നിറഞ്ഞ രാത്രിയിൽ ജീപ്പിൽത്തന്നെ തുടരു ന്നതും അപകടമാണ്. അതിന്, ജീപ്പിന്റെ ഡ്രൈവർ ഒരു പ്രതിവിധി പറഞ്ഞുതന്നു. ഒരു ചെറുപട്ടണം മുന്നിൽ, മുന്നൂറോ നാനൂറോ മീറ്റർ മാത്രം അകലത്തായി ഉണ്ട്. ജീപ്പ് നില്ക്കുന്ന ദിശയിൽ മുന്നോട്ടു

നടന്നാൽ അവിടെത്താം. രാത്രിയിലും തുറന്നിരിക്കുന്ന ദാബയോ സത്രമോ കണ്ടെത്താൻ കഴിഞ്ഞേക്കാം.

കാഴ്ച എന്ന സിദ്ധികൊണ്ട് ഒന്നും ചെയ്യാനില്ലാത്ത സാഹചര്യം. ഒരടി മുന്നിലുള്ള വസ്തുപോലും കൃത്യമായി കാണാൻ സാധിക്കുകയില്ല. മൂന്നുമീറ്റർ അകലെയുള്ള വൈദ്യുതി വെളിച്ചംപോലും കണ്ണിൽപ്പെടുകയില്ല. ആ അവസ്ഥയിൽ ദാബയോ സത്രമോ കണ്ടുപിടിക്കുന്നതെങ്ങനെ? കണ്ണുകളടച്ച് സംവേദനശക്തി മുഴുവൻ മൂക്കിൽ കേന്ദ്രീകരിച്ചുകൊണ്ട് നടന്നു. ഒരു മൃഗത്തിന്റെ ജാഗ്രതയോടെ മനുഷ്യവാസത്തിന്റെ ഗന്ധം പിടിച്ചെടുക്കാനുള്ള ശ്രമമായിരുന്നു പിന്നെ. അങ്ങനെ, സാവധാനം മനുഷ്യസാന്നിധ്യത്തിന്റെ വിവിധതരം മണങ്ങളിലേക്ക് മൂക്ക് ഉണർന്നുണർന്നു വന്നു. കടുകെണ്ണയുടെ ഗന്ധം. വെന്ത ഉരുളക്കിഴങ്ങിന്റേയും തീക്കനലിൽ മൊരിയുന്ന ഗോതമ്പുറൊട്ടിയുടേയും പച്ച വെളുത്തുള്ളിയുടേയും ഗന്ധം. മാസങ്ങളായി നനയ്ക്കാത്ത കമ്പിളിത്തുണിയുടെ ഗന്ധം. കുതിരമൂത്രത്തിന്റേയും കുതിരച്ചാണകത്തിന്റേയും ഗന്ധം. കാൽമണിക്കൂർകൊണ്ട് ഒരു ദാബയുടെ മുന്നിലെത്തി. ആ ദാബയുടെ മുൻഭാഗത്ത് ഒരു വൈദ്യുതി വിളക്ക് പ്രകാശിച്ച് നിന്നിരുന്നത് വരാന്തയിലേക്ക് പ്രവേശിച്ചപ്പോൾ മാത്രമാണ് കണ്ണിൽപ്പെട്ടത്. അങ്ങനെ മണം പിടിച്ച് മനുഷ്യവാസം കണ്ടെത്തിയ എത്രയോ അനുഭവങ്ങൾ.

എന്നാൽ ഇവിടെ മനുഷ്യസാന്നിധ്യത്തിന്റെ ഗന്ധസാക്ഷ്യമൊന്നും ഇരുട്ടിൽ നിന്ന് പിടിച്ചെടുക്കാനാവുന്നില്ല. കശുമാവ് പൂക്കളുടെ മണമല്ലാതെ മറ്റൊരു മണവും മൂക്കിനു തിരിച്ചറിയാനാവുന്നില്ല. സമീപത്ത് ഒരിടത്തും മനുഷ്യർ പാർക്കുന്നതിന്റെ ലക്ഷണമില്ല. പത്തനംതിട്ടയിൽ തന്റെ വീടിന്റെ അവസ്ഥയും ഇപ്പോൾ ഇതുതന്നെ ആയിരിക്കും. കശുമാവിൻപൂക്കളുടെ മണം ഉണ്ടാവില്ലെന്നേയുള്ളൂ. പകരം പഴകിയ തുണികളുടെ പൂപ്പൽ മണം ഉണ്ടാവും. അടുക്കളയിൽനിന്ന് ഒഴുകിപ്പരക്കുന്ന പൊട്ടച്ചു തുടങ്ങിയ ഉള്ളിയുടെ മണവും ഉണ്ടാകും. മുമ്പ് ഒരു മനുഷ്യൻ ജീവിച്ചിരുന്ന എന്നതിന്റെ തെളിവുകൾ ഈ രണ്ട് ഗന്ധങ്ങളാണ്. വീട്ടിലേക്ക് കയറിച്ചെല്ലുമ്പോൾ തന്നെ സ്വീകരിക്കാൻ ഈ രണ്ട് ഗന്ധങ്ങളും കാത്തുനില്ക്കുന്നുണ്ടാവും. വീടുവിട്ട് ഇറങ്ങിയിട്ട് ഒരു മാസം പിന്നിട്ടിരിക്കുന്നു. ഇത്തവണ യാത്ര ഝാർഖണ്ഡിലേക്കായിരുന്നു. അവിടെ വിശേഷിച്ച് എന്തെങ്കിലും കാണാനുണ്ടായിരുന്നതുകൊണ്ടല്ല. മുമ്പു പോയിട്ടില്ലാത്ത ഒരിടം എന്ന നിലയിൽ ഝാർഖണ്ഡ് തിരഞ്ഞെടുത്തു എന്നേയുള്ളൂ. ഝാർഖണ്ഡിലെ ഗ്രാമങ്ങളിലും നഗരങ്ങളിലും വെറുതെ അലഞ്ഞുനടന്നു.

സ്വന്തം കുഞ്ഞിന്റെ ജഡം സൈക്കിളിന്റെ സ്റ്റാന്റിൽ വെച്ചുകെട്ടി അതേ സൈക്കിളുമായി പോകുന്ന ഒരു പിതാവിന്റെ രൂപം. ഈ യാത്രയിൽ ഓർത്തുവെക്കാൻ കിട്ടിയ ദൃശ്യം അതു മാത്രമേയുള്ളൂ. യാത്രയ്ക്കിടയിൽ ഓർത്തുവെക്കാൻ പാകത്തിൽ ഇങ്ങനെ എന്തെങ്കിലുമൊക്കെ വീണുകിട്ടിയേക്കാം. വീട്ടിലാവുമ്പോൾ അത്തരത്തിൽ പുതുതായി ഒന്നും തന്നെ പ്രതീക്ഷിക്കാനില്ല. ഒരുപക്ഷേ, ഇപ്പോൾ ഈ വിജനതയിൽ ബസ്സ്

കുടുങ്ങിപ്പോയതും ഈ രാത്രി നേരത്ത് അപരിചിതമായ ഈ ഇരുട്ടിലൂടെ ഒറ്റയ്ക്കു നടക്കുന്നതുമൊക്കെയാകാം ഈ യാത്രയുടെ സ്മരണീയമായ ബാക്കിപത്രങ്ങൾ. യാത്രയുടെ മാത്രമല്ലാ ജീവിതത്തിന്റേയും.

ബസ്സിലേക്ക് തിരിച്ചെത്തണമെന്ന് വിനയൻ ഇപ്പോൾ ആഗ്രഹിക്കുന്നില്ല. എന്നാലും തിരിച്ച് പോകാതെ വയ്യ. ഒരു വെട്ടുകത്തികൊണ്ട് വഴി തുറക്കാമെന്ന പ്രതീക്ഷയിൽ ചിലർ അവിടെ കാത്തുനില്ക്കുന്നുണ്ട് അവരുടെ പ്രതീക്ഷ വ്യർഥമാണെന്ന്, ഇവിടെ സമീപത്ത് ഒരിടത്തും മനുഷ്യവാസത്തിന്റെ ലക്ഷണമില്ലെന്ന് അവരെ അറിയിക്കേണ്ടതുണ്ട്. അതിനുശേഷം വേണമെങ്കിൽ വീണ്ടും ഇരുട്ടിലേക്ക് തിരിച്ചുവരാം.

വിനയൻ തിരിച്ചുനടന്നു.

പെട്ടെന്ന് വിനയന്റെ മൂക്കിലേക്ക് മനുഷ്യശരീരത്തിന്റേതായ, എന്നാൽ മുഷിഞ്ഞ ഒരു ഗന്ധം കയറിവന്നു. എട്ടോ പത്തോ മീറ്റർ അപ്പുറത്ത് അജ്ഞാതനായ ഒരു മനുഷ്യന്റെ സാന്നിധ്യം. ബസ്സിലെ യാത്രക്കാരനല്ലാത്ത ഒരാൾ. വളരെക്കാലമായി കുളിച്ചിട്ടില്ലാത്ത ശരീരത്തിന്റെ മണം. മുഷിഞ്ഞുനാറിയ വസ്ത്രത്തിന്റെ മണം. പടിഞ്ഞാറ് നിന്നെത്തുന്ന നേർത്ത കാറ്റിൽ ഈ കെട്ടമണവും അയാളുടെ ദേഹത്തിന്റെ ചൂടും അനുഭവിക്കാം. ആ ദിശയിലേക്ക് തിരിഞ്ഞ് വിനയൻ വിളിച്ചു ചോദിച്ചു:

“ആരാണ്?”

ഇരുട്ടിൽനിന്ന് പ്രതികരണമൊന്നുമില്ല. എങ്കിലും അവിടെ ഒരു മനുഷ്യൻ നില്പുണ്ടെന്ന് ഉറപ്പാണ്.

“ഞങ്ങളുടെ ബസ്സ് വഴിതെറ്റി ഇവിടെ കുടുങ്ങിപ്പോയി. നിങ്ങൾ ഈ നാട്ടുകാരനാണെങ്കിൽ... ഒന്നു സഹായിക്കൂ.”

അപ്പോഴും മറുപടിയുണ്ടായില്ല. ഇരുട്ടിൽ ഒരു നിഴലനക്കം വിനയൻ ശ്രദ്ധിച്ചു. ആ മനുഷ്യസാന്നിധ്യം അകന്നകന്നു പോവുകയാണ്. ആ കെട്ട മണം മാഞ്ഞ് അന്തരീക്ഷത്തിൽ വീണ്ടും കശുമാവിൻപൂക്കളുടെ മാദക ഗന്ധം. കള്ളനാവാം. കൊലപാതകിയാവാം. പെൺവാണിഭക്കാരനാകാം. സ്വപ്നാടകനാവാം. എന്തായാലും അതൊരു മനുഷ്യനാണ്.

പക്ഷേ, മറ്റൊരു കാര്യംകൂടി വിനയൻ ശ്രദ്ധിച്ചു. കേവലം ഒരു ശരീരത്തിന്റെ ഗന്ധമല്ലാതെ സാധാരണമായ ഒരു മനുഷ്യജീവിതത്തിന്റെ ഗന്ധം അയാളുടെ സാന്നിധ്യത്തിനുണ്ടായിരുന്നില്ല. അതൊരു ജീവിതമായിരുന്നില്ല. ശരീരം മാത്രമായിരുന്നു. ബസ്സിന്റെ ഹെഡ്‌ലൈറ്റിൽ നിന്ന് പ്രസരിക്കുന്ന വെളിച്ചം ഒരു വാൽനക്ഷത്രംപോലെ വിനയൻ അകലെ കണ്ടു.

എട്ട്

ഹമീദ് മൊബൈൽ ഫോൺ കാതോട് ചേർത്തുപിടിച്ച് ഉറക്കെ സംസാരിക്കുന്ന ശബ്ദം കേട്ടാണ് സുഗതൻ വീണ്ടും അയാളെ ശ്രദ്ധിച്ചത്. ഫോണിന് റെയ്ഞ്ച് കിട്ടുന്നുണ്ടെന്ന ആവേശത്തോടെ സുഗതൻ മാത്രമല്ല

മറ്റ് യാത്രക്കാരും ഹാന്റ്സെറ്റുകൾ കൈയിലെടുത്തു. അടുത്ത നിമിഷം തന്നെ നിരാശയോടെ ഫോൺ പോക്കറ്റിലേക്ക് മടക്കുകയും ചെയ്തു. മറ്റാരുടേയും ഫോണിന് റെയ്ഞ്ച് കിട്ടാത്ത സ്ഥിതിയിലും ഹമീദിന്റെ ഫോണിന് റെയ്ഞ്ചുണ്ട്. ഒരുപക്ഷേ, അയാളുടെ ഫോൺകമ്പനിക്ക് മാത്രം ഈ പ്രദേശത്ത് ടവർ ഉണ്ടായിരിക്കാം.

“സലീമേ, ഞാനീട വഴീ കെടക്ക്വാണ്. എവിടേന്ന് ഒര് പിടീംല്ല. വണ്ടി പോവ്വാന്ന് നോക്കട്ടെ. ഇല്ലെങ്കിലും എങ്ങനേം ഞാൻ ഇന്നന്നെ ആടെ എത്തും. അത് വരെ കാര്യങ്ങള് യ്യ് ന്നെ നോക്കണം. ....ഉമ്മാന്റട്ത്ത് ഇപ്പോ അസീനേണ്ടാവും... പക്ഷേ, ഓളെക്കൊണ്ട് കരയാനല്ലാണ്ട് ഒന്നിനും കയ്യൂല. നീ ബൈക്കെട്ത്ത് ബേഗം ആടെ എത്തണം. ഞാനെത്തണേലും മുന്നെ എന്തേലും പറ്റ്യാലോന്നാ ന്റെ ബേജാറ്.”

സുഗതൻ, ഹമീദിന്റെ ഫോൺ ഉപയോഗിക്കുക എന്ന ലക്ഷ്യംവെച്ച് വണ്ടിയിൽ നിന്നിറങ്ങി. വണ്ടിക്ക് പുറത്തുനിന്നാണ് ഹമീദിന്റെ ഫോൺ ഭാഷണം. ഒരേയൊരു ഫോൺകോളിന് അവസരം ലഭിച്ചാൽ പല കാര്യങ്ങളിലും തീരുമാനമുണ്ടാക്കാൻ കഴിയും. ശ്രീജിത്തിനെ വിളിച്ച് കാര്യങ്ങൾ ഏർപ്പാടാക്കാം. ഒരു മനുഷ്യജീവന് ജീവിതത്തിലേക്ക് തിരിച്ചു കയറാനുള്ള അവസാനത്തെ ചാൻസാണ് അതിലൊരു തീരുമാനം. ഹമീദ് ഫോൺ ഭാഷണം തുടരുകയാണ്. അത് അവസാനിക്കാനായി സുഗതൻ കാത്തുനിന്നു. സംഭാഷണം അവസാനിപ്പിച്ചിട്ട് ജഗന്നാഥന് നേർക്ക്, ആത്മഗതം പോലെ ഹമീദ് പറഞ്ഞു.

“എന്റുമ്മാ ഇന്നോ നാള്യോന്ന് പറഞ്ഞ് കെടക്ക്വാണേയ്. ചെന്ന്ട്ട് ഒരു പിടി കാര്യങ്ങള്ണ്ട് ചെയ്യാൻ.”

സുഗതൻ തന്റെ ആവശ്യം ഹമീദിനു മുന്നിൽ ഉണർത്തിച്ചു.

“നിങ്ങടെ ഫോണിന് റെയ്ഞ്ചുണ്ടെങ്കിൽ ഞാനതിൽ ഒന്നു ഫോൺ ചെയ്തോട്ടെ?”

ഹമീദ് തെല്ലും മടികൂടാതെ ഫോൺ നീട്ടി. സുഗതൻ നമ്പർ ഡയൽ ചെയ്ത് കാത്തുനിന്നു. ഫോണിൽ നിന്ന് യാതൊരു പ്രതികരണവുമില്ല. സൂക്ഷിച്ചു നിരീക്ഷിച്ചപ്പോൾ ഒരു കാര്യം കൂടി ബോധ്യമായി, ആ ഫോണിനും റെയ്ഞ്ചില്ല. ഹമീദ് കരയാൻ തയ്യാറെടുത്ത ഭാവത്തിൽ നില്ക്കുകയാണ്. അനുകമ്പ നിറഞ്ഞ ഒരു നോട്ടം അയാളെ പൊട്ടിക്കരയിച്ചേക്കുമെന്നു തന്നെ സുഗതനു തോന്നി. അതുകൊണ്ട് ‘റെയ്ഞ്ചു പോയി’ എന്നു മാത്രം പറഞ്ഞ്, ഒരു ഭാവഭേദവും മുഖത്ത് പ്രത്യക്ഷപ്പെടാതെ ശ്രദ്ധിച്ചുകൊണ്ട് ഫോൺ തിരിച്ചു കൊടുത്തു.

ഹമീദ് വീണ്ടും അക്ഷമനായി.

“എനിക്ക് പോണം. ഈടെ അങ്ങടൂല്ല ഇങ്ങടൂല്ല എന്ന മട്ടില് കെടന്നിട്ടെന്താ? എവടെ ആ ഡ്രൈവറ്... എവടെ കണ്ടക്ടറ്... വണ്ടി തിരിച്ചെട്ക്കാൻ പറ.”

ഹമീദ് വണ്ടിയുടെ മുൻദിശയിലേക്കു പാഞ്ഞു. ദുഃഖത്തേക്കാൾ ക്രോധമാണ് ഇപ്പോൾ ഹമീദിന്റെ ശരീരഭാഷയിൽ പ്രകടമാകുന്നത്. വണ്ടിയുടെ മുന്നിലെത്തി ചുറ്റിലും കണ്ണോടിച്ചുകൊണ്ട് ഹമീദ് ശബ്ദമുയർത്തി.

"എവിടെ കണ്ടക്ടറ്?"

അന്യഗ്രഹജീവിതത്തിന്റെ സാഹസികാനുഭവങ്ങൾ സങ്കല്പിച്ചു നില്ക്കുകയായിരുന്നു അപ്പോഴും പ്രസാദ്. ഡ്രൈവറും കണ്ടക്ടറും കയറിമറിഞ്ഞ ഇരുട്ടിനു നേർക്ക് കണ്ണെറിഞ്ഞ് പ്രസാദ് മറുപടി കൊടുത്തു.

"ഫോണിന് റെയ്ഞ്ചു നോക്കി അങ്ങോട്ടു പോയിട്ടുണ്ട്."

"ഡ്രൈവറോ?"

"അയാളും പോയി."

"ഈ നരകത്തിലോ ഫോണിന് റെയ്ഞ്ച്?" ഹമീദ് ക്ഷോഭം കൊണ്ടു വിറച്ചു.

ഹെഡ്‌ലൈറ്റിന്റെ കടുംവെളിച്ചത്തിൽ അപ്പോൾ രണ്ടു മനുഷ്യരൂപങ്ങൾ പ്രത്യക്ഷപ്പെടുന്നത് പ്രസാദ് ശ്രദ്ധിച്ചു. ഒട്ടും തിടുക്കമില്ലാത്ത മന്ദഗതിയുള്ള നടത്തം. മുന്നിലേക്കുള്ള വഴി പരിശോധിക്കാൻ പോയ ജഗനും രാജീവനും തിരിച്ചുവരികയാണ്. ഹെഡ്‌ലൈറ്റിന്റെ തീക്ഷ്ണ വെളിച്ചത്തിൽ നിന്ന് തെല്ല് വശം മാറി നിന്നുകൊണ്ട് ജഗൻ പ്രഖ്യാപിച്ചു.

"മുന്നോട്ട് വഴിയില്ല. അവിടെ ഒരു വലിയ മതിലാണ്."

"വീടുകളോ?" സുഗതൻ ചോദിച്ചു.

"ഇനി വീടുകൾ ഉണ്ടായിട്ട് എന്തു കാര്യം? വെട്ടുകത്തി കിട്ടിയിട്ടും മരം മുറിച്ചിട്ടും ഒരു ഫലവുമില്ല. മുമ്പോട്ട് വഴി വേണ്ടേ?"

"എങ്കിൽ..." സുഗതൻ പറഞ്ഞു. "ആ ഡ്രൈവറോട് വണ്ടി തിരച്ചെടുക്കാൻ പറയാം. മുന്നോട്ട് വഴിയില്ലെങ്കിൽ പിന്നെന്തു ചെയ്യാനാ?"

"ഇനിയെന്തു ഡ്രൈവറ്." ഹമീദിന് വീണ്ടും ക്ഷോഭം ഇരച്ചുകയറി. "ഓരെ ഇനി നോക്കണ്ട. പന്നികള്. രണ്ടുംകൂടി മുങ്ങ്യതാ."

"ഇങ്ങനെ ക്ഷോഭിച്ചിട്ടെന്തു കാര്യം?" ഇരുട്ടിലേക്ക് ഒരിക്കൽകൂടി നോട്ടമെറിഞ്ഞിട്ട് പ്രസാദ് പറഞ്ഞു: "അതാ അവര് അവിടെയുണ്ട്."

"എവിടെ ആകാശത്തോ?" ഹമീദും ഇരുട്ടിലേക്ക് തുറിച്ചുനോക്കി.

ആ ഇരുട്ടിൽ ഒരു ആളനക്കം കണ്ടു. കണ്ടക്ടറോ ഡ്രൈവറോ എന്ന പ്രതീക്ഷ കെടുത്തിക്കൊണ്ട് ഇരുട്ടിൽ നിന്ന് വിനയനാണ് പ്രത്യക്ഷപ്പെട്ടത്.

"ഈ പരിസരത്തൊന്നും ഒരു വീടുമില്ല. ഇത് മനുഷ്യവാസമുള്ള സ്ഥലമല്ല."

"പക്ഷേ, ഇവിടെ വീടുകളുണ്ടെന്നാണല്ലോ ഡ്രൈവറ് ഉറപ്പിച്ചു പറഞ്ഞത്." സുഗതൻ ഇപ്പോഴും പ്രതീക്ഷ കൈവിടാൻ തയ്യാറായിട്ടില്ല.

“ആ കള്ള ഡ്രൈവറ് പറേണത് വിശ്വസിക്കാൻ ങ്ങക്കെന്താ പ്രാന്ത്ണ്ടാ. അയാള് മ്മളെ കുടുക്ക്യതാ.” ഹമീദിന്റെ ശബ്ദം പൊടുന്നനെ നിരാശയിലേക്ക് ഭാവം മാറി. “ഞാൻ പറഞ്ഞില്ലേ, ഇത് ഭൂമിയല്ല. നരകാണ്.”

നിരാശയോ ദുഃഖമോ ഭയമോ എന്ന് നിശ്ചയമില്ലാത്ത ഒരു മൗനം അവർക്കിടയിൽ കനത്തു. തുടർന്ന് ആ മൗനം ബസ്സിനുള്ളിലും കയറി സ്ഥാനം പിടിച്ചു.

ഫിലിപ്പ് ചോദിച്ചു.

“ആർ വീ ട്രാപ്ഡ്?”

ജഗൻ പറഞ്ഞു. പ്രസാദ് പറഞ്ഞു. വിനയൻ പറഞ്ഞു. “ട്രാപ്ഡ്.”

കരുണൻ ഭാഷയുടെ അജ്ഞതയിൽ തടഞ്ഞുനിന്നു.

“ഈ പറയണേന്റെ അർഥോന്താണ്?”

സുഗതൻ തർജമ ചെയ്തു: “നമ്മൾ ഒരു കെണിയിൽ കുടുങ്ങിയിരിക്കുന്നു.”

ആരുടെ കെണി? എന്തിന്റെ കെണി? എന്തിനുവേണ്ടിയുള്ള കെണി?

കരുണന്റെ സംശയങ്ങൾക്ക് സുഗതന് മറുപടിയുണ്ടായിരുന്നില്ല. സുഗതനെന്നല്ല ആർക്കും മറുപടിയുണ്ടായിരുന്നില്ല. തെല്ലുനേരത്തെ നിശ്ശബ്ദതയ്ക്കും മരവിപ്പിനും ശേഷം ഹമീദ് ഞെട്ടിയുണർന്ന് കർമ്മനിരതനായി.

“എയ്ക്ക് പോവാണ്ട് പറ്റൂല്ല. വണ്ട്യല്ലേ വഴീല് കെടപ്പായത്. ന്റെ ശരീരം കെടപ്പായിട്ടില്ലല്ലോ.”

തിടുക്കത്തിൽ ബസ്സിൽ കയറി സീറ്റിൽ നിന്ന് തന്റെ ചെറിയ പ്ലാസ്റ്റിക് കവറും എടുത്ത് ഹമീദ് പുറത്തുചാടി.

സുഗതൻ അമ്പരന്നു നിന്നു.

“നിങ്ങൾ എന്തു ചെയ്യാൻ പോകുന്നു?”

“വന്ന വയീക്കൂടെ നടന്നുപോകും.”

“ഈ ഇരുട്ടത്തോ? പരിചയമില്ലാത്ത വഴിയിലൂടെ?”

“ഞി അതൊക്കെ ആലോയ്ച്ച്ട്ട് കാര്യൂല്ല. എയ്ക്ക് വീടെത്താണ്ട് കയ്യൂല. അതന്ന്യാന്ന് ന്റെ വയീം.”

“വെളിച്ചംപോലും ഇല്ലാതെയോ?”

“മനസ്സിന്റെ ബേജാറ് കണ്ണിന്റെ ബെളിച്ചായിക്കോളും.”

കൂടുതൽ വിശദീകരണങ്ങൾക്ക് നിൽക്കാതെ ഹമീദ് ബസ്സ് കടന്നുപോന്ന ദിശയിലേക്കിറങ്ങി നടന്നു. ഇരുട്ടിലേക്ക് മറഞ്ഞു. ഹമീദിനെ മുൻനിർത്തി ജഗൻ വീണ്ടും തന്റെ സ്ഥിരം ആത്മവിചാരത്തിലേക്കു വീണു: ലക്ഷ്യം മാർഗത്തെ സൃഷ്ടിക്കുകയാണോ അതോ മാർഗം ലക്ഷ്യത്തെ സൃഷ്ടിക്കുകയാണോ ചെയ്യുന്നത്? രാത്രിയിൽ ആലോചിക്കാൻ ഒരു വിഷയമായി.

ഒമ്പത്

ഇനി അതിജീവനത്തിനു വേണ്ടിയുള്ള ശ്രമങ്ങളുടെ ഘട്ടമാണ്.

ഡ്രൈവറും കണ്ടക്ടറും കൈയൊഴിഞ്ഞ ഒരു ബസ്സും അതിലെ കുറെ യാത്രക്കാരും. കടലിൽ വഴിതെറ്റി അജ്ഞാതദ്വീപിൽ വന്നടിഞ്ഞ ബോട്ട് പോലെ. ഗതികെട്ട ഒരു പറ്റം യാത്രക്കാർ. രക്ഷകരില്ലാത്ത ഒരു ജനത.

നാല്പത്തിയാറ് യാത്രക്കാരിൽ ഒരാൾ മാത്രം സാഹസികമായ ഒരു തീരുമാനവുമായി കൂട്ടംവിട്ട് പൊയ്ക്കഴിഞ്ഞിരിക്കുന്നു. അവശേഷിക്കുന്നത് നാല്പത്തിയഞ്ചു യാത്രക്കാർ. രക്ഷപ്പെടുത്താൻ പുറംലോകത്തുനിന്ന് ആരും വന്നുചേരുന്നില്ലെങ്കിൽ ഇക്കൂട്ടത്തിൽ നിന്നുതന്നെ ഒരു രക്ഷകൻ ഉയർന്നുവരേണ്ടതുണ്ട്. അതുമല്ലെങ്കിൽ ഓരോരുത്തനും അവനവന്റെ രക്ഷകനായി സ്വയം അവരോധിക്കണം.

പുറംലോകവുമായി ബന്ധം പുലർത്താൻ അസാധ്യമായ ഒരു സ്ഥലത്താണ് വന്നുപെട്ടിരിക്കുന്നത്. നേരം പുലർന്നാലല്ലാതെ ഇനി ഒരു വഴി കണ്ടെത്താൻ തന്നെ കഴിയുകയില്ല. അതുവരെ വണ്ടിയിൽത്തന്നെ കഴിച്ചുകൂട്ടാൻ സാഹചര്യമൊരുക്കുകയാണ് അടിയന്തരമായ ആവശ്യം. ബസ്സിന്റെ ബാറ്ററിക്ക് എത്ര നേരത്തേക്ക് ആയുസ്സുണ്ടാകുമെന്ന് നിശ്ചയമില്ല. അതിനാൽ ബാറ്ററിയുടെ ആയുസ്സ് നേരം പുലരുവോളം നീട്ടിയെടുക്കുകയാണ് ആദ്യം ചെയ്യേണ്ടത്.

ആരെങ്കിലും ഒരാൾ മുൻകൈ എടുത്താൽ മാത്രമേ ഇത്തരം കാര്യങ്ങൾ നിർവഹിക്കാൻ കഴിയൂ. അതുകൊണ്ട് സുഗതൻ സ്വയം സമ്മതിപ്പിച്ചു. "മറ്റാരും തയ്യാറാവാത്ത സ്ഥിതിയിൽ ആ ഒരാളുടെ ചുമതല താൻതന്നെ ഏറ്റെടുക്കാം."

സുഗതൻ ബസ്സിനകത്തേക്കു കയറി, മുൻനിരയിൽ മധ്യത്തിൽ ചെന്ന് ആത്മവിശ്വാസം സ്ഫുരിക്കുന്ന മുഖഭാവത്തോടെ നിവർന്നു നിന്നു. ഒരു യാത്രക്കാരനൊഴികെ മറ്റെല്ലാവരും സ്വന്തം ഇരിപ്പിടങ്ങളിൽ സ്ഥാനം പിടിച്ചിരുന്നു. ഒരാൾ മാത്രം ബസ്സിനു മധ്യേയുള്ള ഇടനാഴിയിൽ കമ്പിയിൽ തൂങ്ങിപ്പിടിച്ചു നില്ക്കുന്നു.

മിക്ക യാത്രക്കാരും എന്തോ നിശ്ചയിച്ചുറപ്പിച്ചപോലെ, അല്ലെങ്കിൽ ഒന്നും നിശ്ചയിക്കാനാവാത്തതുപോലെ അവരവരുടെ ഇരിപ്പിടങ്ങളിൽ മരവിച്ചിരിക്കുകയാണ്. അവരെല്ലാംതന്നെ കനത്ത നിശ്ശബ്ദതയിലാണ്. ഏതോ ഒരു ദുരന്തം സംഭവിക്കാൻ പോകുന്നു എന്ന ദുശ്ശകുനവ്യസനമാണ് അവരെ നിശ്ശബ്ദരാക്കുന്നതെന്ന് സുഗതൻ ഊഹിച്ചു. സംഭവിക്കാൻ പോകുന്നത് എന്തുമാവട്ടെ, അത് നേരിടാൻ ഞങ്ങൾ തയ്യാർ എന്ന മട്ട്. ഒരു ദുരന്തം മുൻകൂട്ടി നിശ്ചയിക്കപ്പെട്ടു കഴിഞ്ഞാൽ പിന്നെ മനുഷ്യർ അതിന് സജ്ജരും ശാന്തശീലരും ആയിത്തീരുന്നു എന്ന് ഒട്ടേറെ മുൻ അനുഭവങ്ങളിലൂടെ സുഗതന് ബോധ്യപ്പെട്ടിട്ടുള്ളതാണ്. ആശുപത്രിയിൽ ഡയാലിസിസിന്റെ കാരുണ്യത്തിൽ മാത്രം ജീവിതം നീട്ടിയെടുക്കുന്ന

സുരേഷ് കുറച്ചു കാലമായി ഈയൊരു അവസ്ഥയിലൂടെയാണ് കടന്നു പോവുന്നത്. പകുതി മരണത്തിലും പകുതി ജീവിതത്തിലും കാൽവെച്ചു നില്ക്കുന്ന ഘട്ടത്തിൽ മനുഷ്യർ സംയമികളും ജ്ഞാനികളുമായി മാറുന്നു. ജീവിതത്തിലേക്ക് വലിഞ്ഞുകയറാൻ ആഗ്രഹിക്കുന്നവർ മാത്രം അപ്പോഴും പരിഭ്രാന്തരായി തുടരുന്നു. അവർ ജീവിതത്തെ നോക്കി നില വിളിക്കുന്നു.

സുഗതൻ ഒരു പ്രഭാഷണത്തിന്റെ ശൈലിയിൽ കാര്യങ്ങൾ പറഞ്ഞു തുടങ്ങി.

"പരിചയമില്ലാത്ത ഒരു സ്ഥലത്താണ് നമ്മൾ വന്നുപെട്ടിരിക്കുന്നത്. രാത്രിയായതുകൊണ്ട് ശരിയായ വഴി കണ്ടുപിടിക്കുക പ്രയാസമാണ്. ഡ്രൈവറും കണ്ടക്ടറും ഈ പ്രശ്നത്തിന് ഒരു പരിഹാരമുണ്ടാക്കാനായി പോയിട്ടുണ്ട്. ഒരുപക്ഷേ, അവർ തിരിച്ചെത്താൻ വൈകിയേക്കാം. എങ്കിൽ, നേരം പുലരും വരെയുള്ള കാര്യങ്ങൾ നമ്മൾതന്നെ പ്ലാൻ ചെയ്യേണ്ടിവരും. അതിനുവേണ്ടി ചില അസൗകര്യങ്ങൾ നേരിടാൻ നമ്മൾ തയ്യാറാവുകതന്നെ വേണം. ആദ്യം ചെയ്യേണ്ടത് വണ്ടിയുടെ ഹെഡ് ലൈറ്റ് ഓഫ് ചെയ്യുകയാണ്. ബാറ്ററിയുടെ ചാർജ് നേരം പുലരുവോളം നിലനിർത്താൻ അതല്ലാതെ മറ്റ് വഴിയില്ല. പകരം വണ്ടിക്കകത്തെ ഒരു ലൈറ്റ് മാത്രം ഓൺ ചെയ്തു വെക്കാം."

'വണ്ടിയെപ്പറ്റി അറിയാവുന്ന ആരെങ്കിലും വന്ന് വണ്ടിയുടെ ഹെഡ് ലൈറ്റ് അണയ്ക്കൂ' എന്ന സുഗതന്റെ നിർദ്ദേശം ഏറ്റെടുത്ത് കരുണൻ എഴുന്നേറ്റു. ഡ്രൈവറുടെ സീറ്റിൽ കയറിയിരുന്ന് ഹെഡ്ലൈറ്റ് ഓഫ് ചെയ്തു. വണ്ടിക്കുള്ളിലെ ഒന്നൊഴികെയുള്ള ലൈറ്റുകളെല്ലാം അണച്ചു. ബസ്സിനു പുറത്തുള്ള ലോകം കട്ടപിടിച്ച ഇരുട്ടിൽ മുങ്ങി അപ്രത്യക്ഷ മായി.

ഇനി നേരിടേണ്ടിവരുന്ന രണ്ട് പ്രശ്നങ്ങൾ ഭക്ഷണവും കുടിവെള്ള വുമാണ്. കോഴിക്കോട് സ്റ്റേഷനിൽ നിന്ന് പുറപ്പെടുന്ന ബസ്സ് വഴിമധ്യേ യുള്ള ഹോട്ടലുകൾക്ക് മുന്നിൽ നിർത്തുകയാണ് പതിവ്. അവിടെ നിന്നാണ് ഭക്ഷണം. എന്നാൽ ഹോട്ടലെത്തും മുമ്പ് ഇടയ്ക്കുവെച്ച് വഴി തിരിഞ്ഞുപോന്നതുകൊണ്ട് പലരും ഭക്ഷണം കഴിച്ചിട്ടില്ല. ഈ വിജനത യിൽ ഇനി ഭക്ഷണമോ വെള്ളമോ ലഭിക്കാൻ അവസരമില്ല. ഒരു രാത്രി ഉപവസിക്കാൻ യാത്രക്കാരിൽ പലർക്കും അവസരം കിട്ടുകയാണ്. ഈ കൂട്ടത്തിൽ സുഗതനുമുണ്ട്.

വണ്ടിയിലെ യാത്രക്കാരുടെ സുരക്ഷയാണ് മറ്റൊരു പ്രശ്നം. യഥാർത്ഥത്തിൽ ബസ്സ് എവിടെയാണ് വന്നുപെട്ടിരിക്കുന്നതെന്ന് നിശ്ചയ മില്ല. ഒരുപക്ഷേ, ഇത് ഒരു മലയോര കാട്ടുപ്രദേശമാവാം. രാത്രിനേരങ്ങ ളിൽ പുലിയും കാട്ടുപന്നിയും കാട്ടാനയുമൊക്കെ ഇറങ്ങിവരുന്ന ഒരു പ്രദേശം. എങ്കിൽ ഒരിക്കൽകൂടി യാത്രക്കാരുടെ എണ്ണം തിട്ടപ്പെടുത്തേണ്ട തുണ്ട്. ഇന്നുള്ള സംഖ്യ തന്നെ നാളെയും ഉണ്ടെന്ന് ഉറപ്പുവരുത്തേണ്ട തുണ്ട്.

ബസ്സ് നിശ്ചലമാവുന്നതിന് മുമ്പ് നാല്പത്തിയാറ് യാത്രക്കാരെ സുഗതൻ എണ്ണിയിരുന്നതാണ്. നാല്പത്തിയഞ്ച് എന്നായിരുന്നു കണ്ടക്ടറുടെ കണക്ക്. നാല്പത്തിയഞ്ചോ നാല്പത്തിയാറോ എന്ന തർക്കത്തിന് ടിക്കറ്റുകളുടെ എണ്ണം എന്നതിൽ കവിഞ്ഞ് ആ സന്ദർഭത്തിൽ ഒരു പ്രസക്തിയും ഉണ്ടായിരുന്നതല്ല. എന്നാൽ ഇപ്പോൾ സാഹചര്യം മാറിയിരിക്കുന്നു. എണ്ണത്തിന്റെ കൃത്യത ഇപ്പോൾ വളരെ പ്രധാനമാണ്. ഈ പാതാളത്തിൽ നിന്ന് എത്രപേർ പുറത്തുകടന്നു എന്നത് ഒരുപക്ഷേ, നാളെ ചരിത്രപുസ്തകങ്ങളിലെ പാഠ്യവിഷയമായേക്കാം. സുഗതൻ ഒരിക്കൽക്കൂടി യാത്രക്കാരുടെ എണ്ണം തിട്ടപ്പെടുത്താൻ തുടങ്ങി. വണ്ടിയുടെ നടുവിൽ, ഇരിക്കാൻ തയ്യാറല്ലാതെ കമ്പിയിൽ തൂങ്ങിനില്ക്കുകയായിരുന്നു യൂസഫ്. സുഗതൻ കൗതുകപൂർവം ചോദിച്ചു:

"എന്തിനാണ് നില്ക്കുന്നത്? ഇരിക്കാമല്ലോ."

മ്ലാനമായ ഒരു പുഞ്ചിരിയോടെ അയാൾ പറഞ്ഞു:

"കുറച്ചുനേരം ഒരേ ഇരുപ്പിരുന്നാൽ രണ്ട് കാൽമുട്ടിലും നീര് കെട്ടും. നില്ക്കുമ്പോൾ അത്രയും പ്രശ്നമില്ല."

"എന്നിട്ടാണോ ബസ്സിൽ യാത്ര ചെയ്യുന്നത്?"

'ഇന്നലെ ഗൾഫീന്ന് വന്നേയുള്ളൂ. ട്രെയിൻടിക്കറ്റ് ബുക്ക് ചെയ്യാൻ സമയം കിട്ടിയില്ല."

യൂസഫ് ഒരു ഭാഗത്തേക്ക് ഒഴിഞ്ഞുനിന്നു. ആ വിടവിലൂടെ സുഗതൻ വണ്ടിയുടെ പിൻഭാഗത്തേക്ക് നീങ്ങി. പിൻസീറ്റുകളിൽ ഒന്നിലിരുന്ന് അപ്പോൾ ജഗൻ വിളിച്ചുപറഞ്ഞു.

"യാത്രക്കാരുടെ എണ്ണമെടുക്കുകയാണോ? ഞാനിപ്പോ എണ്ണിയതേയുള്ളൂ. മൊത്തം നാല്പത്തിനാല് പേരുണ്ട്."

പഴയ ആശയക്കുഴപ്പം ഇപ്പോഴുംതന്നെ പിന്തുടർന്നു വരുന്നതായി സുഗതനു തോന്നി. താൻ നേരത്തെ എണ്ണിയപ്പോൾ നാല്പത്തിയാറ് എന്നാണ് ഉത്തരം കിട്ടിയത്. ഇതിനകം ഒരാൾ മാത്രമാണ് വണ്ടിവിട്ടു പോയത്. ഹമീദിനെ ഒഴിവാക്കിയാൽ വണ്ടിയിൽ ബാക്കിയുണ്ടാവേണ്ടത് നാല്പത്തിയഞ്ചു യാത്രക്കാരാണ്. സുഗതൻ എണ്ണിത്തീർന്നപ്പോൾ കണക്ക് പഴയതുതന്നെ. നാല്പത്തിയഞ്ച്. മറ്റുള്ളവരുടേതിനേക്കാൾ ഒന്നു കൂടുതൽ. എണ്ണൽ അവസാനിപ്പിച്ച് തിരിയുമ്പോൾ ജഗന്റെ ചോദ്യമെത്തി: "എത്രയുണ്ട്?"

"നാല്പത്തിയഞ്ച്" സുഗതന്റെ ശബ്ദത്തിൽ ഒരു അനിശ്ചിതത്വത്തിൽ പെട്ടുപോയതിന്റെ സന്ദേഹഭാവമുണ്ട്.

"അത് ശരിയാവാൻ വഴിയില്ല. ഞാൻ മൂന്നുതവണ എണ്ണിയതാണ്. മൂന്നുതവണയും നാല്പത്തിനാല് എന്നാണ് വന്നത്."

സുഗതൻ എണ്ണുമ്പോൾ സംഭവിക്കുന്ന സവിശേഷമായ ഒരു പ്രശ്നമാണ് പ്രസാദിന് ചൂണ്ടിക്കാണിക്കാനുള്ളത്.

“നിങ്ങൾ എണ്ണുമ്പോൾ ഏതോ ഒരു സംഖ്യ വിട്ടുപോകുന്നുണ്ടെന്നാണ് തോന്നുന്നത്.”

കൗതുകകരമായ ഒരു നിരീക്ഷണമാണല്ലോ എന്ന് സുഗതൻ ആ സന്ദർഭത്തിലും മന്ദഹസിച്ചുപോയി. ആളുകളുടെ എണ്ണത്തിലല്ല, എണ്ണുന്ന സംഖ്യകളിലാണ് അവ്യക്തത! ഒന്നിനും നാല്പത്തിയഞ്ചിനും ഇടയിലുള്ള ഏതോ ഒരു സംഖ്യ തന്റെ തലച്ചോറിൽ പ്രവർത്തനരഹിതമായി കിടക്കുകയാണ് എന്നാണ് പ്രസാദ് പറഞ്ഞതിന്റെ സാരം. എങ്കിൽ ഏതായിരിക്കും ആ സംഖ്യ? തന്റെ ജീവചരിത്രം വെച്ച് പരിശോധിച്ചാൽ മുപ്പത്തഞ്ച് എന്ന സംഖ്യക്കാണ് അതിനുള്ള യോഗ്യതയുള്ളത്. മുപ്പത്തഞ്ചാമത്തെ വയസ്സിലാണ് താൻ സർവീസിൽ നിന്ന് പിരിച്ചുവിടപ്പെട്ടത്. ഏതായിരിക്കും സത്യം? ഒരു സംഖ്യ നഷ്ടപ്പെടുന്നതോ അതോ അവർ കാണാത്ത ഒരാളെ താൻ അധികമായി കാണുന്നതോ? ഒരിക്കൽകൂടി എണ്ണാൻ സുഗതന് താത്പര്യം തോന്നിയില്ല. മൊത്തത്തിലുള്ള അനിശ്ചിതത്ത്വത്തിലേക്ക് യാത്രക്കാരുടെ എണ്ണത്തേയും ഉൾപ്പെടുത്തി സുഗതൻ പിൻവാങ്ങി.

പക്ഷേ, സ്വന്തം സീറ്റിലേക്ക് മടങ്ങുമ്പോഴും ആ കൗതുകത്തിൽ നിന്ന് പുറത്തുകടക്കാൻ സുഗതന് കഴിയുന്നില്ല. താൻ അധികമായി കാണുന്ന ആ യാത്രക്കാരൻ ആരാണ്? താൻ കാണുന്ന ഫാന്റസി കഥാപാത്രം? ഒരു കഥാപാത്രം പൊടുന്നനെ സുഗതന്റെ ശ്രദ്ധയിലേക്ക് കയറിവന്നു. വണ്ടിക്കുള്ളിലും പുറത്തുമായി സംഭവിച്ചുകൊണ്ടിരുന്ന ഒരു കോലാഹലവും ശ്രദ്ധിക്കാതെ, അതിൽ തെല്ലും അലോസരപ്പെടാതെ ഒരാൾ. കൗമാരത്തിനും യൗവനത്തിനുമിടയിൽ പ്രായം ശങ്കിച്ചുനില്ക്കുന്ന ഒരു ചെറുപ്പക്കാരൻ. ചുറ്റുപാടും സംഭവിക്കുന്നതൊന്നും അറിയാതെ തന്റെ മൊബൈൽ ഫോണിൽ ഏതോ ഗെയിം കളിച്ചുകൊണ്ടിരിക്കുകയാണ് അവൻ. അവന്റെ കണ്ണുകളും ശ്രദ്ധയും മൊബൈൽ ഫോണിന്റെ സ്ക്രീനിൽ പതിച്ചുവെച്ച സ്ഥിതിയിലാണ്.

കോഴിക്കോട് ബസ്സ്റ്റാന്റിൽ നിന്നു തന്നെയാണ് ജയേഷും യാത്ര തുടങ്ങിയത്. എന്നാൽ ബസ്സ് പുറപ്പെട്ട നിമിഷം മുതൽ തുടങ്ങിയതാണ് മൊബൈൽ ഫോണിലെ കളി. ഇതിനിടെ രണ്ടോ മൂന്നോ മണിക്കൂറുകളും ഇരുപതോ മുപ്പതോ കിലോമീറ്ററുകളും പിന്നിട്ടത് അവൻ അറിഞ്ഞിട്ടില്ല. സുഗതൻ ശങ്കിച്ചുനിന്നു. ഇവനാവുമോ തന്റെ എണ്ണലിൽ അധികമായി കടന്നുകൂടിയ സംഖ്യ? ഒരു പ്രതീതി യാഥാർത്ഥ്യം? വെർച്വൽ റിയാലിറ്റി? മറ്റാരും കാണാത്തത്. താൻ മാത്രം കാണുന്നത്.

ഒരു സാധാരണ മനുഷ്യന്, അതൊരു കൗമാരക്കാരനാണെങ്കിൽ കൂടിയും ഒരു ദുരന്തമുഖത്ത് നില്ക്കുമ്പോൾ ഇത്രയും നിസ്സംഗനാവാൻ കഴിയുമോ? അവൻ ഒരു റിയാലിറ്റി തന്നെയോ എന്ന സംശയത്തിൽ നിന്ന് പുറത്തു കടക്കാൻ സുഗതൻ പ്രസാദിനെ തന്നെ ആശ്രയിച്ചു.

“ആ കുട്ടി എത്ര നേരമായി മൊബൈലിൽ കളിച്ചുകൊണ്ടിരിക്കുന്നു.

ഇങ്ങനെ കളിച്ചു കളിച്ച് ബാറ്ററിയുടെ ചാർജ് തീർത്തുവെച്ചാൽപ്പിന്നെ ഫോൺ വിളിക്കാൻ അവനെന്തു ചെയ്യും?"

പ്രസാദ് പറഞ്ഞു.

"ഞാനത് അവനോട് മുമ്പേ ചോദിച്ചതാ. അവൻ പറഞ്ഞത് അവന്റെ കൈയിൽ വേറെ ബാറ്ററിയുണ്ടെന്നാ."

ആശ്വാസമായി. സുഗതൻ മനസ്സിൽ പറഞ്ഞു. അവൻ പ്രേത യാഥാർഥ്യമോ പ്രതീതിയാഥാർഥ്യമോ അല്ല. ഒറിജിനൽ മനുഷ്യൻ തന്നെ. തെറ്റാത്ത എണ്ണങ്ങളിലൊന്ന്. പ്രസാദും അവനെ എണ്ണിയിട്ടുണ്ട്. സുഗതനെ അടുത്തുപിടിച്ച് പ്രസാദ് ശബ്ദം താഴ്ത്തി പറഞ്ഞു.

"ബാറ്ററി മാത്രമല്ല, അവനാവശ്യമുള്ള എല്ലാ ചാർജും അവന്റെ ബാഗി ലുണ്ട്. അഞ്ചെട്ട് ചോക്ലേറ്റ് പാക്കറ്റുകൾ. രണ്ട് ലിറ്റർ കോള... പിന്നെ അവന് ഗെയിം കളിച്ചാലെന്താ?"

ബാറ്ററി തീരുംവരെ, രണ്ട് ലിറ്റർ കോള തീരുംവരെ, അഞ്ചെട്ട് ചോക്ലേറ്റ് പാക്കറ്റുകൾ തീരുംവരെ അവൻ അവന്റെ മായാലോകത്ത് വിഹരിക്കട്ടെ എന്ന് ആശ്വസിച്ചുകൊണ്ട് സുഗതൻ സ്വന്തം വ്യാകുലത കളിലേക്ക് മടങ്ങിയെത്തി. പുരുഷോത്തമന്റേയും രുഗ്മിണിയുടേയും മടിയിൽ കിടന്നുറങ്ങുകയായിരുന്ന കുഞ്ഞ്. പൊടുന്നനെ ഉണർന്നു കരഞ്ഞു. സുഗതൻ പ്രാർഥിച്ചു, അല്ല ആഗ്രഹിച്ചു. ആ കുഞ്ഞിനുള്ള ആഹാരമെങ്കിലും അവരുടെ കൈവശം ഉണ്ടായിരിക്കട്ടെ. സീറ്റിലേക്ക് ചാഞ്ഞിരിക്കുമ്പോൾ സുഗതനു മുന്നിൽ സുരേഷിന്റെ ക്ഷീണിതരൂപം പ്രത്യക്ഷമായി. ഒരറ്റം മരണത്തിലേക്കും മറ്റേയറ്റം ജീവിതത്തിലേക്കും വലിച്ചുകെട്ടിയ ഊഞ്ഞാൽക്കട്ടിൽ. അതിൽ സുരേഷ് കിടക്കുന്നു, ശാന്ത മായ മുഖഭാവത്തോടെ.

പത്ത്

നെഞ്ചിനുള്ളിലെ ഒരു പിടച്ചിലായി സുരേഷ് എപ്പോഴും കൂടെയുണ്ട്. കൃത്യം പറഞ്ഞാൽ രണ്ടു വർഷം മുമ്പ് തുടങ്ങിയതാണ് ആ പിടച്ചിൽ. ആ പിടച്ചിലിന്റെ ഫ്രീക്വൻസി അതിന്റെ ഏറ്റവും ഉയർന്ന നിലയിലൂടെ യാണ് ഇപ്പോൾ കടന്നുപോകുന്നത്. നഷ്ടപ്പെടുന്ന ഓരോ നിമിഷവും സുരേഷിന്റെ ജീവിതത്തെ മരണത്തിലേക്കടുപ്പിക്കുന്ന നിമിഷങ്ങളാണ്. ഈ കുരുക്കിൽനിന്ന് പുറത്തുകടക്കാനുള്ള തന്റെ വഴിയാണ് ഇനി സുരേഷിന് ജീവിതത്തിലേക്ക് കയറാനുള്ള വഴിയും. സുഗതൻ മനസ്സിൽ പറഞ്ഞു. ജീവിതത്തിലേക്ക് മടങ്ങിയെത്താനുള്ള സുരേഷിന്റെ അവസാ നത്തെ അവസരമാണ് നാളെ തൃശൂരിൽ നടക്കേണ്ട മെഡിക്കൽ ബോർഡ്. ആ മെഡിക്കൽ ബോർഡിൽ സുരേഷിന്റെ പ്രതിനിധിയായി പങ്കെടുക്കാൻ ചുമതലപ്പെട്ട ആളാണ് താൻ. മെഡിക്കൽ ബോർഡിനു

മുമ്പാകെ സമർപ്പിക്കാനുള്ള രേഖകൾ മുഴുവൻ തന്റെ കൈവശം ഇരിക്കുകയാണ്.

ആരോഗ്യവകുപ്പിലെ ഒരു ജോയിന്റ് സെക്രട്ടറിയും ഡോക്ടർമാരും ചേർന്നതാണ് മെഡിക്കൽ ബോർഡ്. കിഡ്നി ദാനം ചെയ്യാൻ തയ്യാറായിട്ടുള്ള ദാതാവും കിഡ്നി സ്വീകരിക്കുന്ന രോഗിയുടെ പ്രതിനിധിയും ആ ബോർഡിനു മുമ്പാകെ നിശ്ചിതസമയത്തുതന്നെ ഹാജരാകേണ്ടതുണ്ട്. ബോർഡിൽനിന്ന് അനുകൂലതീരുമാനം ഉണ്ടായാൽ മാത്രമേ കിഡ്നി മാറ്റിവെക്കുന്ന ശസ്ത്രക്രിയ നടത്താൻ കഴിയൂ. കോഴിക്കോട്ടെ ആശുപത്രിയിൽ ശസ്ത്രക്രിയ നടത്താനുള്ള സംവിധാനങ്ങളൊക്കെ സജ്ജമായിക്കഴിഞ്ഞിട്ടുണ്ട്. ഇനി ഉണ്ടാവേണ്ടത് ഈ മെഡിക്കൽ ബോർഡിന്റെ അംഗീകാരം മാത്രമാണ്. നാളെ യഥാസമയത്ത് മെഡിക്കൽ ബോർഡിനു മുമ്പാകെ ഹാജരാവാനും രേഖകൾ സമർപ്പിക്കാനും കഴിയുന്നില്ലെങ്കിൽ ജീവിതത്തിലേക്ക് തിരിച്ചു കയറാനുള്ള സുരേഷിന്റെ അവസരമാണ് ഇല്ലാതാവുക. സുരേഷിന്റെ മാത്രമല്ല, ഭാസ്കരന്റെ ജീവിതവും ഈ ശസ്ത്രക്രിയയെ ആശ്രയിച്ചാണ് നില്ക്കുന്നത്.

ബസ്സ് വന്നു കുരുങ്ങിയത് സുരേഷിനെ പിടികൂടാനായി മരണം വിരിച്ചിട്ട വലയിലാണ് എന്ന് തോന്നിപ്പോവുന്നു.

ഒരു നാടിന്റെ മുഴുവൻ ആത്മവിശ്വാസത്തിന്റേയും സജീവതയുടേയും യുവത്വത്തിന്റേയും പ്രതീകമായിരുന്നു സുരേഷ്. സർവസ്വീകാര്യനായ ഒരു പൊതുപ്രവർത്തകൻ. ഗ്രന്ഥശാലാപ്രസ്ഥാനം, പരിസ്ഥിതി സംരക്ഷണം, പെയിൻ ആന്റ് പാലിയേറ്റീവ് പ്രവർത്തനം, രക്തദാനസേന. നാടകപ്രവർത്തനം, സർക്കാർ സർവീസിലെ ഗുമസ്തന്റെ ജോലിക്കിടയിലും തികച്ചും മാതൃകാപരമായ പ്രവർത്തനങ്ങളാണ് അവൻ നടപ്പിലാക്കിക്കൊണ്ടിരുന്നത്.

പൊതുപ്രവർത്തനങ്ങളിൽ സുരേഷിന്റെ പങ്കാളിയായിരുന്ന ശ്രീജിത്താണ് ഒരു ദിവസം ആ വാർത്ത അറിയിക്കുന്നത്. എറണാകുളത്തെ സൂപ്പർ സ്പെഷ്യാലിറ്റി ആശുപത്രിയിലെ പരിശോധനയിൽ നിന്ന് വ്യക്തമായിരിക്കുന്നു. സുരേഷിന്റെ രണ്ടു കിഡ്നികളും പ്രവർത്തനരഹിതമാണ്. അതിന് ശരിയായ ഒരു പരിഹാരമേയുള്ളൂ. കിഡ്നി ട്രാൻസ്പ്ലാന്റേഷൻ, എന്നാൽ ഒട്ടേറെ കടമ്പകൾ മറികടന്നേ അത് സാധ്യമാവൂ. അത്രയും കാലം കാത്തുനില്ക്കാൻ കഴിയില്ല. അതിനാൽ ഉടനെ ഡയാലിസിസ് ആരംഭിക്കണം.

താൻ മാരകമായ ഒരു ആരോഗ്യപ്രശ്നത്തിന് അടിപ്പെട്ടിരിക്കുന്നു എന്ന യാഥാർഥ്യം തിരിച്ചറിഞ്ഞിട്ടും പൊതുപ്രവർത്തനങ്ങളിൽ നിന്ന് പിന്തിരിയാൻ സുരേഷ് തയ്യാറായിരുന്നില്ല. തന്റെ പ്രശ്നങ്ങൾ മറ്റുള്ളവരിൽനിന്ന് മറച്ചുവെച്ച് അവൻ തന്റെ പൊതുപരിപാടികൾ തടസ്സമില്ലാതെ തുടർന്നു. ചൊവ്വാഴ്ചകളിലും വെള്ളിയാഴ്ചകളിലും കൂട്ടുകാർ പോലുമറിയാതെ ഒറ്റയ്ക്ക് ആശുപത്രിയിലെത്തി ഡയാലിസിസും

തുടർന്നു. ഒടുവിൽ ആ ആവേശത്തിനും അറുതിയായി. ഒരിക്കൽ ഡയാലിസിസ് കഴിഞ്ഞ് മടങ്ങുമ്പോൾ ആശുപത്രി ഗെയ്റ്റിൽ കുഴഞ്ഞുവീഴുകയായിരുന്നു.

കിഡ്നി മാറ്റിവെക്കുകയല്ലാതെ മറ്റ് പരിഹാരമില്ല എന്ന് ഉറപ്പായപ്പോൾ മാത്രമാണ് അതിനുള്ള വഴി കണ്ടെത്താനുള്ള സുഹൃത്തുക്കളുടെ ശ്രമത്തിന് സുരേഷ് സമ്മതമറിയിച്ചത്. ഒരു കിഡ്നി ദാനമായി ലഭിക്കണം. ഓപ്പറേഷൻ നടത്താൻ ലക്ഷങ്ങൾ വേറെയും വേണം. കിഡ്നി ദാനമായി ലഭിക്കുന്നതിനുവേണ്ടി പത്രത്തിൽ ഒരു പരസ്യം നല്കുകയാണ് ആദ്യം ചെയ്തത്. ഒരു കോളത്തിൽ ഒരിഞ്ചു നീളത്തിൽ ചെറിയൊരു പരസ്യം. പത്രം പുറത്തിറങ്ങിയ പ്രഭാതത്തിൽതന്നെ ആദ്യത്തെ ഫോൺ വന്നു. കിഡ്നി ദാനം ചെയ്യാൻ തയ്യാറാണ്. പക്ഷേ, പ്രതിഫലം വേണം.

കോഴിക്കോട് ജില്ലയുടെ കിഴക്കൻ മേഖലയിൽ നിന്നുള്ള ഒരു യുവ കർഷകനാണ് ഭാസ്കരൻ. കൃഷിയെല്ലാം ആവർത്തിച്ച് തകർന്ന് കടം കയറി ആത്മഹത്യയുടെ വക്കിലെത്തി നില്ക്കുന്ന ഒരു മനുഷ്യൻ. അമ്മയും വിവാഹപ്രായമെത്തിയ രണ്ട് സഹോദരിമാരുമുണ്ട്. ആത്മഹത്യയെക്കുറിച്ചുള്ള ആലോചന ബഹുദൂരം മുന്നേറിക്കഴിഞ്ഞ ഘട്ടത്തിലാണ് പത്രത്തിൽ പരസ്യം കണ്ടത്. ജീവിതം തിരിച്ചുപിടിക്കാൻ ഒരവസരം എന്ന ആവേശത്തോടെ അടുത്ത നിമിഷം തന്നെ ഒരുമ്പെട്ടിറങ്ങുകയായിരുന്നു. കിഡ്നി ദാനം ചെയ്യുന്നത് ജീവകാരുണ്യപ്രവർത്തനത്തിനുള്ള താത്പര്യം കൊണ്ടൊന്നുമല്ല. പണത്തിനുവേണ്ടിയാണ്. ജീവിതം തിരിച്ചുപിടിക്കാൻ വേണ്ടിയാണ്. കിഡ്നി ദാനം ചെയ്യാൻ പ്രതിഫലമായി അയാൾ ആവശ്യപ്പെട്ടത് പന്ത്രണ്ട് ലക്ഷം രൂപയാണ്.

കിഡ്നി ദാനമായി സ്വീകരിക്കേണ്ടത് പ്രതിഫലം നല്കാതെയായിരിക്കണം എന്നാണ് നിയമം. എന്നാൽ അങ്ങനെ ദാനം ചെയ്യാൻ ആരും സന്നദ്ധരാവാത്തെ സ്ഥിതിയിൽ അയാളുടെ ഡിമാന്റുകൾ അംഗീകരിക്കേണ്ടി വന്നു. കടലാസിൽ എല്ലാം ദാനമായിരിക്കും. പ്രവൃത്തിയിൽ കച്ചവടവും. ഉറച്ച മനസ്സ്. കിഡ്നി നഷ്ടപ്പെടുന്നതിൽ വേവലാതിയോ ദുഃഖമോ ഇല്ല. ജീവിതത്തിൽ തുടരാൻ ഒരു അവസരം കിട്ടുന്നതുതന്നെ ഭാഗ്യം എന്ന ഭാവമേയുള്ളൂ.

പലതരം കടമ്പകളുടെ പരമ്പരയായിരുന്നു പിന്നീട്. കിഡ്നി ദാതാവിന്റേയും ബന്ധുക്കളുടേയും സമ്മതപത്രം. വില്ലേജ് ഓഫീസിൽ നിന്നും പൊലീസ് സ്റ്റേഷനിൽനിന്നും ബാധ്യതകളോ കേസുകളോ ഇല്ല എന്നതിന്റെ രേഖകൾ! മെഡിക്കൽ ചെക്കപ്പുകൾ. രോഗിയുടേയും ദാതാവിന്റേയും ശരീരഘടനകൾ തമ്മിലുള്ള ഒത്തുനോക്കൽ. രോഗിയുടേയും ബന്ധുക്കളുടേയും സമ്മതപത്രങ്ങൾ. കഴിഞ്ഞ പതിനൊന്നു മാസങ്ങളായി താൻ ഈ കടമ്പകൾ ഓരോന്നായി ചാടിക്കടക്കുകയായിരുന്നു. അതിനിടയിൽ സഹായനിധി രൂപീകരണം. ധനസമാഹരണം. ഭാസ്കരന്റേയും അയാളുടെ കുടുംബാംഗങ്ങളുടേയും സംരക്ഷണം. ഇങ്ങനെ പല

പല കടമ്പകൾ കടന്നാണ് മെഡിക്കൽ ബോർഡ് എന്ന അവസാന കടമ്പയിലെത്തിയത്.

ഇത്രയും കാലത്തെ അധ്വാനം മുഴുവനും നാളെ നടക്കാനുള്ള മെഡിക്കൽ ബോർഡ് മുന്നിൽ കണ്ടുകൊണ്ടായിരുന്നു. എല്ലാ ശ്രമങ്ങളേയും മുൾമുനയിലാക്കിക്കൊണ്ട് താൻ ഇതാ ഏതോ ഇരുണ്ട ഭൂഖണ്ഡത്തിലൂടെ വഴിതെറ്റി സഞ്ചരിക്കുകയാണ്. ഈ രാത്രിസമയത്ത് ഇനി അപരിചിതമായ ഈ വിജനതയിൽ നിന്ന് പുറത്തുകടക്കുക അസാധ്യമാണ്. നേരം പുലരുംവരെ കാത്തിരിക്കുകയല്ലാതെ മറ്റ് മാർഗമില്ല. നേരം പുലർന്നാൽ ഏതുവിധമെങ്കിലും വഴി കണ്ടുപിടിച്ച് ഹൈവേയിലെത്തണം. തൃശൂരിലേക്ക് കുതിക്കണം. ഉറങ്ങാൻ ആഗ്രഹിച്ച് സുഗതൻ സീറ്റിൽ ചാരിയിരുന്നു. പക്ഷേ, ഉറങ്ങാൻ കഴിയുന്നില്ല.

പതിനൊന്ന്

ഒരു പ്രതിസന്ധിക്ക് മുന്നിലെത്തുമ്പോൾ ശ്യാമളയുടെ ഇന്ദ്രിയങ്ങളെല്ലാം ഒരു മൃഗത്തിന്റേതുപോലെ ജാഗ്രതയിലേക്കുണരുന്നു. വിദൂരമായ ഒരു അപകടസാധ്യതപോലും ശ്യാമളയ്ക്ക് മണത്തറിയാൻ കഴിയുന്നു. ഇപ്പോഴത്തേത് സ്വന്തം നിലയ്ക്ക് ഒരു പ്രതിസന്ധിയാണെന്ന് ശ്യാമള കരുതുന്നില്ല. എന്നാൽ ബസ്സിലെ യാത്രക്കാരായ രണ്ടു പെൺകുട്ടികളെ കരുതി ശ്യാമള ഇപ്പോൾ ആ ജാഗ്രത സ്വയം വരിച്ചുകഴിഞ്ഞിട്ടുണ്ട്. ബസ്സിൽ ഇപ്പോൾ തന്നെ കൂടാതെ അഞ്ചു സ്ത്രീകളാണുള്ളത് എന്ന് ശ്യാമള എണ്ണി. എഞ്ചിനീയറിംഗ് കോളേജിലെ വിദ്യാർഥിനികളായ അമൃതയും സുഷമയും. പുരുഷോത്തമന്റെ ഭാര്യ രുഗ്മിണി. അവരുടെ പേരക്കുട്ടി തീർഥ. യുവകമിതാക്കളിൽ ഒരാളായ വിമല.

ബസ്സ് വഴിയിൽ കുടുങ്ങി എന്ന് തീർച്ചപ്പെട്ടപ്പോൾ അമൃതയും സുഷമയും കരയാൻ തുടങ്ങിയിരുന്നു. മൊബൈൽഫോണിന് റെയ്ഞ്ചില്ല എന്ന അവസ്ഥയാണ് അവരെ കൂടുതൽ അസ്വസ്ഥപ്പെടുത്തുന്നത്. സുഷമ അമ്മയോട് ഫോണിൽ സംസാരിച്ചുകൊണ്ടിരിക്കെയാണ് പൊടുന്നനെ റെയ്ഞ്ചിൽനിന്ന് പുറത്തായിപ്പോയത്. എന്തു സംഭവിച്ചു എന്ന പരിഭ്രമത്തോടെ അമ്മ ഇപ്പോഴും ഫോൺ ചെയ്യാൻ ശ്രമിച്ചുകൊണ്ടിരിക്കുന്നുണ്ടാവും. ആ ഫോൺ സ്വീകരിക്കാനോ തിരികെ വിവരങ്ങൾ അറിയിക്കാനോ കഴിയാത്ത ഈ അവസ്ഥ ഭയങ്കരമാണ്.

"എന്റെ അമ്മ ഇപ്പൊ പേടിച്ച് ബോധം കെട്ടിട്ടുണ്ടാവും." എന്ന് സുഷമ വിതുമ്പുന്നു.

'വണ്ടീല് നെറയെ ആണുങ്ങളാണല്ലോ' എന്ന് അമൃത ഒരു തവണ ഭയത്തോടെ തിരിഞ്ഞു നോക്കി. മദ്യപാനിയുടേതെന്ന് തോന്നിപ്പിക്കുന്ന ചുവന്ന കണ്ണും ചീർത്ത കവിളുമുള്ള ഒരാളെ കണ്ട് 'അയാൾ നമ്മളെയാണല്ലോ നോക്കുന്നത്' എന്ന് ഭയന്നു.

രാത്രിനേരങ്ങളിൽ, വീടിനു പുറത്തായിരിക്കുമ്പോൾ അമൃത ഏറ്റവും പേടിക്കുന്നത് അപരിചിതരായ ആണുങ്ങളെയാണ്. ഈ ബസ്സിലുള്ള ആണുങ്ങളെയും അങ്ങനെയല്ലാതെ കാണാൻ അമൃതയ്ക്ക് കഴിയുന്നില്ല.

രാത്രി നേരം. നിശ്ചലമായ വണ്ടി. ഇവയെയും അമൃതയ്ക്കു ഭയമാണ്. ഓടുന്ന വണ്ടിപോലെയല്ല നിശ്ചലമായ വണ്ടി. പകൽ നേരത്തെ ലോകമല്ല രാത്രിയിലെ ലോകം. പകൽനേരത്തെ മനുഷ്യരല്ല രാത്രി നേരത്തെ മനുഷ്യർ.

ദൈവമേ, ഈ രാത്രി എങ്ങനെ അതിജീവിക്കും?

രാത്രിനേരത്തെ യാത്ര അരുത് എന്ന് ഓരോ യാത്ര തുടങ്ങുമ്പോഴും അമ്മ താക്കീത് ചെയ്യാറുള്ളതാണ്. ആണുങ്ങൾ കൂടെയില്ലാതെ സ്ത്രീകൾക്ക് രാത്രിയാത്ര സുരക്ഷിതമല്ല. അമ്മയുടെ താക്കീത് അനുസരിച്ചാൽ മതിയായിരുന്നു. എന്നിട്ടും, ഒരു ദിവസം നഷ്ടപ്പെടാതെ കഴിക്കാം എന്ന ആഗ്രഹംകൊണ്ട് കൂട്ടുകാരികൾക്കൊപ്പം ഇറങ്ങിത്തിരിക്കയായിരുന്നു. ധൈര്യമുണ്ടായിട്ടല്ല, എത്രയും വേഗം വീട്ടിലെത്താനുള്ള ആവേശംകൊണ്ടാണ് ഈ സാഹസത്തിന് ഒരുമ്പെട്ടത്. അമൃതയുടേയും സുഷമയുടേയും ആ പരിഭ്രാന്തി ശ്യാമള ശ്രദ്ധിക്കുന്നുണ്ട്. വീട്ടുകാരുടെ സുരക്ഷിതവലയത്തിനുള്ളിൽ വളർന്നുവരുന്ന പെൺകുട്ടികൾക്ക് ഇത്തരം സന്ദർഭങ്ങളിൽ ഉണ്ടാകാവുന്ന ഭയവും ആശങ്കകളും ആർക്കും ഊഹിക്കാവുന്നതേയുള്ളൂ.

ആ കുട്ടികൾക്ക് ഇപ്പോൾ ആവശ്യം ധൈര്യവും സുരക്ഷിതത്വബോധവുമാണ്.

ശ്യാമള സ്വന്തം സീറ്റിൽനിന്ന് എഴുന്നേറ്റു.

മൊബൈൽ ഫോൺ കാതോടു ചേർത്തുപിടിച്ച് വിതുമ്പിക്കൊണ്ടിരുന്ന സുഷമയെ സമീപിച്ച് ശ്യാമള പറഞ്ഞു:

"ഇതെന്താ ചെറ്യേ കുട്ടികളെപ്പോലെ? ജീവിതത്തിൽ ചിലപ്പോ ഇങ്ങനെയൊക്കേം ഉണ്ടാവും. പെണ്ണായിപ്പോയെന്നു കരുതി അപ്പോഴൊക്കെ കരഞ്ഞോളണംന്നില്ല."

'ആദ്യായിട്ടാ ഞങ്ങക്ക് ഇങ്ങനെയൊരനുഭവം" വിറയ്ക്കുന്ന ശബ്ദത്തിൽ, അമൃതയാണ് മറുപടി പറഞ്ഞത്.

"ആദ്യായതോണ്ടാ ഈ പരിഭ്രമം." ശ്യാമള മന്ദഹസിച്ചുകൊണ്ട് പറഞ്ഞു, "ഇനി അങ്ങോട്ടങ്ങോട്ടു പോവുമ്പോൾ എല്ലാം ശീലായിക്കോളും. ഈ ലോകത്തു തന്നെയല്ലേ ജീവിക്കേണ്ടത്."

ഇതുപോലെ ഒരു സന്ദർഭം തന്റെ ജീവിതത്തിലും ഉണ്ടായിട്ടുണ്ടല്ലോ എന്ന് ശ്യാമള ഓർത്തു. ജോലി ലഭിച്ച് തിരുവനന്തപുരത്തേക്കുള്ള ആദ്യത്തെ യാത്രയായിരുന്നു. തീവണ്ടി യാത്ര. കൂടെ വരാൻ ആരുമില്ല. തിരുവനന്തപുരത്ത് പഴയ സഹപാഠിനി ആൻസിയുണ്ട്. വർക്കിംഗ് വിമൺസ് ഹോസ്റ്റലിൽ അവൾതന്നെ താമസസൗകര്യം ശരിയാക്കിയിട്ടുമുണ്ട്. ആ ധൈര്യത്തിലാണ് ഒറ്റയ്ക്കുള്ള യാത്ര. കണ്ണൂരിൽനിന്ന്

പുറപ്പെടുമ്പോൾ റിസർവേഷൻ കമ്പാർട്ടുമെന്റിലെ കാബിനിൽ താൻ ഒരാൾ മാത്രം. അല്പം കഴിഞ്ഞ് മധ്യവയസ്കനായ ഒരാൾ കടന്നുവന്ന് നേരെ എതിർദിശയിലെ സീറ്റിലിരുന്നു. ഒരു മൂന്നാംകിട വാരിക നിവർത്തി അതിലുള്ള പ്രേതനോവൽ വായിക്കാൻ തുടങ്ങി. നോവൽ വായിച്ചു കൊണ്ടിരിക്കുന്നതിനിടയിൽ അയാളുടെ കാലിന് മെല്ലെ നീളം കൂടിക്കൂടി വന്നു. കാല് ഒരു സർപ്പമായി ഇഴഞ്ഞുവന്ന് പത്തി നിവർത്തി തന്റെ കണങ്കാലിന്മേൽ ഒരു ദംശനം.

ഭയം അടിവയറ്റിൽ നിന്ന് ഒരു പൊള്ളലായി മുഖത്തേക്ക് ഇരമ്പി ക്കയറുന്നതിനിടയിൽ അമ്മ പഠിപ്പിച്ചുവിട്ട ചില പാഠങ്ങൾ ഓർമ്മയിൽ നിന്ന് ബലം പ്രയോഗിച്ചു വലിച്ചെടുത്തു. ആരെങ്കിലും അതിക്രമിച്ചു കയറാൻ ശ്രമിച്ചാൽ ആദ്യം തീപ്പിടിച്ച ഒരു നോട്ടംകൊണ്ട് നേരിടണം. പിന്നാലെ ചീറ്റപ്പുലിയുടെ ശൗര്യത്തോടെ ഒരു മുരളൽ. രണ്ടും ഏശു ന്നില്ലെങ്കിൽ കായികമായ പ്രത്യാക്രമണം മാത്രമേ രക്ഷയുള്ളൂ. അതു കൊണ്ട് ഉണ്ടാകാവുന്ന കുഴപ്പങ്ങളേക്കാൾ ഭയങ്കരമായിരിക്കും ഒന്നും ചെയ്യാതിരുന്നാൽ ഉണ്ടാകാൻ പോകുന്ന കുഴപ്പങ്ങൾ. പിന്നെന്തിനാണ് പേടിച്ച് പിൻവാങ്ങുന്നത്? പേടിക്കരുത്. നമ്മുടെ പേടിയാണ് നമുക്കുമേൽ അതിക്രമിച്ചു കയറുന്നവർ അതിനുള്ള ലൈസൻസായി ഉപയോഗിക്കു ന്നത്.

അമ്മയുടെ മൂന്നു പാഠങ്ങളും ഒറ്റയടിക്ക് പ്രയോഗിച്ചു. കണ്ണിൽ തീയും ഒച്ചയിൽ പുലിയും കാൽകൊണ്ട് അവന്റെ കാലിനുമേൽ ഒരു ബ്രൂസ്‌ലീ പ്രയോഗവും. അവന്റെ കാലെല്ല് ഒടിഞ്ഞിട്ടുണ്ടാവണം. കാലൊടിഞ്ഞ ഒരു നായയെപ്പോലെ ഞൊണ്ടിക്കൊണ്ട് അവൻ കാബിനു കൾ കടന്നുപാഞ്ഞു. ഒരു വ്യാഴവട്ടം മുമ്പ് നടന്ന സംഭവമാണ്. അതിനു ശേഷം അത്തരം സന്ദർഭങ്ങൾ വീണുകിട്ടുമ്പോൾ ഒരുതരം ആവേശ മാണ് അനുഭവപ്പെടുന്നത്. ശ്യാമള അമൃതയോട് പറഞ്ഞു.

“പേടിച്ചും പരിഭ്രമിച്ചും ഇരുന്നാൽ ചിലർക്ക് അതുതന്നെ ഒരവസര മായി തോന്നും. പേടിച്ച മാനിനെയാണ് പുലി ആദ്യം പിടിക്കുക. അതു കൊണ്ട് ഉള്ളിൽ പേടിയുണ്ടായിരുന്നാൽ തന്നെയും അത് മുഖത്ത് കാണി ക്കാതെ പോടാ പുല്ലേ എന്ന മട്ടിൽ അങ്ങ് ഇരുന്നാ മതി. പിന്നെ ഒരു ത്തനും തോണ്ടാൻ വരില്ല.”

സുഷമ കരച്ചിൽ നിർത്തി. അമൃത പിൻസീറ്റുകളിലേക്ക് തിരിഞ്ഞു നോക്കി. ‘പോടാ പുല്ലേ’ എന്ന് മനസ്സിൽ പറഞ്ഞു.

സ്ത്രീസുരക്ഷയ്ക്കും പരിസ്ഥിതി സംരക്ഷണത്തിനും വേണ്ടി ഒരു ആക്ടിവിസ്റ്റ് എന്ന നിലയിൽ എത്രയോ സമരങ്ങളിൽ പങ്കുചേർന്നിരി ക്കുന്നു. ഒരുപക്ഷേ, അതുപോലെ ഇപ്പോഴും താനൊരു സമരമുഖത്താ യിരിക്കാം എന്ന് ശ്യാമളയ്ക്കു തോന്നി. ഏതാണ് ആ സമരമെന്നോ, ആ സമരത്തിന്റെ താത്പര്യമെന്താണെന്നോ തൽക്കാലം വ്യക്തമല്ലെന്നേ യുള്ളൂ.

ശ്യാമള ചോദിച്ചു:

"ഇപ്പോൾ പേടിയുണ്ടോ?"

സുഷമ പറഞ്ഞു: "സാരമില്ല."

അമൃത പറഞ്ഞു: "ഇല്ല"

ശ്യാമള നേർത്ത മന്ദഹാസത്തോടെ മനസ്സിൽ ആശംസിച്ചു: 'തീർച്ചയായും ഇല്ല' എന്ന ഉത്തരത്തിലേക്കുള്ള രണ്ട് പടവുകൾ!

പന്ത്രണ്ട്

മറ്റു യാത്രക്കാരെല്ലാം സീറ്റുകളിൽ അമർന്നിരിക്കുമ്പോഴും യൂസഫ് നില്പ് തുടരുകയായിരുന്നു. രാത്രി വളരെ ദീർഘിച്ചു കഴിഞ്ഞതുകൊണ്ടും കണ്ണുകളിൽ ഉറക്കം തള്ളിക്കയറാൻ ശ്രമിക്കുന്നതുകൊണ്ടും ഇനി ഇരിക്കാതെ നിവൃത്തിയില്ല. യൂസഫിനെ സംബന്ധിച്ച് ഇരിപ്പ് ഒരു വേദനയും അതുകൊണ്ടുതന്നെ യാതനയുമാണ്. അല്പനേരം ഇരുന്നു കഴിഞ്ഞാൽ രണ്ട് മുട്ടുകാലുകളും പാദങ്ങളും നീര് കെട്ടി വേദനയുടെ ഒരു സംഗമഭൂമിയായി മാറും. പിന്നീട് എഴുന്നേറ്റ് നില്ക്കുക എന്നതു തന്നെ കഠിനമായ ഒരു പണിയാണ്.

പത്തുവർഷത്തെ ഗൾഫ് ജീവിതം കൊണ്ട് ഉണ്ടാക്കിയെടുത്ത ഏറ്റവും വലിയ സമ്പാദ്യം ഈ മുട്ടുവേദനയാണ്. രണ്ടു വർഷമായി ഈ സമ്പാദ്യം എവിടെ നിക്ഷേപിക്കുമെന്നറിയാതെ അലയുന്നു. അലോപ്പതിയുടെ വഴിയേ രണ്ടു വർഷം സഞ്ചരിച്ചു. അതുകൊണ്ട് പ്രത്യേകിച്ച് ഒരു ഫലവും ഉണ്ടായില്ല. അങ്ങനെ അലോപ്പതിയിലുള്ള അന്ധവിശ്വാസങ്ങൾ കൈവിട്ടപ്പോഴാണ് ആയുർവേദത്തിൽ വിശ്വാസം തുടങ്ങിയത്. സന്ധിവേദനയ്ക്ക് ഉത്തമം അലോപ്പതിയല്ല, ആയുർവേദമാണ് എന്ന ഉപദേശങ്ങൾ പല വഴിയേ വന്നു. അക്കൂട്ടത്തിൽ ഒരു ഉപദേശിയാണ് വൈപ്പിനിലെ വൈദ്യനെപ്പറ്റി പറഞ്ഞുതന്നത്. വിദഗ്ധനാണ്. സന്ധിവേദനയുടെ സ്പെഷ്യലിസ്റ്റാണ്. മൂന്നു മാസം പഥ്യം പാലിച്ച് മരുന്ന് തുടരാമെന്നുണ്ടെങ്കിൽ രോഗശാന്തി ഉറപ്പ്. ചിലപ്പോൾ തിരുമ്മലും കിഴിയുമൊക്കെ വേണ്ടിവരുമെന്നു മാത്രം.

ഇത്തവണ ലീവുണ്ടാക്കി ഗൾഫിൽ നിന്ന് നാട്ടിലെത്തിയതുതന്നെ ആ വൈദ്യന്റെ ചികിത്സ തേടുക എന്ന ഉദ്ദേശ്യത്തോടെയാണ്. വെളുപ്പിന് ആറ് മണിക്കുതന്നെ എത്തി ടോക്കൺ എടുത്താലേ അവസരം കിട്ടൂ എന്നു കേട്ടു. അതുകൊണ്ടാണ് രാത്രിയിൽ കൊച്ചിയിലെത്തുന്ന വിധത്തിൽ ബസ്സ്യാത്ര തന്നെ പ്ലാൻ ചെയ്തത്. യൂസഫ് വീണ്ടും തന്റെ സീറ്റിലേക്കിരുന്നു. മടങ്ങുന്ന മുട്ടുകൾക്കുള്ളിൽ വേദന ഒരു പക്ഷിയെപ്പോലെ ഒരു വട്ടം ചിറകടിച്ചു പറന്നു.

പെട്ടെന്ന് പണം സമ്പാദിക്കാൻ വേണ്ടി ഗൾഫിലേക്കു പായുന്നവർ പെട്ടെന്ന് സമ്പാദിച്ചു കൂട്ടുന്നത് പണം മാത്രമല്ല, പലതരം രോഗങ്ങൾ കൂടിയാണ്.

പക്ഷേ, യൂസഫിന് വേറെ വഴിയുണ്ടായിരുന്നില്ല. രണ്ട് കുട്ടികളേയും കൈയൊഴിഞ്ഞ് ഉമ്മയെ മൊഴി ചൊല്ലിയ ഉപ്പ. പശുവിനെപോറ്റി പതിനെട്ടു വയസ്സുവരെ തന്നെ വളർത്തിയെടുത്ത ഉമ്മ. വളർന്നു ഭയപ്പെടുത്തുന്ന സഹോദരി നബീസ. അതുകൊണ്ട് പത്താംക്ലാസ് കഴിഞ്ഞ് അല്പം കമ്പ്യൂട്ടർ വിജ്ഞാനവും നേടി പതിനെട്ടാം വയസ്സിൽ ബഹറിനിലേക്ക് പറന്നതാണ് യൂസഫ്. പത്തുവർഷംകൊണ്ട് നാട്ടിൽ സ്വന്തമായി വീടുവെച്ചു. സഹോദരിയെ വിവാഹം കഴിപ്പിച്ചയച്ചു. കാൻസർ ബാധിതയായ ഉമ്മാമ്മയെ മരണം വരെ ചികിത്സിച്ചു. പത്തു വർഷത്തിനിടയിൽ വെറും നാലുതവണ മാത്രമാണ് യൂസഫ് നാട്ടിലെത്തിയത്.

യൂസഫ് മയ്യഴിക്കാരനാണ്. പണ്ട് ഫ്രഞ്ചുകാരുടെ കോളണിയായിരുന്നു മയ്യഴി. കേരളത്തിന്റെ ഭൂപ്രദേശത്തിനകത്ത് ഒരു അന്യസംസ്ഥാന പ്രദേശം. ഉപ്പയുടെ നാട് മയ്യഴിക്ക് പുറത്ത് കേരളത്തിലായിരുന്നു. എന്നാൽ മയ്യഴിയിലെ മുസ്ലിം പെൺകുട്ടികൾ വിവാഹം കഴിഞ്ഞാലും സ്വന്തം വീട്ടിൽ തുടരുമെന്ന നാട്ടുനടപ്പനുസരിച്ച് യൂസഫ് മയ്യഴിയിൽ ത്തന്നെ വളർന്നു. ഉപ്പ കൈയൊഴിഞ്ഞതോടെ ഐഡന്റിറ്റി പൂർണമായും മയ്യഴിക്കാരൻ എന്നായി. പക്ഷേ, ഇപ്പോൾ ആ ഐഡന്റിറ്റിയെപ്പറ്റിയും യൂസഫ് ബോധവാനല്ല. ഒരു ഗൾഫുകാരൻ എന്ന നിലയിൽ മാത്രമേ യൂസഫിന് തന്നെത്തന്നെ തിരിച്ചറിയാൻ കഴിയുന്നുള്ളൂ.

വിവാഹം എന്ന പദ്ധതിയിലൂടെ പഴയ നാടൻ ഐഡന്റിറ്റി തിരിച്ചുപിടിക്കാൻ ശ്രമം തുടങ്ങുമ്പോഴാണ് സന്ധി വേദന കയറിവന്ന് യൂസഫിന് യഥാർഥ ഐഡന്റിറ്റി വെളിപ്പെടുത്തിക്കൊടുത്തത്. നീ മയ്യഴിക്കാരനല്ല. കേരളത്തുകാരനല്ല. ഗൾഫുകാരനുമല്ല. മനുഷ്യനുമല്ല. നീ ഒരു വെറും ഒരു ശരീരം മാത്രമാണ്. ശരീരമാണ് സത്യം. ശരീരത്തിലെ വേദനകളാണ് ആത്യന്തിക സത്യം. രണ്ട് കാൽമുട്ടുകളിലും നീര് കനക്കുന്നത് യൂസഫിന് അറിയാൻ കഴിയുന്നുണ്ട്.

പതിമ്മൂന്ന്

ബസ്സ് ഒരു വിമാനമാണെന്നും വിമാനം അറബിക്കടലിനു മുകളിലെ ആകാശത്തിലൂടെ ദുബായ് ലക്ഷ്യംവെച്ച് സഞ്ചരിക്കുകയാണെന്നും രാജശേഖരൻ സങ്കല്പിച്ചു. ബസ്സ് ഒരു വിമാനമായിരുന്നെങ്കിൽ എന്നും വിമാനം അറബിക്കടലിനു മുകളിലെ ആകാശത്തിലൂടെ ദുബായ് ലക്ഷ്യം വെച്ച് സഞ്ചരിക്കുകയായിരുന്നെങ്കിൽ എന്നും ശേഖരൻ ആഗ്രഹിച്ചു. അനുപമയുടെ വിമാനം ഇപ്പോൾ വിശാലമായ കടൽപ്പരപ്പുകൾ താണ്ടി അറബിനാടിന്റെ ആകാശത്തിലേക്ക് പ്രവേശിച്ചു കഴിഞ്ഞിട്ടുണ്ടാകും. ബസ്സ്റ്റാന്റിൽ നിന്ന് തന്റെ ബസ്സ് പുറപ്പെട്ട സമയത്തുതന്നെ വിമാനത്താവളത്തിൽ നിന്ന് അവളുടെ വിമാനവും പുറപ്പെട്ടുകഴിഞ്ഞിട്ടുണ്ട്. അവളുടെ വിമാനം കടലതിർത്തികളും രാഷ്ട്രാതിർത്തികളും മറികടന്ന്

വിദൂരരാജ്യങ്ങളെ തൊടുമ്പോഴും തന്റെ വാഹനം ഇതാ ഭൂപടത്തിലില്ലാത്ത ഒരു ഭൂഖണ്ഡത്തിൽ തകർന്നടിഞ്ഞു കിടക്കുകയാണ്.

പക്ഷേ, പുതുതായി എന്തെങ്കിലും സംഭവിച്ചതായി രാജശേഖരന് തോന്നുകയുണ്ടായില്ല. ആറ് വർഷമായി വിജനഭൂഖണ്ഡത്തിലെ ജീവിതം ഒറ്റയ്ക്കു ജീവിച്ചുകൊണ്ടിരിക്കുകയാണ്. വീട്ടിൽ ചെന്നാലും ഈയവസ്ഥയ്ക്ക് പ്രത്യേകിച്ച് മാറ്റമൊന്നുമില്ല.

മകൻ ഭരത്ശേഖർ അമേരിക്കയിൽ ഡോക്ടറാണ്. മകൾ അനുപമയും ഭർത്താവും ദുബായിയിൽ എഞ്ചിനീയർമാരാണ്. ഭരത് ഇപ്പോൾ മിക്കവാറും ഒരു അമേരിക്കക്കാരനായി രൂപാന്തരപ്പെട്ടുകഴിഞ്ഞ ലക്ഷണമാണ്. തന്റെ ഭാര്യക്ക് ഇന്ത്യൻ ജീവിതവുമായി പൊരുത്തപ്പെടാൻ പ്രയാസപ്പെടേണ്ടിവരുന്നുവെന്നാണ് ഒരു വർഷം മുമ്പ് നാട്ടിൽ വന്നു മടങ്ങുന്ന സന്ദർഭത്തിൽ അവൻ പറഞ്ഞത്. അഞ്ചുവർഷത്തെ അമേരിക്കൻ ജീവിതത്തിനുശേഷം ഒരു മാസത്തെ ഇടവേളയിൽ ഇന്ത്യയിലെത്തിയതായിരുന്നു അവൻ. ആ ഒരു മാസത്തിനകംതന്നെ അവന്റെ ഭാര്യ കേരളത്തിലെ ജീവിതത്തെക്കുറിച്ചുള്ള അസഹ്യത ഇടയ്ക്കിടെ ആത്മഗതംപോലെ രേഖപ്പെടുത്തിക്കൊണ്ടിരുന്നു.

“ഇവിടത്തെ ട്രാഫിക്. ഹൊറിബിൾ തന്നെ. നല്ല റോഡുകളില്ല. ഓടിക്കുന്നവർക്ക് യാതൊരു ട്രാഫിക് എത്തിക്സും ഇല്ല. ഹോണടിച്ചു കളിക്കലാണ് ഇവിടത്തെ ഡ്രൈവിംഗ്.”

“ഇവിടെ ആശുപത്രികളല്ല ഉള്ളത്, അറവുശാലകളാണ്. ഒരു വൃത്തിയുമില്ല. മര്യാദയുമില്ല. ഒരു വിവരവുമില്ലാത്ത നേഴ്സുമാർ. രോഗികൾ ചാകാതെ രക്ഷപ്പെടുന്നത് ആയുസ്സിന്റെ ബലംകൊണ്ട് മാത്രമാണ്.”

“ഇവിടത്തെ സ്കൂളുകൾ! ഇവിടെങ്ങനെ കുട്ടികളെ പഠിപ്പിക്കും? വെരി അൺകൾച്ചേഡ്.”

അവളുടെ ഭാഷയിൽ കേരളത്തിലെ ജീവിതം ജീവിതമേയല്ല. മദ്രാസ് ഐ.ഐ.ടിയിൽ എഞ്ചിനീയറിംഗ് പഠിച്ചു എന്നതൊഴിച്ചാൽ അവൾ പഠിച്ചതും വളർന്നതും കേരളത്തിൽത്തന്നെയാണ്. മലയാളമാണ് അവളുടെ ഭാഷ. ഭരതിനെ വിവാഹം കഴിച്ച് വീട്ടിൽ വരുമ്പോൾ പോലും അവൾ ഒരു സാധാരണ പെൺകുട്ടിയായിരുന്നു. അമേരിക്കയിൽ ഒന്നുരണ്ടു വർഷം പിന്നിട്ടതോടെയാണ് അവൾക്ക് ഇന്ത്യൻ ജീവിതത്തോട് വെറുപ്പ് തോന്നിത്തുടങ്ങിയത്. അവൾ മാത്രമല്ല, അവനും വളരെയേറെ മാറിപ്പോയിരിക്കുന്നു. അമേരിക്കയിലെ മലയാളി കൂട്ടായ്മകളിൽ ഒരു പ്രധാനിയാണ് അവൻ എന്ന് അവിടെ നിന്നുള്ള ചില ജേണലുകളിൽനിന്ന് മനസ്സിലായിട്ടുണ്ട്. എന്നാൽ അവനിപ്പോൾ അമേരിക്കയിൽ മാത്രമാണ് മലയാളിയായി ജീവിക്കുന്നത്. തിരിച്ച് കേരളത്തിലെത്തിയാൽ അമേരിക്കക്കാരനായി മാറും. ഒരു വർഷം മുമ്പ് കേരളത്തിൽ വന്ന സന്ദർഭത്തിൽ എട്ടു വയസ്സുകാരനായ മകനെ മിനറൽ വാട്ടറിൽ കുളിപ്പിച്ചാൽ മതി എന്ന് അവനായിരുന്നു ശാഠ്യം. അതിനുവേണ്ടി ഇരുപത്തഞ്ചു ലിറ്റർ വെള്ളം കൊള്ളുന്ന കണ്ടെയ്നറുകളിൽ മിനറൽ വാട്ടർ വാങ്ങി വീടു നിറച്ചു.

"ഇവിടത്തെ വെള്ളത്തിൽ കുളിച്ച് അസുഖമൊന്നും വരുത്തണ്ട. സമയത്തിന് തിരിച്ചുപോകാനുള്ളതാ" എന്നൊരു ന്യായീകരണം അതിന്റെ ഭാഗമായി അവൻ ഓരോ ദിവസവും ആവർത്തിച്ചുകൊണ്ടിരുന്നു. അവന്റെ ഇന്ത്യൻ ജീവിതം മിക്കവാറും അവസാനിച്ചു കഴിഞ്ഞു എന്നാണ് അവന്റെ പെരുമാറ്റങ്ങളിൽ നിന്ന് ഊഹിക്കേണ്ടത്. അമേരിക്കൻ പൗരന്മാരായി അവനും അവന്റെ പിൻതലമുറകളും വളരട്ടെ. പണ്ട് എന്റെ പൂർവികർ ഇന്ത്യക്കാരായിരുന്നുവെന്ന് വരുംതലമുറകൾ കഥകൾ മെനയട്ടെ.

അവനെ പഠിപ്പിച്ച് വിദഗ്ധനായ ഒരു ഡോക്ടറാക്കുക എന്നത് തന്റേയും മീനാക്ഷിയുടേയും ജീവിതത്തിലെ ഏറ്റവും വലിയ ദൗത്യമായിരുന്നു. അതിനുള്ള അഭ്യാസം അവന്റെ മൂന്നാം വയസ്സിൽത്തന്നെ തുടങ്ങിവെക്കുകയും ചെയ്തു. എല്ലാം പ്ലാനനുസരിച്ച് കൃത്യമായിത്തന്നെയാണ് നടന്നത്. സ്കൂളിൽ ഒന്നാമൻ. എൻട്രൻസ് പരീക്ഷയിൽ മുന്തിയ റാങ്ക്. എം.ബി.ബി.എസ്സും എം.എസ്സും ഇടവേളയില്ലാതെ. അമേരിക്കയിൽ ഡോക്ടർ. ലക്ഷങ്ങൾ ശമ്പളം.

മരണശയ്യയിൽ കിടക്കുമ്പോൾ മീനാക്ഷിയുടെ വിതുമ്പുന്ന വാക്കുകൾ: ഇത്രയ്ക്ക് പഠിപ്പൊന്നും അവന് കൊടുക്കേണ്ടിയിരുന്നില്ല. പത്താം ക്ലാസ് കടന്നപ്പോ നാട്ടിലെ കോളേജിൽ ഡിഗ്രി കോഴ്സിനു ചേർത്തിരുന്നെങ്കിൽ അവനെ ഇന്ത്യയിലെങ്കിലും പിടിച്ചുനിർത്താമായിരുന്നു. വല്ലപ്പോഴെങ്കിലും കാണാമായിരുന്നു. മീനാക്ഷി മരിച്ച് ദിവസങ്ങൾ പലതു പിന്നിട്ടതിനു ശേഷമാണ് അവൻ ഇന്ത്യയിൽ ലാന്റ് ചെയ്തത്. വിമാന ടിക്കറ്റ് ലഭിക്കാനുള്ള പ്രയാസത്തെക്കുറിച്ചും തിരക്കിട്ട യാത്രയുടെ ബുദ്ധിമുട്ടുകളെക്കുറിച്ചും മകന്റെ നഷ്ടപ്പെടുന്ന സ്കൂൾദിനങ്ങളെപ്പറ്റിയും ആ ദിവസങ്ങളിലെല്ലാം അവന്റെ ഭാര്യ അലോസരപ്പെട്ടുകൊണ്ടിരുന്നു.

താൻ പഠിച്ച ലോവർ പ്രൈമറി സ്കൂളിൽ അമ്മയുടെ പേരിൽ ഒരു സ്കോളർഷിപ്പ് ഏർപ്പെടുത്താൻ അതിനിടയിലും അവൻ സമയം കണ്ടെത്തി. അങ്ങനെ അവൻ മകൻ എന്ന നിലയിലുള്ള തന്റെ കർത്തവ്യം നിർവഹിച്ചു.

എന്നാൽ ഭരതനെപ്പോലെയല്ല അനിയത്തി അനുപമ. അമേരിക്കയല്ലല്ലോ ദുബായ്. ഏഴുവർഷം ദുബായിയിൽ കഴിഞ്ഞിട്ടും അവളുടെ സ്വഭാവത്തിലോ പ്രകൃതത്തിലോ വിശേഷിച്ച് മാറ്റമൊന്നും ഉണ്ടായിട്ടില്ല. ജ്യേഷ്ഠൻ ഡോക്ടറായതുകൊണ്ട് തനിക്ക് എഞ്ചിനീയറിംഗ് മതിയെന്ന് അവൾ സ്വയം തീരുമാനിക്കുകയായിരുന്നു. അതിനുവേണ്ടി കോച്ചിങ്ങ് സെന്ററിൽ പോയി പഠിക്കേണ്ട ആവശ്യമില്ലെന്നും അവൾ തന്നെ തീരുമാനിച്ചു. സ്വന്തമായി വീട്ടിലിരുന്ന് പഠിച്ചാണ് പ്രവേശനപരീക്ഷ വിജയിച്ചത്. വീട്ടിൽ നിന്ന് പോയി വരാവുന്ന അകലത്തിലുള്ള കോളേജിൽ അഡ്മിഷൻ സമ്പാദിക്കുകയും ചെയ്തു.

എന്നിട്ടും അവളുടെ ജീവിതഗതിയും രാജ്യാതിർത്തികൾക്ക് അപ്പുറത്തേക്കായിരുന്നു. അവളുടെ ഭർത്താവ് പെട്രോകെമിക്കൽ

എഞ്ചിനീയറാണ്. ദുബായിയിൽ ലഭിച്ചതുപോലുള്ള ഒരു ഓഫർ ഒരിക്കലും ഇന്ത്യയിൽ ലഭിക്കുകയില്ലെന്നും ആയതിനാൽ ദുബായിയിൽ നിന്ന് ഒരു മടക്കം അസാധ്യമാണെന്നും അയാൾ നിശ്ചയിച്ചുകഴിഞ്ഞിട്ടുണ്ട്. ആ ജീവിതം അയാൾ തികച്ചും ആസ്വദിക്കുകയും ചെയ്യുന്നുണ്ട്. അങ്ങനെ മകനെയെന്നപോലെ മകളേയും പരദേശത്തെ മഹാനഗരങ്ങളിൽ തിരിച്ചുകിട്ടാത്തവിധം കൈവിട്ടുപോയിരിക്കുന്നു. രാജശേഖരൻ എന്ന പഴയ സ്കൂൾ മാസ്റ്റർക്ക് തന്റേതു മാത്രമായ ഒരു ലോകം പതിച്ചു കിട്ടിയിരിക്കുന്നു. ഇഷ്ടംപോലെ സ്വാതന്ത്ര്യം. ഇഷ്ടംപോലെ സമയം. പക്ഷേ, ഇവകൊണ്ട് എന്താണ് ചെയ്യേണ്ടത് എന്നാണ് മനസ്സിലാകാത്തത്.

കടന്നുപോയ മുപ്പതു ദിവസങ്ങളിൽ അവളുടേയും അവളുടെ കുഞ്ഞിന്റേയും ശബ്ദംകൊണ്ട് സജീവമായിരുന്നു വീട്. നിരവധി ദേശാടനപ്പക്ഷികൾ കൂടുവെച്ച ഒരു വൃക്ഷംപോലെ. ദുബായിയിലേക്ക് മടങ്ങുന്നതിനുള്ള ഒരുക്കങ്ങൾ നടക്കുന്നതിനിടയിൽ അഞ്ചു വയസ്സുകാരി അച്ചുവിന്റെ ചോദ്യം.

“അപ്പൂപ്പനും ദുബായിലോട്ട് വന്നൂടെ?”

ആ ചോദ്യം ഒരിക്കലും അനുപമ ചോദിച്ചിട്ടില്ല. അവളുടെ ഭർത്താവ് പ്രദീപും ചോദിച്ചിട്ടില്ല. ചോദിച്ചാൽത്തന്നെ പോകാനും താത്പര്യമില്ല. പോയാൽ, ഒരു വീട്ടുകാവൽക്കാരന്റെ ഡ്യൂട്ടിയിൽ സ്വയം അവരോധിക്കേണ്ടിവരും. തന്റെ എത്രയോ സുഹൃത്തുക്കളും പഴയ സഹപ്രവർത്തകരും ഇങ്ങനെ ഗൾഫ് നാടുകളിലും ബാംഗ്ലൂരിലും വീട്ടുകാവൽക്കാരുടെ ഡ്യൂട്ടിയുമായി കഴിഞ്ഞുകൂടുന്നുണ്ട്. അവരുടെ അനുഭവവിവരണങ്ങളിൽ നിന്ന് സ്വീകരിക്കാവുന്ന ഗുണപാഠം ഇതാണ്: ഒറ്റയ്ക്കുള്ള ജീവിതം ആസ്വദിക്കാൻ ശീലിക്കൂ.

വിമാനത്താവളത്തിൽ ലോഞ്ചിലേക്ക് പ്രവേശിക്കുന്നതിനു മുമ്പായി നിസ്സഹായതകൊണ്ട് മ്ലാനതയാർന്ന മുഖത്തോടെ അനുപമ അടുത്തു വന്നു.

“അച്ഛനു വേണ്ടി ഞാനെന്താണ് ചെയ്യേണ്ടത്?”

വർഷത്തിലൊരിക്കലാണ് അവൾ നാട്ടിലെത്താറുള്ളത്. ഓരോ വരവിലും അവൾ അവതരിപ്പിക്കാറുള്ള നിരവധി പദ്ധതികളുണ്ട്. വീട്ടിൽ സ്ഥിരമായി ഒരു സഹായിയെ ഏർപ്പാടാക്കാം. ഗ്രാമത്തിലുള്ള അമ്മാവന്റെ മകൻ മുരുകനോട് കൂടെ വന്ന് താമസിക്കാൻ പറയാം. ഇതൊന്നുമല്ലെങ്കിൽ...

അല്ലെങ്കിൽ...

പുതുതായി ഒരമ്മയെ കണ്ടുപിടിക്കാം. അറുപത്തഞ്ചു വയസ്സിലും രണ്ടാംവിവാഹം എത്രയോ കേൾക്കുന്നുണ്ട്. അപ്പോഴെല്ലാം അവളോടു പറയും: മകളേ ഈ പദ്ധതിയേക്കാൾ എത്ര എളുപ്പമാണ് ഒറ്റയ്ക്കു കഴിയുന്നത്. ആരെയും ആശ്രയിക്കേണ്ടതില്ല. ആരെയും കാത്തിരിക്കാനില്ല. ആർക്കുവേണ്ടിയും ഒന്നും ചെയ്യാനില്ല. ഭക്ഷണം ഉണ്ടാക്കുകയോ

ഉണ്ടാക്കാതിരിക്കുകയോ ചെയ്യാം. തിന്നുകയോ തിന്നാതിരിക്കുകയോ ചെയ്യാം. ആരും ചോദിക്കാനില്ല. ആരോടും സമാധാനം ബോധിപ്പിക്കാനുമില്ല. എന്തൊരു സ്വാതന്ത്ര്യം. എന്തൊരു സമാധാനം.

അവളോടു പറഞ്ഞു:

“ഒന്നും ചെയ്യേണ്ടതില്ല. എന്റെ ഇപ്പോഴത്തെ ജീവിതത്തിൽ എനിക്കൊരു തൃപ്തിക്കുറവുമില്ല. പെൻഷനുള്ളതുകൊണ്ട് സാമ്പത്തിക ഞെരുക്കമില്ല. അസുഖം ബാധിച്ചാൽ അമേരിക്കയിൽനിന്ന് ഭരത് ഐപോഡ് വഴി ചികിത്സ നിർദ്ദേശിക്കും. തൊട്ടടുത്ത് ക്ലിനിക്ക് ഉള്ളതുകൊണ്ട് യഥാസമയം പ്രഷറും കൊളസ്ട്രോളും പരിശോധിക്കാം. കുടുംബശ്രീക്കാരുടെ ഭക്ഷണശാലയിൽ നിന്ന് മൂന്നുനേരവും ഭക്ഷണം വീട്ടിലെത്തുന്നുണ്ട്. പിന്നെന്താണ് വേണ്ടത്?

പരിഹാരമില്ലാത്തത് ഒരേയൊരു പ്രശ്നത്തിനാണ്. വീടിന്റെ നിശ്ചലമായ അവസ്ഥ.

അനുപമയുടെ വിമാനം ആയിരക്കണക്കിന് കിലോമീറ്ററുകൾ പിന്നിട്ട് ഇപ്പോൾ ദുബായിയിൽ എത്തിയിരിക്കണം. അവിടെ എത്തിയ വിവരം അറിയിക്കുന്നതിനുവേണ്ടി അവൾ ഇപ്പോൾ ഫോൺ ചെയ്യുന്നുണ്ടാവും. ആ ഫോൺ സ്വീകരിക്കാൻ അവസരമില്ല എന്നതാണ് ഇപ്പോൾ നേരിടുന്ന പ്രശ്നം. മറ്റെല്ലാം വീട്ടിലേതുപോലെ തന്നെ.

കുറച്ചുനേരം അവൾ ഭൂമി വിട്ട് ആകാശത്തിൽ തങ്ങിനിന്നതുപോലെ താനും ഭൂമി വിട്ട് ആകാശംപോലുള്ള ഒരു ശൂന്യതയിൽ തങ്ങിനില്ക്കുകയാണ്. ഈ ബസ്സ് ഒരു വിമാനമാണ്. ചുറ്റിലുമുള്ള ഇരുട്ട് ആകാശവും.

വീട്ടിലെത്തിയാൽ വീട് ഒരു വിമാനമാകും. ചുറ്റിലുമുള്ള നിശ്ചലത ആകാശവും. വീട്, ആകാശം, വിജനവും അപരിചിതവുമായ ഈ ഇടം, താൻ ഇപ്പോൾ ജീവിക്കുന്ന ഈ ജീവിതം ഇവ തമ്മിലുള്ള വ്യത്യാസം കണ്ടുപിടിക്കാൻ കഴിയുന്ന ഏതെങ്കിലും ഒരു സംവിധാനം ഈ ലോകത്തുണ്ടായിരിക്കുമോ? ഏതെങ്കിലുമൊരു സോഫ്റ്റ്‌വെയർ? ദർശനം? ഇത് ഒരു രാജശേഖരന്റെ പ്രശ്നം മാത്രമല്ല എന്ന് രാജശേഖരൻ ആശ്വസിക്കാൻ ശ്രമിച്ചു.

ബാംഗ്ലൂരിലേക്കും ഡൽഹിയിലേക്കും ഷാർജയിലേക്കും അമേരിക്കയിലേക്കും പായുന്ന വിമാനങ്ങളിൽ, തീവണ്ടികളിൽ... സിങ്കപ്പൂരിലേക്കും റോമിലേക്കും ഹിമാലയപ്രാന്തത്തിലെ തീർഥാടനകേന്ദ്രങ്ങളിലേക്കുമുള്ള പാക്കേജ് ടൂറുകളിൽ... പോണ്ടിച്ചേരിയിലേക്കും പുട്ടപർത്തിയിലേക്കും വള്ളിക്കാവിലേക്കും ഒഴുകുന്ന അഭയാർഥിക്കൂട്ടങ്ങളിൽ തിരുപ്പതിയിലേക്കും പളനിയിലേക്കും നാഗൂരിലേക്കും വേളാങ്കണ്ണിയിലേക്കും ആവേശത്തള്ളലുമായി കുത്തിയൊലിച്ചുപോവുന്ന ഭക്തജനസംഘങ്ങളിൽ എല്ലായിടത്തും രാജശേഖരൻമാസ്റ്ററുടെ സാർത്ഥവാഹകസംഘങ്ങളാണ്

സഞ്ചരിക്കുന്നത്. ആയിരവും പതിനായിരവുമായി പെരുകുന്ന, പെരുകിക്കൊണ്ടിരിക്കുന്ന അഭയാർഥികളുടെ മഹാപ്രസ്ഥാനങ്ങൾ. അക്കൂട്ടത്തിലെ ഒരു വെറും രാജശേഖരനാണു താൻ. ആകയാൽ സ്വന്തം ജീവിതത്തെക്കുറിച്ച് മാത്രമായി നിരാശപ്പെടുന്നതെന്തിന്? വണ്ടിയിൽ ഇപ്പോൾ മിക്ക യാത്രക്കാരും ഉറങ്ങുകയോ ഉറക്കം നടിക്കുകയോ ഉറങ്ങാനാവാതെ കണ്ണടച്ചിരിക്കുകയോ ആണ്. ഉറങ്ങാനോ കണ്ണടയ്ക്കാനോ കഴിയാത്ത ചിലരും നേരം പുലരാനായി കാത്തിരിക്കുന്നു.

രാജശേഖരനും കണ്ണടച്ചിരുന്നു. രാജശേഖരന്റെ സങ്കല്പലോകത്തിലേക്ക് വീണ്ടും ഒരു വിമാനം പറന്നുയർന്നു. ആ വിമാനത്തിൽ രാജശേഖരനും ഒരു യാത്രക്കാരനാണ്.

ദുബായ് ലക്ഷ്യമാക്കി പറന്നുയർന്ന വിമാനം പക്ഷേ സ്വന്തം വീടിന്റെ നിശ്ചലതയിലേക്കാണ് ലാന്റ് ചെയ്യുന്നത്.

പതിന്നാല്

അപരിചിതമായ ഒരിടത്ത് ഒരു രാത്രി മുഴുവൻ കുരുങ്ങിക്കിടക്കുന്നവർക്ക് രക്ഷപ്പെടലിന്റെ ഒന്നാംഘട്ടമാണ് ഉദയം.

ഉദയത്തിന്റെ ആദ്യവെളിച്ചം, അഥവാ വെളിച്ചംപോലെ ഒന്ന്, ആദ്യം സ്വന്തം കണ്ണുകളാൽ പിടിച്ചെടുത്തത് ജഗനാണ്. കിഴക്കേ ചക്രവാളത്തിൽ ഇരുട്ടിനു സംഭവിച്ച ഒരു മങ്ങൽ. അത് വെളിച്ചമാണെന്ന് ജഗന്റെ കണ്ണുകൾ വ്യാഖ്യാനിക്കുകയായിരുന്നു.

ജഗൻ യഥാർഥത്തിൽ ഉറങ്ങുകയായിരുന്നില്ല. ഒരുതരം ക്ഷീണാവസ്ഥയിൽ തളർന്നുകിടക്കുകയായിരുന്നു. അതുകൊണ്ട് വെളിച്ചത്തിന്റെ ആ നേർത്ത ലാഞ്ഛനത്തിലേക്ക് മൃഗസഹജമായ ചോദനയാലെന്നപോലെ ജഗൻ കണ്ണുതുറക്കുകയായിരുന്നു. ഉണർന്ന് വാച്ചിൽ നോക്കുമ്പോൾ സമയം അഞ്ചരമണി.

നേരം പുലർന്നു കഴിഞ്ഞാൽ ഈ വിജനതയിൽ തളംകെട്ടിക്കിടക്കേണ്ട ആവശ്യമില്ല. വെളിച്ചത്തിന്റെ വഴിപിടിച്ച് വിവിധ ദിശകളിലേക്കിറങ്ങാം. വന്നവഴി കണ്ടുപിടിച്ച് മടങ്ങിപ്പോകാം. ഫോണിന് റെയ്ഞ്ച് ലഭ്യമായ ഇടങ്ങളിലെത്തി ഫോൺ വഴി വാഹനങ്ങൾ വിളിച്ചുവരുത്താം. എന്തായാലും ഒരു രാത്രി മുഴുവൻ നീണ്ട തടവുശിക്ഷ അവസാനിക്കുകയാണ്. ജഗൻ എഴുന്നേറ്റ് സീറ്റിൽ മുട്ടുകുത്തി നിന്ന് പിൻസീറ്റുകളിലേക്ക് തിരിഞ്ഞുനോക്കി. ഈ സമയത്തിനകംതന്നെ ചിലർ സ്വന്തം സീറ്റുകളിൽ നിന്ന് പുറത്തുചാടിയിട്ടുണ്ട്. ബാക്കിയുള്ളവർ വിവിധ പോസുകളിൽ ചാഞ്ഞും ചരിഞ്ഞും കഴുത്തൊടിഞ്ഞും അന്തംവിട്ട ഉറക്കത്തിലാണ്.

വെളിച്ചത്തിന് ഘനമേറുന്നതും കാത്ത് സ്വന്തം ഇരിപ്പിടത്തിൽ ഗാഢമായ ആലോചനകളുമായി ഇരിക്കുകയാണ് സുഗതൻ. സുഗതനെ ലക്ഷ്യംവെച്ച് ജഗൻ ചോദിച്ചു:

“നേരം വെളുക്കാറായിട്ടുണ്ട്. ഇറങ്ങിയാലോ?”

സുഗതൻ ജാലകത്തിലൂടെ ഒരാവൃത്തി പരിസരം നിരീക്ഷിച്ചു.

“വഴി കണ്ടുപിടിക്കണ്ടേ.”

“വെളിച്ചം വരുന്നുണ്ട്. വഴി കണ്ടുപിടിക്കാൻ ഇനിയെന്താ പ്രയാസം?” ജഗൻ ചോദിച്ചു.

“പറയാനെളുപ്പമാണ്. പക്ഷേ, എനിക്ക് തോന്നുന്നില്ല. വഴി കണ്ടുപിടിക്കുന്നത് അത്ര എളുപ്പമാണെന്ന്.”

ശരിയായ വഴി കണ്ടെത്താൻ കടമ്പകൾ പലതുണ്ട്. എത്ര ദൂരം നടന്നാലാണ് ഒരു മനുഷ്യനെ കണ്ടെത്താൻ കഴിയുക എന്ന് നിശ്ചയമില്ല. വഴി രണ്ടായി പിരിയുന്നിടത്ത് ഏതാണ് ശരിയായ വഴിയെന്ന് ഉറപ്പിക്കാനും മാർഗമില്ല. ഏതെങ്കിലും ഒരു വഴി സാഹസികബുദ്ധികൊണ്ട് തിരഞ്ഞെടുക്കാമെന്നേയുള്ളൂ. തെരഞ്ഞെടുത്ത വഴി തെറ്റാണെങ്കിൽ ലക്ഷ്യത്തിൽ നിന്ന് കൂടുതൽ കൂടുതൽ അകന്നുപോവുകയായിരിക്കും ഫലം. മനുഷ്യവാസമുള്ള ഏതെങ്കിലും ഒരിടത്ത് എത്തുന്നതുവരെ ഏതൊരു യാത്രയുടെ റിസ്കും അവസാനിക്കുന്നില്ല.

എങ്കിൽത്തന്നെയും ഈ കാട്ടുപ്രദേശത്തു നിന്ന് രക്ഷപ്പെടണമെങ്കിൽ അങ്ങനെയൊരു റിസ്ക് എടുത്തേ മതിയാവൂ.

“ആദ്യം നമുക്ക് രണ്ടാൾക്കും കൂടി ചെന്ന് പരിശോധിക്കാം. വഴി ശരിയായ വഴിയാണോന്ന്.” സുഗതൻ ഒരു നിർദ്ദേശം വെച്ചു. “എല്ലാർക്കും കൂടി വഴി തെറ്റണ്ടല്ലോ.”

ആരെങ്കിലും യാത്രയ്ക്ക് തയ്യാറെടുക്കുന്നുണ്ടോ എന്ന് ജാഗ്രതപ്പെട്ടു കൊണ്ടിരുന്ന ഫിലിപ്പ് ഈ സംഭാഷണം ഏറ്റുപിടിച്ച്, സ്വന്തം സീറ്റിൽ നിന്ന് ചാടിയെണീറ്റ് ലഗേജ് സ്റ്റാന്റിൽ നിന്ന് തന്റെ ബാഗ് വലിച്ചെടുത്തു.

“എനിക്ക് ഇന്നുതന്നെ കോട്ടയത്തെത്ത്യേച്ച് മടങ്ങാനൊള്ളതാ. ഞാനും നിങ്ങടെ കൂടെ വരാം.”

ഒരു ഓട്ടോറിക്ഷയോ ജീപ്പോ സംഘടിപ്പിച്ച് കിട്ടുന്ന വണ്ടിയിൽ കോട്ടയത്തെത്തി മടങ്ങുക എന്ന പ്ലാനാണ് ഫിലിപ്പിനുള്ളത്. ബാഗ് പുറത്തു തൂക്കി ഒരു പരദേശസഞ്ചാരിയായി സ്വയം രൂപപ്പെട്ടുകൊണ്ട് ഫിലിപ്പ് പുറത്തേക്കുള്ള കവാടത്തിലേക്ക് നടന്നു. സുഗതനും ജഗനും വണ്ടിയിൽ നിന്ന് ഇറങ്ങാൻ ഒരുങ്ങുന്നതുകണ്ട് യൂസഫ് വളരെ ക്ലേശിച്ച് സ്വന്തം സീറ്റിൽ നിന്ന് എഴുന്നേറ്റുനിന്നു. മുട്ടുകാലുകളും പാദങ്ങളും നീര് കെട്ടി സ്തംഭിച്ച അവസ്ഥയാണ്. എഴുന്നേറ്റ് അല്പനേരം നടന്നാലേ ഇനി കാലുകൾക്ക് സ്വാഭാവികമായ അവസ്ഥയിലേക്ക് മടങ്ങാൻ കഴിയൂ. വേദനകൊണ്ട് നിലത്തുറയ്ക്കാത്ത പാദങ്ങൾ വലിച്ചുവെച്ച് യൂസഫ് സീറ്റിൽ നിന്ന് പുറത്തേക്കിറങ്ങി. വേദന വകവെക്കാതെ ഞൊണ്ടിനടന്ന് സുഗതന്റെ മുന്നിലെത്തി.

“നടക്കാനിറങ്ങുകയാണോ?” യൂസഫ് ചോദിച്ചു.

“അതെ.”

“ഞാനും നിങ്ങളോടൊപ്പം വരാം.” കുറച്ച് നടക്കാമല്ലോ.”

നിലത്ത് ഊന്നാൻ പ്രയാസപ്പെടുന്ന യൂസഫിന്റെ കാലുകളിലേക്ക് നോക്കി സുഗതൻ ചോദിച്ചു.

“വേദനയുണ്ടല്ലോ. ഇതുംവെച്ച് നടക്കാൻ പറ്റുമോ?”

“ഇരിപ്പാണ് പ്രശ്നം. നടക്കാൻ കുഴപ്പമില്ല. നടന്നാലേ ഇനി കാലൊന്ന് ശരിയാകൂ.”

നടന്നുകൊണ്ടിരുന്നാൽ സന്ധികളിൽ നീരുകെട്ടുന്നത് ഒഴിവാക്കാം. അതുകൊണ്ട് നടപ്പാണ് ഈ വേദനയ്ക്ക് പരിഹാരം. സുഗതനും ജഗനും ഫിലിപ്പും യൂസഫും അടങ്ങുന്ന നാൽവർ സംഘം അങ്ങനെ വഴി കണ്ടെത്താൻ വേണ്ടിയുള്ള പര്യവേക്ഷണ സഞ്ചാരം ആരംഭിക്കുന്നു. കശുമാവുകളുടെ സമൃദ്ധമായ ഇലച്ചാർത്തുകൾക്കിടയിലൂടെ വെളിച്ചം ഭൂമിയിലേക്കു നേർവരകളായി തുളഞ്ഞിറങ്ങാൻ തുടങ്ങിയിരുന്നു. ഭൂമി കാണാം. ചുറ്റുമുള്ള മരങ്ങൾ കാണാം. ചെങ്കൽപ്പാറകൾ കാണാം. കശുമാവുകൾ ഭൂമിക്ക് മേൽ വിരിച്ച കരിയിലപ്പുതപ്പു കാണാം. ആ കരിയിലപ്പുതപ്പിനു മേൽ വീണുകിടക്കുന്ന, കശുവണ്ടിയോടുകൂടിയ മഞ്ഞയും ചുവപ്പും നിറമുള്ള കശുമാങ്ങകൾ കാണാം.

ബസ്സ് വന്ന വഴി എന്ന് അവകാശപ്പെടാൻ തക്ക വിധത്തിൽ അവിടെ കൃത്യമായ ഒരു വഴിയുണ്ടായിരുന്നില്ല. ടാർ റോഡിന്റെ വിദൂരസാന്നിധ്യം പോലുമില്ല. എന്നാൽ പണ്ട് ഒരു വഴി ഉണ്ടായിരുന്നു എന്ന് കരുതാവുന്ന വിധത്തിൽ പതിന്നാലോ പതിനഞ്ചോ അടി വീതിയിൽ ഒരു നീളൻ തുറസ്സു കാണാം. എന്നാൽ മരങ്ങൾ കൊമ്പുകൾ കൊണ്ടും വേരുകൾ കൊണ്ടും അതിക്രമിച്ചു കയറി ആ വഴിയടയാളത്തേയും വികൃതമാക്കി മാറ്റിയിരുന്നു. അതുകൊണ്ട്, വഴി നേരെയോ വളഞ്ഞോ പോകുന്നത് എന്ന് നിശ്ചയിക്കുകതന്നെ അസാധ്യമായിരുന്നു. ആ തുറസ്സുകളിൽ നിന്ന് ഒരു വഴിയുടെ സാധ്യത ഊഹിച്ചെടുത്ത് ജഗനും സുഗതനും ഫിലിപ്പും നടന്നു. അവർക്കു വളരെ പിന്നിൽ, സ്വന്തം കാലുകളുമായി മത്സരിച്ച് യൂസഫ് മന്ദഗതിയായി നടന്നു.

“എന്തു കണ്ടിട്ടാണ് ആ ഡ്രൈവറ് ഇതിലേ വണ്ടിയെടുത്തത്? ഇവിടെ എവിടെയാണ് റോഡ്?” സുഗതൻ ആശ്ചര്യപ്പെട്ടു.

“പണ്ട് ഇതിലേ ഒരു വഴിയുണ്ടായിരുന്നു എന്ന് അയാൾ പറഞ്ഞത് തെറ്റാവണമെന്നില്ല. പിന്നീടെപ്പോഴോ ആ വഴി അടഞ്ഞുപോയതായിരിക്കും. അടഞ്ഞവഴി പിന്നെ വഴിയല്ലല്ലോ.” ജഗന് അതിനും സ്വന്തമായ ഒരു ന്യായീകരണം കണ്ടെത്താനുണ്ട്.

“രാത്രീല് നമ്മളും കണ്ടതല്ല്യോ. ഇതിലേ ഒരു വഴിയൊണ്ടെന്ന്.” ഫിലിപ്പ് കൂട്ടിച്ചേർത്തു.

“ഹെഡ്‌ലൈറ്റിന്റെ വെളിച്ചത്തിൽ മുന്നിൽ നീണ്ടുകിടക്കുന്നത് ഒരു വഴിയാണെന്ന് നമുക്കും തോന്നി. അത്രേയുള്ളു.”

"അതു ചുമ്മാ ഉണ്ടായ തോന്നലല്ല. പണ്ട് ഇതിലേ ഒരു വഴി ഉണ്ടായിരുന്നതുകൊണ്ടുള്ള തോന്നലാ." വഴിയുടെ ഉണ്മയിൽ ജഗന് ഇപ്പോഴും സംശയമില്ല.

"വണ്ടി വന്ന വഴി ഉറപ്പാണേല് പിന്നേം നമ്മള് എന്നാത്തിനാ വഴിയന്വേഷിച്ചോണ്ട് നടക്കുന്നെ. ആ ബസ്സിനാത്തുള്ളോരോടും കാര്യം പറയാൻമേലയോ?" ഫിലിപ്പ് പറഞ്ഞു.

"ഇല്ല. ആയിട്ടില്ല." സുഗതൻ ഇടയ്ക്കു കയറി തടഞ്ഞു.

"ഒരു വഴിയും സ്വയം ഒരു വഴിയല്ലല്ലോ. ആരെങ്കിലും പറഞ്ഞുതരുന്നതുവരെ ഇതൊരു വഴിയാണെന്ന് എങ്ങനെ ഉറപ്പിക്കും? നമ്മളിപ്പോൾ യഥാർഥത്തിൽ അന്വേഷിക്കുന്നത് നമ്മൾ നാലുപേരുമല്ലാത്ത മറ്റൊരാളെയാണ്. നമ്മളെ സംബന്ധിച്ച് അയാളാണ് ഇപ്പോൾ നമ്മുടെ വഴി. അല്ലെങ്കിൽ നമ്മുടെ ഫോണുകൾക്ക് റെയ്ഞ്ചു കിട്ടുന്ന ഒരു സ്ഥലം. വഴിയെപ്പറ്റി യാതൊരു ഉറപ്പുമില്ലാതെ എങ്ങനെയാണ് മറ്റ് യാത്രക്കാരോട് കൂടെപ്പോന്നുകൊള്ളാൻ നിർദ്ദേശിക്കുന്നത്?"

"അതു ശരിയാണ്. വഴി അടഞ്ഞതല്ല എന്ന് ഉറപ്പാക്കണം." ജഗനും ആ വിഷയത്തിൽ തർക്കമില്ല.

"ആളെ കണ്ടാലും ഇല്ലേലും എനിക്കിന്ന് പോയേ പറ്റത്തൊള്ളൂ. ഇന്ത്യയിലെ എന്റെ കാലാവധി നാളെക്കൂടിയേ ഉള്ളൂ."

"ഇന്ത്യയിലെ കാലാവധിയോ?" എന്ന് സുഗതനും ജഗനും ഫിലിപ്പിനു നേർക്ക് അമ്പരന്നു.

"ഞാൻ ഇന്ത്യൻ പൗരനല്ല. ജനിച്ചതും വളർന്നതും ബ്രിട്ടനിലാണ്."

"പക്ഷേ, സംസാരിക്കുന്നതു കേട്ടാൽ തനി കോട്ടയത്തുകാരനാണല്ലോ."

"അതും ശരിയല്ല. ശരിക്കും എന്റെ നാട് പേരാവൂരാ. അമ്മച്ചീടെ തറവാടാ കോട്ടയത്ത്."

അമ്മയുടെ നാട് കോട്ടയം. അപ്പന്റെ നാട് പേരാവൂർ. യഥാർഥത്തിൽ അപ്പന്റെ വീട്ടുകാരും വർഷങ്ങൾക്കു മുമ്പ് കോട്ടയത്തുകാരായിരുന്നു. തിരുവിതാംകൂറീന്ന് മലബാറിലേക്കുള്ള കുടിയേറ്റകാലത്ത് കോട്ടയത്തു നിന്ന് പേരാവൂർക്ക് കുടിയേറിയ കുടുംബം.

"എന്റമ്മച്ചി പത്തുനാല്പത്തഞ്ച് കൊല്ലം മുന്നേ നേഴ്സായിട്ട് ബ്രിട്ടനിലേക്ക് പോന്നതാ. അമ്മച്ചി മാത്രമല്ലാരുന്നു കേട്ടോ. കൂട്ടത്തീ തിരുവല്ല, ചെങ്ങന്നൂര് ഭാഗത്തൂന്നും കൊറേ നേഴ്സ്മ്മാറ് ഒണ്ടാരുന്നു. കല്യാണം കഴിച്ചേച്ച് അപ്പനേം അങ്ങോട്ട് കൂട്ടി. ഞാൻ ജനിച്ചതൊക്കെ അവടാ. കുഞ്ഞായിരിക്കുമ്പം എന്നെ നോക്കാൻ നേരം കിട്ടാത്തോണ്ട് അഞ്ചു വയസ്സുവരെ ഞാൻ കോട്ടയത്തു വല്യമ്മച്ചീടെ കൂടാ വളന്നെ. പിന്നെ... ബ്രിട്ടനിലും ഞങ്ങടെ കൂടെ കോട്ടയത്തുകാര് തന്നാ കൂടുതലും. അതോണ്ട് ഞങ്ങളൊക്കെ വീട്ടില് മലയാളവാ പറയുന്നെ... എന്റെ ഭാര്യേം കോട്ടയത്തൂന്ന് കുടിയേറിയ ഫാമിലിയാ..."

ഫിലിപ്പിന്റെ ജീവചരിത്ര വിവരണങ്ങൾ സുഗതനും ജഗനും വിസ്മയ ത്തോടെ കേട്ടു. ബ്രിട്ടീഷ് പൗരൻ. പക്ഷേ, പറയുന്നത് മലയാളികൾക്കു പോലും വഴങ്ങാത്ത നാട്ടുമലയാളം. യഥാർഥത്തിൽ ഫിലിപ്പിനു പുറത്തു കടക്കേണ്ടത് അപരിചിതമായ ഈ സ്ഥലത്തുനിന്ന് മാത്രമല്ല, കേരള ത്തിൽ നിന്ന്, അല്ലെങ്കിൽ ഇന്ത്യയിൽ നിന്നുതന്നെയാണ്. അയാളുടെ അവസ്ഥയുമായി താരതമ്യപ്പെടുത്തുമ്പോൾ തങ്ങളുടെ അവസ്ഥ എത്രയോ നിസ്സാരമാണ് എന്ന് ജഗൻ മനസ്സിൽ പറഞ്ഞു.

"എന്നെ കുഞ്ഞായിരിക്കുമ്പം വളത്ത്യേ വല്യമ്മച്ചിയൊണ്ടല്ലോ. അവര്ടെ കുഴിമാടത്തില് ചെന്ന് മെഴുകുതിരി കത്തിച്ച് ഒന്ന് പ്രാർഥി ക്കണം. അതിനുവേണ്ടിയാ ഇപ്പം കോട്ടയത്തേക്ക് പോവുന്നെ. എന്റെ അമ്മച്ചി ഇപ്പോഴും ഒണ്ട്. എന്നാല് യാത്ര ചെയ്യാമ്മേല. അമ്മച്ചി പ്രത്യേകം പറഞ്ഞുവിട്ടതാ, വല്യമ്മച്ചീടെ കുഴിമാടത്തീ പോയി പ്രാർഥി ക്കണംന്ന്... അത് തീർത്തേച്ച് നാളെത്തന്നെ ബ്രിട്ടനിലേക്ക് മടങ്ങാ നൊള്ളതാ. ടിക്കറ്റൊക്കെ ബുക്ക് ചെയ്ത് വെച്ചിരിക്കുവാ."

യഥാർഥത്തിൽ തിരുവനന്തപുരം ബസ്സിൽ കയറേണ്ട ആളല്ല ഫിലിപ്പ്. കോഴിക്കോട് നിന്ന് കോട്ടയത്തേക്ക് നിരവധി ബസ്സുകളുണ്ട്. വയനാട്, കണ്ണൂർ, കോഴിക്കോട് ജില്ലകളിലെ പഴയ കുടിയേറ്റക്കാരുടെ സന്തതിപരമ്പരകളെ രക്തബന്ധങ്ങളുടെ ഗൃഹാതുരകളിലേക്ക് തിരിച്ചു കൊണ്ടുപോകുന്നത് ഈ ബസ്സുകളാണ്. ഫിലിപ്പ് ബസ്സ് കാത്തു നില്ക്കുന്നതിനിടയിൽത്തന്നെ ഒരു കോട്ടയം ബസ്സ് മുന്നിൽ വന്നുനിന്ന താണ്. പക്ഷേ, ബസ്സിൽ നിറയെ യാത്രക്കാർ. ഇരിക്കാൻ ഒരു സീറ്റു പോലും ബാക്കിയില്ല. മിക്ക യാത്രക്കാരും കോട്ടയത്തേക്കായതുകൊണ്ട് ഇടയ്ക്കുപോലും ഒരു സീറ്റ് കാലിയാവുമെന്ന് പ്രതീക്ഷിക്കാൻ വയ്യ. അങ്ങനെ സീറ്റ് കിട്ടാനുള്ള ഉറപ്പിനുവേണ്ടി തിരുവനന്തപുരത്തേക്കുള്ള ബസ്സിൽ കയറുകയായിരുന്നു ഫിലിപ്പ്. ആ ബസ്സാണിപ്പോൾ കോട്ടയത്തോ എറണാകുളത്തോ എത്താതെ ഏതോ അജ്ഞാതദേശത്ത് വന്നു കുടുങ്ങിക്കിടക്കുന്നത്. യൂറോപ്പിലെ ഏതോ ഒരു വിദൂരദേശത്ത് ജീവിതം നയിക്കുന്ന നിത്യപ്രവാസിയായ ഒരു മനുഷ്യനാണ്, കേരളത്തിലെ അപരി ചിതമായ ഒരു നാട്ടിൻപ്രദേശത്ത് വഴിയന്വേഷിച്ച് നടക്കുന്നത് എന്തൊരു വിചിത്രമായ അവസ്ഥയാണിത്! ആ കൗതുകം ഫിലിപ്പുമായി പങ്കുവെച്ച പ്പോൾ അയാൾ നിർവികാരമായി മറുപടി പറഞ്ഞു.

"സാരമില്ല. എനിക്ക് അവിടോം ഇങ്ങന തന്നാ... പിന്നെ നാളത്തെ ഫ്ളൈറ്റിന് മടങ്ങാൻ പറ്റുവോന്നൊള്ള ഒരു പ്രശ്നമേയൊള്ളൂ."

കോഴിക്കോടുനിന്ന് ദുബായ് വഴി ലണ്ടനിലേക്ക് ടിക്കറ്റ് ബുക്ക് ചെയ്തത് മാസങ്ങൾക്കു മുമ്പാണ്. അതിൽ ഇനി ഒരു മാറ്റവും വരു ത്താൻ കഴിയില്ല. വിസയുടെ കാലാവധി നാളെ അവസാനിക്കും. അതു കഴിഞ്ഞാൽ ഒരു വിദേശപൗരന് ഇന്ത്യൻ മണ്ണിൽ നില്ക്കാൻ അവകാശ മില്ല. അതുകൊണ്ട് കോട്ടയത്തെത്തി തിരിച്ചു പേരാവൂരിലെത്താൻ ഈ ഒരൊറ്റ ദിവസം മാത്രമേ ബാക്കിയുള്ളൂ. വഴി കണ്ടെത്തി മടങ്ങിപ്പോവുക

എന്നത് ഫിലിപ്പിനെ സംബന്ധിച്ച് നിയമപരമായ ഒരു ബാധ്യത കൂടിയാണ്. വഴിയുടെ ആശയക്കുഴപ്പങ്ങളിലൂടെ നീങ്ങുന്നതിനിടയിൽ മുന്നിലൊരു കാഴ്ച കണ്ട് ജഗൻ സ്തംഭിച്ചു നിന്നു. ജഗൻ നോക്കുന്ന ദിക്കിലേക്ക് സുഗതനും ഫിലിപ്പും പരിഭ്രമത്തോടെ മുഖമുയർത്തി.

ഒരു കൂറ്റൻ മതിൽ അവിടേയും വഴിതടഞ്ഞു നില്ക്കുന്നു. കശുമാവിന്റെ ശിരസ്സുകൾക്കപ്പുറത്ത്, ഉണങ്ങിയ കുറ്റിച്ചെടികൾക്കപ്പുറത്ത്.

ജഗൻ പറഞ്ഞു.

“ഇന്നലെ ഞാൻ അവിടെക്കണ്ട മതിൽ. അത് ഇവിടെയുമുണ്ട്.”

പിന്നെയും മുന്നോട്ടുനീങ്ങി മൂന്നുപേരും ആ മതിൽ അടുത്തുകണ്ടു. എട്ടടിയിലേറെ ഉയരമുള്ള കോൺക്രീറ്റ് മതിൽ. ശരിക്കും ഒരു കോട്ട മതിൽ തന്നെ. അതിനുമേലെ പുറത്തേക്കും അകത്തേക്കുമായി ചരിച്ചു സ്ഥാപിച്ച കമ്പിവേലി. പുറത്തുനിന്ന് ഒരാൾക്ക് അകത്തേക്കോ അകത്തുനിന്ന് പുറത്തേക്കോ പ്രവേശിക്കുക തികച്ചും അസാധ്യമായ രീതിയിലാണ് ആ മുള്ളുവേലി സജ്ജമാക്കിയിരിക്കുന്നത്. ജഗൻ ആ മതിലിനു നേർക്ക് ആശ്ചര്യഭരിതനായി നോക്കിനിന്നു.

“ഈ മതിലിനപ്പുറം ഏതേലും പ്രൊട്ടക്ടഡ് ഏരിയയായിരിക്കും.” ഫിലിപ്പ് പറഞ്ഞു.

“ഈ ഭാഗത്ത് എന്ത് പ്രൊട്ടക്റ്റഡ് ഏരിയ.” ജഗൻ പറഞ്ഞു. “ഇവിടെ പട്ടാളകേന്ദ്രമില്ല. ആയുധനിർമാണശാലയോ റോക്കറ്റ് വിക്ഷേപണ കേന്ദ്രമോ ഇല്ല. ആറ്റോമിക് റിയാക്ടറില്ല... പിന്നെന്തിനാണ് ഇത്രയും വിസ്തൃതിയിൽ ഒരു പ്രൊട്ടക്ടഡ് ഏരിയ?”

സുഗതൻ തങ്ങളുടെ വഴി തടഞ്ഞുനിന്ന ആ മതിലിന്റെ ഭൂമിശാസ്ത്രവും ഘടനയും കണ്ണുകൊണ്ട് അളക്കുകയായിരുന്നു. മതിൽ ഇരുദിശയിലേക്കും അനന്തമായി നീണ്ടുനീണ്ടുപോവുകയാണ്. സമീപത്ത് എവിടെയും ഒരു ഗെയ്റ്റുള്ളതിന്റെ ലക്ഷണമില്ല. കശുമാവുകളുടെ ഭൂതരൂപങ്ങൾക്കപ്പുറത്തേക്ക് നീണ്ടുമറയുന്ന മതിലിന്റെ തുടക്കവും ഒടുക്കവും ഊഹിക്കാൻ തന്നെ കഴിയുന്നില്ല. സുഗതന്റെ മുഖഭാവത്തിൽനിന്ന് ഫിലിപ്പ് പുതിയൊരു സംശയം കണ്ടെടുത്തു.

“സത്യത്തീ നമ്മള് എവടാ നിക്കുന്നെ. മതിലിന്റെ അകത്താന്നോ അതോ പുറത്താന്നോ?”

സുഗതൻ മനസ്സിൽ വിചാരിച്ചതുതന്നെയാണ്. ഫിലിപ്പ് വിളിച്ചു പറഞ്ഞത്. ജഗൻ, പക്ഷേ അത്തരമൊരു സാധ്യതയെപ്പറ്റി ആലോചിച്ചിരുന്നില്ല. അതുകൊണ്ട് ഫിലിപ്പിന്റെ സംശയം ജഗന്റെ മനസ്സിലേക്ക് ഒരു തീപ്പന്തമായി വന്നു വീണു.

“നിങ്ങൾ മറ്റേ ഭാഗത്തും മതിൽ കണ്ടുവെന്നല്ലേ പറഞ്ഞത്.” സുഗതൻ തന്റെ നിഗമനം വിശദീകരിച്ചു. “ആ മതിൽ ഇവിടേയും ഉണ്ടെങ്കിൽ, അത് ഇരുദിശകളിലേക്കും നീണ്ടുനീണ്ടു പോകുന്നുണ്ടെങ്കിൽ

എന്താണതിനർഥം? നമ്മൾ മതിലിന് പുറത്തല്ല, അകത്താണ് നില്ക്കുന്നത് എന്നല്ലേ. ഫിലിപ്പ് സംശയിച്ചതുപോലെ ഒരു പ്രൊട്ടക്ടഡ് ഏരിയയ്ക്കുള്ളിൽ?"

"ഇതൊരു പ്രൊട്ടക്ടഡ് ഏരിയയോ?" ജഗന് വിസ്മയം നിയന്ത്രിക്കാനായില്ല. "എന്തു പ്രൊട്ടക്ട് ചെയ്യാൻ? ഇവിടെ ഒരു കെട്ടിടം പോലും ഇല്ലല്ലോ."

"നമ്മൾ ഇതുവരെ കണ്ടില്ല എന്നല്ലേയുള്ളൂ. കാണാതെ എന്തെങ്കിലും ഉണ്ടായിക്കൂടേ? ഇതുവരെ ഉണ്ടായിട്ടില്ലെങ്കിൽ ഇനി ഉണ്ടായിക്കൂടെന്നും ഇല്ലല്ലോ.. എന്തായാലും ഒരു കാര്യം ഒറപ്പാ. നമ്മൾ വന്നുപെട്ടിരിക്കുന്നത് നിഗൂഢമായ ഒരു സ്ഥലത്താണ്. ഒരു മിസ്റ്റീരിയസ് പ്ലെയ്സ്."

അതുവരെയുണ്ടായിരുന്ന ആത്മവിശ്വാസത്തിന്റെ ഉറപ്പ് ഫിലിപ്പിന്റെ മുഖത്തുനിന്ന് അലിഞ്ഞുപോവാൻ തുടങ്ങിയിരുന്നു.

"മതിലാണേലും എവിടേലും ഒരു ഗെയ്റ്റ് കാണാതിരിക്കുവോ?" എന്നാലും ഫിലിപ്പ് പ്രതീക്ഷ കൈവിടാൻ ഒരുക്കമല്ല.

"ഉണ്ടാവാം. പക്ഷേ, അതു കണ്ടുപിടിക്കുക എളുപ്പമല്ല എന്ന് പറയാൻ ആഗ്രഹിച്ചു സുഗതൻ. മതിലിനോട് ചേർന്ന് കുറ്റിച്ചെടികളും മുൾപ്പടർപ്പുകളും സമൃദ്ധമായി വളർന്നു നില്ക്കുകയാണ്. അതുകൊണ്ട് മതിലിനോടു ചേർന്ന് നടന്നുനീങ്ങുവാനോ അങ്ങനെ എവിടെയോ ഉണ്ടാകാവുന്ന ഗെയ്റ്റ് കണ്ടെത്തുവാനോ അവസരമില്ല. ഒരാൾക്കും രക്ഷപ്പെടാൻ പഴുതു നല്കാത്ത വിധത്തിൽ വിദഗ്ധമായി സജ്ജമാക്കിയതാണ് ആ മതിൽ എന്ന് സുഗതന് വ്യക്തമായി.

ഇനി ഒരു ഗെയ്റ്റ് ഉണ്ടെങ്കിൽത്തന്നെ മനുഷ്യന്റെ കാഴ്ചയിൽ നിന്ന് മറച്ചുവെക്കാവുന്ന ഘടന അതിന് ഉണ്ടാവാമല്ലോ. അടഞ്ഞുകഴിഞ്ഞാൽ മതിലിന്റെ ഭാഗമായി മാറുന്ന, മതിൽ എന്നുതന്നെ തോന്നിപ്പിക്കുന്ന ഒരു കവാടം. ഇത്രമേൽ സുരക്ഷാസംവിധാനങ്ങളോടെ തയ്യാറാക്കപ്പെട്ട ഒരു മതിലിനെ സംബന്ധിച്ചാവുമ്പോൾ അത്തരമൊരു കവാടം അസ്വാഭാവികമല്ല. ജഗൻ ഒരുതരം സ്ഥലജലവിഭ്രാന്തിയിൽ അകപ്പെട്ട് നില്ക്കുകയായിരുന്നു.

നാല്പതു കൊല്ലമായി കോഴിക്കോട് ജില്ലയിൽ ജീവിക്കുന്നു. പാർട്ടി പ്രവർത്തനവുമായി ബന്ധപ്പെട്ട് ചെന്നുപറ്റാത്ത സ്ഥലങ്ങൾ തന്നെ ജില്ലയിൽ കുറവാണ്. എന്നിട്ടും തന്റെ വിഹാരമേഖലയിൽ തനിക്ക് തികച്ചും അപരിചിതമായ ഒരു പ്രൊട്ടക്ടഡ് ഏരിയ നിലനില്ക്കുന്നു. അതും നൂറ് കണക്കിന് ഏക്കർ വിസ്തൃതിയിൽ. വർധിച്ച ജനസാന്ദ്രതയുള്ള ഒരു സംസ്ഥാനത്ത്, ജില്ലയിൽ, എങ്ങനെയാണ് മനുഷ്യവാസമില്ലാത്ത ഇത്തരമൊരു തുരുത്ത് ഉണ്ടാക്കപ്പെട്ടത്.

"നമുക്ക് വേറൊരു റൂട്ട് നോക്കാവല്ലോ." ഫിലിപ്പ് പ്രതീക്ഷ കൈവിടാതെ സ്വയം ദിശ തിരിച്ചു.

"നോക്കാം." സുഗതൻ പറഞ്ഞു. "വേറെന്താണ് നമുക്കിവിടെ ചെയ്യാനുള്ളത്?"

അകലെ നിന്ന്, നീര് വിട്ടുമാറാത്ത കാലുകൾ വലിച്ചുവെച്ച് യൂസഫ് നടന്നടുക്കുന്നുണ്ട്.

നാല് മനുഷ്യർ നാല് സ്ഥലങ്ങളിൽ നിന്ന് വന്ന് ഒരു രാത്രി നേരത്ത് തികച്ചും അപരിചിതരായി ഒരേ ബസ്സിൽ യാത്രയാരംഭിച്ചവർ.

എന്നിട്ടും തങ്ങൾ പണ്ടു മുതലേ പരിചിതരായിരുന്നുവെന്ന് അവർക്കു തോന്നുന്നു. കിഡ്നി മാറ്റിവെക്കാൻ ശസ്ത്രക്രിയയ്ക്ക് കാത്ത് ജീവിതത്തിനും മരണത്തിനുമിടയിൽ തങ്ങിനില്ക്കുന്ന സുരേഷ്, ജഗന്റെ രാഷ്ട്രീയ ഭാവി, ഫിലിപ്പിന്റെ സ്വദേശത്തേക്കുള്ള യാത്ര, യൂസഫിന്റെ ചികിത്സ അങ്ങനെ എത്രയോ മനുഷ്യരുടെ ജീവിതത്തിന്റെ ഗതി ഇനിയും കണ്ടുപിടിക്കേണ്ടുന്ന, ഇപ്പോൾ അജ്ഞാതമായിരിക്കുന്ന, ആ കവാടത്തെ ആശ്രയിച്ചാണ് നില്ക്കുന്നത്.

'വഴിയടഞ്ഞ ജനത' എന്ന പ്രയോഗം, തന്നെ വിടാതെ പിന്തുടരുകയാണെന്ന് ജഗൻ കൗതുകത്തോടെ തിരിച്ചറിഞ്ഞു. രണ്ടു കിഡ്നികളും പ്രവർത്തനരഹിതമായ ഒരു ശരീരം പോലെയാണ് ഈ ലോകം എന്ന് സുഗതന്റെ മനസ്സ് ഒരു കാവ്യകല്പന നിർമിച്ചു. അന്യരാജ്യത്തെ ഏതോ വിമാനത്താവളത്തിലെ ലോഞ്ചിൽ തന്റെ ഫ്ളൈറ്റിനായി കാത്തിരിക്കുന്ന ഏകാകിയായ ഒരു യാത്രക്കാരനായി ഫിലിപ്പ് സ്വയം സങ്കല്പിച്ചു. വിമാനത്താവളത്തിന് പുറത്തിറങ്ങാൻ അവകാശമില്ല. പോകേണ്ട ഫ്ളൈറ്റുകളാകട്ടെ റദ്ദാക്കപ്പെടുകയും ചെയ്തിരിക്കുന്നു. വഴി എന്നാൽ വേദന തന്നെയാണ് എന്ന് യൂസഫിന്റെ തളർന്ന കാലുകൾ അകലെ നിന്നുതന്നെ നിശ്ശബ്ദമായി വിളിച്ചു പറഞ്ഞു.

പതിനഞ്ച്

ഓരോ രാത്രിയിലും ഉറങ്ങാൻ തയ്യാറെടുക്കുമ്പോൾ കാദറിന്റെ മനസ്സിലേക്ക് കൗതുകകരമായ ഒരു വിചാരം കയറിവരും. നാളെ ഉറക്കമുണരുന്നത് മരണത്തിലേക്കാണെങ്കിലോ? ജീവിതത്തിനും മരണത്തിനുമിടയിൽ സവിശേഷമായ കടമ്പകളൊന്നും ഇനി അവശേഷിച്ചിട്ടില്ല. ഉള്ളത് ഒരു നേർത്ത തിരശ്ശീല മാത്രമാണ്. സൂക്ഷിച്ചുനോക്കിയാൽ അതിനപ്പുറമുള്ള ചില നിഴൽക്കാഴ്ചകൾ ഇപ്പോഴേ കാണാൻ കഴിയും. പെയിൻകില്ലറുകൾ പ്രവർത്തിക്കാൻ തുടങ്ങുന്നതുവരെയുള്ള സമയത്ത് ഉറക്കം കാത്ത് കിടക്കുന്ന ഇടവേളകളിൽ കാദർ അങ്ങനെ ചില കാഴ്ചകൾ സങ്കല്പത്തിൽ കാണാറുണ്ട്. മരണത്തിനപ്പുറത്ത് അപരിചിതമായ കാഴ്ചകളുടേയും അനുഭവങ്ങളുടേയും ലോകം. ഉറക്കഗുളികയിലും വേദനസംഹാരിയിലും മുങ്ങിക്കിടന്ന ഒരു നീണ്ട രാത്രിക്കുശേഷം അത്തരമൊരു കാഴ്ചയിലേക്കാണ് കാദർ ഉറക്കമുണർന്നത്.

കണ്ണുതുറന്ന് കാദർ പരിഭ്രമത്തോടെ ചുറ്റും നിരീക്ഷിച്ചു. അപരിചിതമായ ഒരിടം. യാത്ര പുറപ്പെടുമ്പോൾ കൂടെയുണ്ടായിരുന്ന റിയാസിനെ കാണാനില്ല. ഒരു കുഷ്യൻ സീറ്റിൽ ഇരിക്കുകയാണെന്ന് മനസ്സിലാവുന്നുണ്ടെങ്കിലും ഏത് ലോകത്തിലെ സീറ്റാണെന്ന് മനസ്സിലാവുന്നില്ല. തനിക്ക് മുന്നിലുള്ള സീറ്റുകളിലും ചിലർ നിശ്ചലരായി ഇരിക്കുന്നുണ്ട്. പരിസരം മറന്ന് ഉറങ്ങുകയും ചെയ്യുന്നുണ്ട്.

അവർ ഉറങ്ങുകയല്ല, മരിച്ചു കിടക്കുകയാണ് എന്ന് കാദറിനു തോന്നി. താൻ ഇപ്പോൾ ഇരിക്കുന്നത് മരിച്ചവർക്കുള്ള ഒരു കൂറ്റൻ പെട്ടിക്കകത്താണ്. കുറെ നാളുകളായി സങ്കല്പിച്ചു പോരുന്നതുപോലെ, അല്ലെങ്കിൽ പ്രതീക്ഷിച്ചുകൊണ്ടിരുന്നതുപോലെ ഇന്നലെ രാത്രിയിലെപ്പോഴോ താൻ മരിച്ചുപോയിരിക്കണം. തീവണ്ടിയാത്രയ്ക്കായി വീട്ടിൽ നിന്ന് ബാഗും തൂക്കി റിയാസിനൊപ്പം പുറപ്പെട്ടത് ഓർക്കാൻ കഴിയുന്നുണ്ട്. അങ്ങനെയെങ്കിൽ മരണം സംഭവിച്ചത് തീവണ്ടിയാത്രയ്ക്കിടയിൽ ആയിരിക്കും. ആ റിയാസിന്റെ കാര്യമോർക്കുമ്പോൾ കഷ്ടം തോന്നുന്നു. മയ്യത്ത് നാട്ടിലെത്തിക്കുന്നതിനുവേണ്ടി അവനിപ്പോൾ വളരെ പ്രയാസപ്പെടുന്നുണ്ടാവും.

കാദർ തന്റെ ഇരിപ്പിടത്തിലേക്ക് ശാന്തമായി ചാരിയിരുന്നുകൊണ്ട് ജാലകത്തിലൂടെ ആ മരണാനന്തരലോകത്തേക്ക് കൗതുകപൂർവം നോക്കി. സൂര്യവെളിച്ചം ഇവിടേയും എത്തുന്നുവല്ലോ എന്ന് ആശ്ചര്യപ്പെടുകയും ചെയ്തു. വരണ്ട പാറകൾ. അതിനിടയിൽ ഉണങ്ങിയ കുറ്റിച്ചെടികൾ. കരിഞ്ഞ പുൽനാമ്പുകൾ. അതിനപ്പുറത്ത് വളഞ്ഞ് ബീഭത്സരൂപമാർജ്ജിച്ച കൊമ്പുകളും കറുത്തു ചിതറിയ ശിരസ്സും ഉള്ള മരങ്ങൾ. കാതുകൾ പ്രവർത്തിക്കുന്നില്ല എന്നു തോന്നിപ്പിക്കുന്ന കനത്ത നിശ്ശബ്ദത. മരങ്ങൾക്കു മുകളിൽ അകലെ വരണ്ട ആകാശം. എഴുപതു വർഷം ജീവിച്ചിട്ടാണല്ലോ മരിച്ചത് എന്ന് ആശ്വസിക്കാൻ ശ്രമിച്ചു കാദർ. കാൻസർ സ്ഥിരീകരിച്ചിട്ടുതന്നെ വർഷം രണ്ടു പിന്നിട്ടിരിക്കുന്നു. സത്യത്തിൽ ഈ രണ്ടു വർഷങ്ങളെ ഒരു ബോണസായി കണ്ട് സന്തോഷിക്കുകയാണ് വേണ്ടത്.

ഓരോ മാസവും കോഴിക്കോട് നിന്ന് തിരുവനന്തപുരത്തേക്കും അവിടന്ന് തിരിച്ചും ഉള്ള യാത്ര അവസാനിച്ചുകിട്ടിയെന്ന ആശ്വാസം വേറെയും.

ആ തീവണ്ടിയാത്രകളിൽ തന്റെ കൂടെയുണ്ടാവാറുള്ള മറ്റ് രോഗികൾക്ക് ജീവിതം ഇനിയും ബാക്കിയാണ്. തന്നെയോർത്ത് അവരിപ്പോൾ അസൂയപ്പെടുന്നുണ്ടാവും. തിരുവനന്തപുരത്തെ കാൻസർ സെന്ററിലേക്കുള്ള ഓരോ യാത്രയും സംഘം ചേർന്നുള്ള വിനോദയാത്രകൾ പോലെയായിരുന്നു എന്ന് കാദർ ഓർത്തു. രണ്ടു വർഷമായി റിയാസാണ് ആ യാത്രകളുടെ സംഘാടകനും ഗൈഡും. അടുത്തടുത്ത പത്തു വീടുകൾ. പത്തു വീടുകളിലും അറുപതു വയസ്സ് പിന്നിട്ടവരൊക്കെ കാൻസർ ബാധിതരും. കാൻസർ ബാധിതരുടെ ഒരു കോളണി തന്നെ അങ്ങനെ നിലവിൽ വന്നിരിക്കുന്നു.

അടയ്ക്കാ കച്ചവടക്കാരൻ അഹമ്മദ് ഹാജിക്കാണ് ആദ്യം കാൻസർ സ്ഥിരീകരിച്ചത്. തിരുവനന്തപുരത്തെ കാൻസർ സെന്ററിലേക്ക് അഹമ്മദ് ഹാജിക്ക് ആദ്യം കൂട്ടുപോയ മുസ്തഫ ഹാജിയായിരുന്നു രണ്ടാമൻ. അഹമ്മദ് ഹാജിയേയും മുസ്തഫ ഹാജിയേയും ഒന്നിച്ച് തിരുവനന്ത പുരത്തേക്ക് അനുഗമിച്ചുകൊണ്ട് ഇരുപതാം വയസ്സിൽ റിയാസ് ഒരു പുതിയ നിയോഗത്തിന് തുടക്കം കുറിച്ചു. ബി.കോം പഠനം പാതിവഴി യിൽ ഉപേക്ഷിച്ചാണ് കാൻസർ രോഗികളെ തിരുവനന്തപുരത്തെ ആശു പത്രിയിലെത്തിക്കുന്ന ദൗത്യം അവൻ ഏറ്റെടുത്തത്. ആ കർമമേഖല യിൽ ആറുമാസം പിന്നിട്ടപ്പോൾ സ്വന്തം ഉപ്പയെയും കൂടെകൂട്ടാൻ അവന് ഭാഗ്യമുണ്ടായി. പിന്നെയും ആറ് മാസം കഴിഞ്ഞപ്പോൾ അവന്റെ വല്യുപ്പ യായ താനും അവന്റെ സേവനപരിധിയിൽ അംഗത്വം നേടുകയായിരുന്നു.

കോഴിക്കോട്-തിരുവനന്തപുരം, തിരുവനന്തപുരം-കോഴിക്കോട് തീവണ്ടി റൂട്ടാണ് ഇപ്പോൾ അവന്റെ ജീവിതത്തിന്റേയും റൂട്ട്.

ഓരോ യാത്രയിലും രണ്ടോ മൂന്നോ രോഗികൾ അവന്റെ കൂടെ യുണ്ടാവും. തിരുവനന്തപുരത്തെത്തി മുറിയെടുക്കുന്നതും ഡോക്ടറെ കാണുന്നതും മരുന്നുകൾ വാങ്ങുന്നതും തിരിച്ച് സ്റ്റേഷനിലെത്തുന്നതും കോഴിക്കോട്ടേക്ക് മടങ്ങുന്നതുമൊക്കെ അവന്റെ നേതൃത്വത്തിലാണ്. കോഴിക്കോടെത്തിയാൽ പകൽനേരങ്ങളിൽ അടുത്ത യാത്രകൾക്കുള്ള ടിക്കറ്റുകൾ റിസർവ് ചെയ്യുന്നതിനായി റെയിൽവേ സ്റ്റേഷനിൽ തുടരുന്നു. സന്ധ്യക്ക് കാൻസർ രോഗികളുടെ മറ്റൊരു ടീമുമായി വീണ്ടും തിരു വനന്തപുരത്തേക്ക് യാത്രയാവുന്നു. അവന്റെ ഡിക്ഷ്ണറിയിലില്ലാത്ത ഒരു പദമാണ് മടുപ്പ്.

കഴിഞ്ഞ രണ്ട് വർഷങ്ങൾക്കിടയിൽ എത്രയോ അംഗങ്ങൾ അവന്റെ ടീമിൽ നിന്ന് വിടപറഞ്ഞ് ഇറങ്ങിപ്പോയിരിക്കുന്നു. ഒരാൾ ഇറങ്ങിപ്പോവു മ്പോൾ പകരം പത്തുപേർ അവന്റെ ടീമിലേക്ക് പുതുതായി കയറി വരു ന്നുണ്ട്. റിയാസിന്റെ കാൻസർ ക്ലബ്ബിലെ അംഗങ്ങളിൽ തീവണ്ടിയിൽ വെച്ച് മരണപ്പെട്ട ആദ്യത്തെ ആൾ താനായിരിക്കും. ജാലകത്തിന പ്പുറത്തെ നരകലോകത്തിലൂടെ ചില പരേതാത്മാക്കൾ സഞ്ചരിക്കുന്നത് കാദർ കൗതുകത്തോടെ നോക്കിയിരുന്നു.

"ഓ, വല്ല്യുപ്പാ എണീറ്റോ" എന്ന ഒരു അശരീരി കേട്ട് കാദർ തിരിഞ്ഞു നോക്കി. പിന്നിൽ റിയാസ് നില്ക്കുന്നു.

"നീയും എന്റെ കൂടെ പോന്നോ" എന്ന് കാദർ റിയാസിനു നേർക്ക് പരിഭ്രമിച്ചു.

"പിന്നെ. ഞാനല്ലേ വല്ല്യുപ്പാനേംകൊണ്ട് പോന്നത്. ഓർമ്മയില്ലേ."

കാദർ ജാലകത്തിലൂടെ ഒരിക്കൽകൂടി പുറത്തേക്കു നോക്കി. വരണ്ട ചെങ്കൽപ്പാറ. ഉണങ്ങിയ കുറ്റിച്ചെടികൾ. മരങ്ങളുടെ ഭൂതരൂപങ്ങൾ. നിറം കെട്ട ആകാശം. അപരിചിതമായ ഒരു ലോകം.

"ഇതേതാ സ്ഥലം?" കാദർ സംശയത്തോടെ റിയാസിനു നേർക്കു തിരിഞ്ഞു.

"മ്മള് വന്ന ബസ്സ് ട്രാഫിക് ബ്ലോക്ക് ഒഴിവാക്കാം ബേണ്ടീട്ട് എളുപ്പത്തിലിങ്ങ്ട് കേറ്യതാ. ഈടെ വന്ന് കുടുങ്ങീരിക്കാണ്. ഏതാ സ്ഥലംന്ന് എനിക്കും പിടീല്ല."

"മ്മള് ബന്ന ബസ്സോ. മ്മള് തീവണ്ടീലല്ലേടാ പോന്നെ?"

"അല്ല വല്ല്യുപ്പാ" റിയാസ് കാദറിന് സമീപം വന്ന് ഇരുന്നു. "മ്മള് സ്റ്റേഷനിലെത്ത്യപ്പൊക്കും വണ്ടി പോയി. പിന്നെ സ്റ്റാന്റില് ചെന്ന് ബസ്സ് പിടിച്ച്. ആ ബസ്സാ ഇത്."

"നീ പറേന്നതൊന്നും ശര്യല്ല റിയാസേ... ഇദൊക്കെ നിന്റൊരു തോന്നലാ... മ്മള് പോന്നത് തീവണ്ടീലാ. തീവണ്ടീ ബെച്ച് മ്മള് രണ്ടാളും മയ്യത്തായി. ചെലപ്പോ കടലുണ്ടിപ്പൊയേല് വണ്ടി മറിഞ്ഞതാരിക്കും."

ചിരിക്കണോ കരയണോ എന്നറിയാതെ റിയാസ് പരവശപ്പെട്ടു.

"നീയൊന്നു നോക്ക്യേ." കാദർ ബസ്സിന് പുറത്തേക്കു നോട്ടമെറിഞ്ഞു. "ഭൂമി മലയാളത്തീ ഇമ്മാതിരി ഒരു സ്ഥലംണ്ടോടാ? ഒരു തെങ്ങേലും ഇല്ലാണ്ട് മലയാളംണ്ടാവോ? റിയാസേ, നീ ഈടത്തെ മരങ്ങള് നോക്ക്. എല്ലാത്തിനും കറുത്ത എലയാ."

"അത് കറുത്ത എലയല്ല വല്ല്യുപ്പാ. ഈടിര്ന്ന് നോക്കുമ്പോ കറുപ്പാന്ന് തോന്നുന്ന്യാ. ഇതൊരു പൃത്തിക് മാവിന്റെ തോട്ടാണ്."

കാദർ ശ്രദ്ധയോടെ പുറത്തേക്ക് നോക്കിയിരുന്ന് തെല്ലുനേരം ആലോചനയിലാണ്ടു. പ്രത്യേകിച്ച് ലക്ഷ്യമില്ലാതെ അങ്ങുമിങ്ങും നടക്കുന്ന യാത്രക്കാരെ നിരീക്ഷിച്ചതിനുശേഷം പിന്നെയും റിയാസിനു നേർക്ക് മുഖം തിരിച്ചു.

"റിയാസേ, ഇന്റെ ഉപ്പാ ഈടെ വന്നിട്ട്ണ്ടാ."

'വല്ല്യുപ്പാടെ അനുശനല്ലേ എന്റുപ്പാ."

"അതുതന്നെ. നിന്റെ ഉപ്പാ ഏടപ്പോയി?"

റിയാസിനു കരളു പിടഞ്ഞു. ഒരു വർഷം മുമ്പേ മരിച്ച് പള്ളിപ്പറമ്പിലേക്കെടുത്ത ഉപ്പായെപ്പറ്റിയാണ് വല്ല്യുപ്പാ ചോദിക്കുന്നത്. ജാലകത്തിന് വെളിയിലേക്ക് വിരൽ ചൂണ്ടി ചോദ്യത്തിനുള്ള ഉത്തരവും കാദർ തന്നെ പറഞ്ഞു.

"ആ നിക്കണേല്ലേ നിന്റുപ്പ ജമാല്."

റിയാസ് കാരുണ്യത്തോടെ വല്ല്യുപ്പയോട് അല്പം കൂടി ചേർന്നിരുന്നു. വല്ല്യുപ്പായുടെ മനസ്സ് പലതരം ഇല്ലാക്കാഴ്ചകൾ കാണുകയാണ്. ഇന്നലെ രാത്രി വേദനസംഹാരിയും ഉറങ്ങാനുള്ള ഗുളികയും ഒന്നിച്ച് കഴിച്ചതിന്റെ ഫലമായിരിക്കണം. ശരീരം ഉറക്കമുണർന്നെങ്കിലും മനസ്സ് സ്വപ്നങ്ങളിൽത്തന്നെ തുഴയുകയാണ്. ഗുളികയുടെ ശക്തി പൂർണമായും വിടുന്നതുവരെ വല്ല്യുപ്പാ ഇങ്ങനെ ചില മിഥ്യാദർശനങ്ങളിലായിരിക്കും. വേദനസംഹാരിയുടെ പിടി അയഞ്ഞ് വേദനയിലേക്ക് മടങ്ങിയെത്തിയാലേ ഇനി വല്ല്യുപ്പായ്ക്ക് ലോകത്തെ അതിന്റെ യഥാർത്ഥരൂപത്തിൽ

കാണാനാവൂ. അതുവരെ വല്യുപ്പാ മരിച്ചവരുടെ ലോകത്തു ജീവിക്കും. ഒരുതരത്തിൽ ഇതും ഒരാശ്വാസമാണ്. മരണത്തിന്റെ തണലിലും ആശ്വാസത്തിലും വേദന മറന്ന് അല്പനേരമെങ്കിലും തങ്ങിനില്ക്കാമല്ലോ.

'എടാ റിയാസേ' സംശയങ്ങളിൽ നിന്ന് പുറത്തു കടക്കാൻ കഴിയാതെ കാദർ പിന്നെയും ചോദ്യങ്ങളുമായി റിയാസിനെ നേരിട്ടു. "ജീവിക്ക്ന്നോര്ടെ ലോകോം മരിച്ചവര്ടെ ലോകോം തമ്മില്ള്ള വെത്യാസം അറിയാൻ എന്താടാ ഒരു വഴി? ഇത് മരിച്ചോര്ടെ ലോകോല്ലാന്നേന് ഇനക്കെന്താ ഒറപ്പ്?"

യഥാർഥത്തിൽ റിയാസിനും അതിനുള്ള ഉത്തരമുണ്ടായിരുന്നില്ല. ഇത്തരത്തിൽ വലിയ വലിയ ചോദ്യങ്ങൾ ചോദിക്കാനോ അതിന്റെ ഉത്തരത്തെപ്പറ്റി വ്യാകുലപ്പെടാനോ ഉള്ള ബുദ്ധിയോ അറിവോ തനിക്കില്ലെന്നും റിയാസ് പണ്ടേ തീർച്ചപ്പെടുത്തിക്കഴിഞ്ഞിട്ടുണ്ട്. നടക്കുന്ന വഴി, കാണുന്ന കാഴ്ച, തിന്നുന്ന ഭക്ഷണം, വേദനയിൽ മുങ്ങിയ മനുഷ്യർ ഇതൊക്കെത്തന്നെ. റിയാസിന്റെ ജീവിതദർശനം.

തുളവീണ കവിളും കോടിയ മുഖവും ബീഭത്സമായ മുഴപ്പുകളുമൊക്കെയായി ഡോക്ടറെ കാണാൻ ഊഴം കാത്തുനില്ക്കുന്ന കാൻസർ രോഗികളുടെ സമീപത്ത് മനസ്സ് പതറാതെ പിടിച്ചുനില്ക്കാൻ തനിക്ക് കഴിയുന്നത് ജീവിതത്തോട് വലിയ ചോദ്യങ്ങൾ ചോദിക്കാൻ കഴിവില്ലാത്തതുകൊണ്ടാണെന്നും റിയാസിനറിയാം. എന്തുകൊണ്ട് ഇങ്ങനെയൊക്കെ സംഭവിക്കുന്നു എന്ന് റിയാസ് തന്നോടോ മറ്റുള്ളവരോടോ ദൈവത്തോടെ എന്തിന് ഡോക്ടറോട് തന്നെയോ ചോദിക്കാറില്ല. അതുകൊണ്ട് സമാധാനത്തോടെ ജീവിക്കാൻ റിയാസിനു കഴിയുന്നു.

ഭക്ഷണത്തെ ജീവിതത്തിന്റെ സർവസുഖവുമായി കരുതിയിരുന്ന തന്റെ ഒരു മാമായെപ്പറ്റി റിയാസ് ഇപ്പോഴും ഓർക്കാറുണ്ട്. രാവിലെ പൊറോട്ടയും ബീഫും. ഉച്ചയ്ക്ക് ബിരിയാണിയും ലിവർ ഫ്രൈയും. രാത്രിയിൽ ചപ്പാത്തിയും വറുത്ത കോഴിയും. ഇടനേരത്ത് നെയ്യിൽ പഞ്ചസാര കുഴച്ച് തിന്നും. കല്യാണപ്പുരകളിൽ ചെന്നാൽ അന്തംവിട്ട തീറ്റയാണ്. നോമ്പുകാലം പോലും മാമായെ സംബന്ധിച്ച് തീറ്റയുടെ ആഘോഷകാലമാണ്. പകൽ മുഴുവൻ നോമ്പു നോറ്റിട്ട് രാത്രി മുഴുവൻ ഉറങ്ങാതിരുന്നത് തീറ്റയോട് തീറ്റയായിരിക്കും. നോമ്പുകാലം കഴിയുമ്പോൾ ആൾ മുമ്പത്തേക്കാൾ തടിച്ചിട്ടുണ്ടാവും. രോഗങ്ങളെ പേടിയില്ല. രോഗം വന്നാൽ ഗുളികകൾ വാരിവിഴുങ്ങും.

ഈ രീതിയിൽ ലക്കും ലഗാനുമില്ലാതെ വലിച്ചു വാരി തിന്ന് മഹാരോഗങ്ങൾ വരുത്തിവെക്കണോ എന്ന് ബന്ധുക്കൾ താക്കീതു ചെയ്യുമ്പോൾ മാമാ മറുപടി കൊടുക്കുന്നത് ഇങ്ങനെയാണ്:

"സാരമില്ല. റിയാസുണ്ടല്ലോ."

മാമാവെയും കൊണ്ട് തിരുവനന്തപുരത്തേക്ക് യാത്ര ചെയ്യുമ്പോൾ റിയാസ് മാമായ്ക്കുവേണ്ടി സ്പെഷൽ ചിക്കൻ ബിരിയാണി പാഴ്സൽ

ചുമന്നു. പ്രഭാതഭക്ഷണത്തിന് പൊറോട്ടയും ചിക്കൻചില്ലിയും ഹോട്ടൽ മുറിയിലേക്ക് വരുത്തിച്ചു. അങ്ങനെ മാമാ സന്തുഷ്ടനായി മരണം വരെ ജീവിച്ചു. മാമായുടെ ഈ ജീവിതത്തിന് പിന്നിൽ എന്തെങ്കിലും ജീവിത ദർശനം ഉണ്ടോ എന്ന്, അതിൽ നിന്ന് ഏതെങ്കിലും ഗുണപാഠം പഠിക്കാനുണ്ടോ എന്ന് റിയാസിനറിയില്ല. അതേപ്പറ്റി റിയാസ് ആലോചിച്ചിട്ടുമില്ല. എന്നാലും വല്യുപ്പാ നേരിടുന്ന വിഷമപ്രശ്നം റിയാസിനു മനസ്സിലാവും.

ബോധമില്ലാത്തപ്പോൾ മാത്രമല്ല, ബോധമുള്ളപ്പോഴും വല്യുപ്പാ ഇതുപോലുള്ള വലിയവലിയ ചോദ്യങ്ങൾ ചോദിച്ചുകൊണ്ടിരിക്കും.

കച്ചവടക്കപ്പലിൽ തൊഴിലാളിയായിരുന്നു വല്യുപ്പ. എട്ടുമാസം കപ്പലിലും നാലുമാസം വീട്ടിലുമായി ജീവിതം. ഒരിക്കൽ വീടുവിട്ടാൽപ്പിന്നെ വല്യുപ്പായെപ്പറ്റിയുള്ള എന്തെങ്കിലും വിവരം വീട്ടിലെത്തുക എട്ടുമാസങ്ങൾക്കുശേഷമാണ്. വല്യുപ്പ ഉടലോടെ വീട്ടിൽ തിരിച്ചെത്തുമ്പോൾ മാത്രം. അതുവരെ വിവിധ സമുദ്രങ്ങളിലൂടെ, കടലുകളിലൂടെ, അവയുടെ അന്തമില്ലാത്ത ഏകാന്തതയിലൂടെ സഞ്ചരിച്ചുകൊണ്ടിരിക്കുകയാവും ആൾ. അതിനിടയിൽ വിവിധ രാജ്യങ്ങളിലെ തുറമുഖങ്ങളിൽ ഒന്നു കയറിയിറങ്ങിയേക്കാമെന്നു മാത്രം. കടൽയാത്രയെക്കുറിച്ചുള്ള അനുഭവ വിവരണങ്ങൾക്കിടയിൽ ഒരിക്കൽ വല്യുപ്പ ഗംഭീരമായ ഒരു സംശയം അവതരിപ്പിച്ചു.

നടുക്കടലിലൂടെ കപ്പൽ കടന്നുപോകുമ്പോൾ കര എന്നൊരു സാധനം ഭൂമിയിലുണ്ടെന്ന് എങ്ങനെയാണ് നമ്മൾ ഉറപ്പിക്കുക? വെള്ളപ്പൊക്കമോ പ്രളയമോ വന്ന് കരയായ കരയൊക്കെ കടലിലേക്ക് ആണ്ടുപോയിട്ടുണ്ടെങ്കിലോ? കരയോടൊപ്പം തന്റെ വീടും നാടും ബന്ധുക്കളും ചങ്ങാതിമാരുമെല്ലാം ഒറ്റയടിക്ക് കടലിലാണ്ടു പോയെന്ന ഒരു സങ്കല്പത്തിൽ, ആ സങ്കല്പം ഉണ്ടാക്കിയ പേടിയിൽ വല്യുപ്പാ ദിവസങ്ങളോളം കപ്പലിൽ കഴിച്ചുകൂട്ടിയിട്ടുണ്ടത്രെ. ഒടുവിൽ കപ്പൽ മംഗലാപുരം തുറമുഖത്ത് എത്തിച്ചേരുമ്പോൾ മാത്രമാണ് തിരിച്ചറിയുക, കണ്ടതെല്ലാം ഒരു പേടി സ്വപ്നമായിരുന്നു എന്ന്. ഇതുപോലുള്ള പലതരം സംശയങ്ങളിലൂടെയുള്ള സഞ്ചാരമാണ്. വല്യുപ്പയുടെ ജീവിതം. അക്കൂട്ടത്തിൽ ഏറ്റവും പുതിയ സംശയമാണിത്. ജീവിക്കുന്ന ലോകവും മരിച്ച ലോകവും തമ്മിൽ തിരിച്ചറിയാൻ എന്താണു വഴി?

ഒരു വഴിയുണ്ട്. അതു മാത്രമാണ് റിയാസിന് അറിയാവുന്ന വഴി. മരിച്ചവരുടെ ലോകത്ത് വേദനയില്ല. അകത്താക്കിയ ഗുളികകളുടെ പിടി അയഞ്ഞ് വല്യുപ്പാന്റെ തൊണ്ടയിൽ വേദന വീണ്ടും ആക്രമണം തുടങ്ങിയാൽ ഒരു കാര്യം ഉറപ്പാകും, നില്ക്കുന്നത് മരിച്ചവരുടെ ലോകത്തല്ല.

റിയാസ് വളരെ സാധാരണമായ, തികച്ചും പ്രായോഗികമായ ഒരു ഉത്തരം കൊണ്ട് വല്യുപ്പായെ ആശ്വസിപ്പിക്കാൻ ശ്രമിച്ചു.

“ഏതു ലോകമായാൽ നമുക്കെന്താ വല്യുപ്പാ.”

കാദർ തിളക്കമാർന്ന വിസ്മയഭാവത്തോടെ റിയാസിനെ നോക്കി.

അവന്റെ ചോദ്യത്തിന് എന്തെങ്കിലുമൊരു ഉത്തരം കണ്ടെത്താനാവുമോ എന്ന ആലോചനയോടെ കാദർ ജാലകത്തിലൂടെ പുറംലോകം നിരീക്ഷിച്ചു. പുറത്ത് ഒരു ബ്ലാക്ക് ആന്റ് വൈറ്റ് ലോകമാണ്. കറുത്ത ഇലകൾ പടർന്നു പന്തലിച്ച മരങ്ങൾ. വെളുത്തു പരന്ന ആകാശം.

പതിനാറ്

രാജീവനെ സംബന്ധിച്ച് സമയം പാഴാകുന്നത് ഒരു പ്രശ്നമേയല്ല. സമയംകൊണ്ട് പ്രത്യേകിച്ച് ഒന്നും ചെയ്യാനില്ലാത്തവർക്ക് വണ്ടി ലേറ്റാവുന്നതിൽ ആശങ്കയെന്തിന്? സമയം വൈകുക എന്നോ സമയം തെറ്റുക എന്നോ പറയുന്നതുതന്നെ അസംബന്ധമാണ്. ജയിലിൽനിന്ന് നിയമപരമായ ഒരു ആചാരംപോലെ പരോളിൽ ഇറങ്ങി എന്നേയുള്ളൂ. ഈ സ്വാതന്ത്ര്യംകൊണ്ട് എന്താണ് ചെയ്യേണ്ടതെന്ന് ഇതുവരേയും കൃത്യമായൊരു നിശ്ചയത്തിലെത്തിയിട്ടില്ല. താൻ കേസിലകപ്പെട്ട കാലത്തുതന്നെ പൊലീസിന്റെ ഭാഷ്യം അതേപടി വിഴുങ്ങി ഭാര്യ ഇറങ്ങിപ്പോവുകയായിരുന്നു. പത്തു വർഷം ഒന്നിച്ചു ജീവിച്ച ഭർത്താവിനെ അത്രയും നിർദ്ദയമായി അവിശ്വസിക്കാൻ അവളെ പ്രേരിപ്പിച്ച ഘടകം എന്തെന്ന് ഇതുവരെ മനസ്സിലായിട്ടില്ല.

തന്റെ ഒരേയൊരു സഹോദരന് ആ സംഭവത്തിനുശേഷം തന്നെ കാണുന്നതിൽത്തന്നെ താത്പര്യമില്ല. പിന്നെയുള്ളത് അകന്ന ബന്ധുക്കളും പരിചയക്കാരുമാണ്. ജയിൽപ്പുള്ളിയായ തന്റെ സാന്നിധ്യം അവർക്കും അസ്വസ്ഥജനകമായി മാറിക്കഴിഞ്ഞിട്ടുണ്ട്. എന്നിട്ടും ഒരു ആചാരംപോലെ എല്ലാ വർഷവും പരോളിലിറങ്ങുന്നു. ജനിച്ചു വളർന്ന നാട്ടിലെത്തുന്നു. ഇനിയും പൊളിച്ചുനീക്കിയിട്ടില്ലാത്ത തറവാട്ടുവീട്ടിലെ ഒരു മുറിയിൽ രണ്ടാഴ്ച വെറുതെ അടിഞ്ഞുകിടക്കുന്നു. പിന്നെ ഒന്നും സംഭവിക്കാതെ തന്നെ മടങ്ങുന്നു. ഇതാണ് സ്വാതന്ത്ര്യം എന്ന് അതിനൊരു അടിക്കുറിപ്പും എഴുതിവെക്കുന്നു.

അതുകൊണ്ട്, ജയിലിനും സ്വന്തം നാടിനുമിടയിൽ അവിചാരിതമായി പൊന്തിവന്ന ഈ സ്ഥലം രാജീവന് അജ്ഞാതമോ അപരിചിതമോ ആയി തോന്നുന്നില്ല. ജയിൽപോലെ, സ്വന്തം നാടും വീടും പോലെ നിശ്ചലമാണ് ഈ സ്ഥലവും. നിർമമത കൊണ്ട് മരവിച്ചുപോയ ഒരു ഉറക്കത്തിനുശേഷം രാജീവൻ കണ്ണുതുറക്കുമ്പോഴേക്കും ബസ്സിലെ പാതിയോളം യാത്രക്കാരും ബസ്സിനു പുറത്തായിരുന്നു. ബസ്സും പുറത്തെ ലോകവും പകൽവെളിച്ചത്തിൽ കുളിച്ചുനില്ക്കുന്നു. എന്നാൽ നേരം ഇത്രമേൽ പുലർന്നിട്ടും ആരും മടങ്ങിപ്പോവാതെ നില്ക്കുന്നതെന്ത് എന്ന് രാജീവൻ ആശ്ചര്യപ്പെട്ടു. ഇവർ ആരെയാണ്, അല്ലെങ്കിൽ എന്തിനെയാണ് ഇപ്പോൾ കാത്തിരിക്കുന്നത്? വണ്ടിക്കകത്ത് അവശേഷിക്കുന്നവർ ഉറക്കത്തിലോ പാതിയുറക്കത്തിലോ ഉറക്കംപോലുള്ള ആലസ്യത്തിലോ

ആയിരുന്നു. അവരെ അവരുടെ ഉറക്കത്തിനു വിട്ട് രാജീവൻ ബസ്സിൽനിന്ന് പുറത്തിറങ്ങി.

എന്തു ചെയ്യണമെന്ന് നിശ്ചയമില്ലാതെ പകച്ചു നില്ക്കുകയായിരുന്ന ഒരു യാത്രക്കാരനെ സമീപിച്ച് രാജീവൻ ചോദിച്ചു:

"എന്താണ് ആരും പോകാത്തത്?"

"ഒരു മതിൽക്കെട്ടിന്റെ അകത്തേക്കാ വണ്ടി വന്നു കയറിയത്. പുറത്തോട്ടുള്ള ഗെയ്റ്റ് കണ്ടുപിടിക്കാൻ കഴിയുന്നില്ല."

അവ്യക്തമായ ഒരു ആപച്ഛങ്കയായി ഇന്നലെ മനസ്സിൽ കയറിക്കൂടിയ സംശയം തന്നെയായിരുന്നു അത്. അതുകൊണ്ട് അയാളുടെ മറുപടി രാജീവന് അപ്രതീക്ഷിതമായി അനുഭവപ്പെട്ടില്ല. രാത്രിനേരത്ത് ആ മതിൽ കണ്ടപ്പോൾത്തന്നെ മനസ്സിൽ തോന്നിയതാണ്; ബസ്സ് ഒരു മതിൽക്കെട്ടിനകത്ത് കുരുങ്ങിയിരിക്കുന്നു എന്ന്. ആ തോന്നൽ ഇതാ യഥാർഥമായി ഭവിച്ചിരിക്കുന്നു. ബസ്സ് ഒരു മതിൽക്കെട്ടിനകത്ത് കുരുങ്ങിയെങ്കിൽ അതിൽനിന്ന് മറ്റൊരു അപകടസാധ്യത കൂടി തെളിഞ്ഞുവരുന്നുണ്ട്. ഈ യാത്രക്കാരുടെ കൂട്ടത്തിൽ ആരോ ഒരാൾ ടാർജറ്റ് ചെയ്യപ്പെട്ടിരിക്കുന്നു! ആ ഒരാളെ കെണിയിൽപ്പെടുത്താൻ വേണ്ടി ആരൊക്കെയോ എവിടെയോ ഇരുന്ന് കരുക്കൾ നീക്കുന്നുണ്ട്. അവർ വിദഗ്ധമായി ഒരുക്കിവെച്ച കെണിയിലാണ് ബസ്സ് വന്ന് ചാടിയിരിക്കുന്നത്. ആ ഒരാൾ ആരാണ് എന്നാണ് ഇനി അറിയാനുള്ളത്. അത് ഒരുപക്ഷേ താനാവാം. ജഗനാവാം. മറ്റാരുമാവാം. തങ്ങളുടെ വിഹാരമേഖലയിൽ നിന്ന് ഒഴിച്ചു നിർത്താൻ ലോകം ആഗ്രഹിക്കുന്ന ആരോ ഒരാൾ. അതല്ലെങ്കിൽ തന്റെ അഭാവംകൊണ്ട് ആർക്കോ നേട്ടം കിട്ടിയേക്കാവുന്ന ഒരാൾ.

ആ ഒരാൾക്കുവേണ്ടി എറിയപ്പെട്ട കുരുക്കിൽ മറ്റ് നാല്പത്തിനാല് പേർ കൂടി കുരുങ്ങുകയാണ്. ഒരു ശിശുവിനെ മാത്രം കൊല്ലുന്നതിനു വേണ്ടി ഒരു നാട്ടിലെ മുഴുവൻ ശിശുക്കളേയും കൊന്നുതള്ളിയ കഥകൾ എത്രയോ ഉണ്ട് പുരാണങ്ങളിൽ. ഒരു പ്രതിയോഗിയെ തുടച്ചു നീക്കാൻ വേണ്ടി ഒരു ഗ്രാമം തന്നെ ചുട്ടുകളഞ്ഞ എത്രയോ സംഭവങ്ങളുണ്ട് ചരിത്രത്തിൽ. ഏത് ജീവിയെ കുരുക്കാൻ വേണ്ടി ഒരുക്കിവെച്ച കെണിയിലാണ് താൻ അകപ്പെട്ടതെന്ന് കെണിയിലകപ്പെട്ട ഒരു ജീവിയും തിരിച്ചറിയാറില്ല. ആ കെണിയെ സ്വന്തം വിധിയായി കണ്ട് അതുമായി രാജിയാവുകയാണ് പൊതുവെ ഏത് ജീവിയും ചെയ്യുക. താനാണ് ടാർജറ്റ് എന്ന് ടാർജറ്റ് ചെയ്യപ്പെട്ട ആൾതന്നെ തിരിച്ചറിയണമെന്നുമില്ല.

ബസ്സ് വന്നുപെട്ട ഈ മതിൽക്കെട്ടിന്റെ കെണി എന്ന നിലയിലുള്ള സധ്യത കൂടെയുള്ളവരെ ബോധ്യപ്പെടുത്തേണ്ടതുണ്ടെന്ന് രാജീവൻ നിശ്ചയിച്ചു. ഒരു അപകടസാധ്യത, അല്ലെങ്കിൽ ചതി ഈ അവസ്ഥയ്ക്ക് പിന്നിൽ പ്രവർത്തിക്കുന്നുണ്ടെങ്കിൽ യാത്രക്കാർ അതേക്കുറിച്ച് ജാഗ്രത പുലർത്തേണ്ടതുണ്ട്. തന്റെ ചിന്തകൾ പങ്കുവെക്കാൻ യോഗ്യനായ ഒരു കേൾവിക്കാരനെ തേടുകയായിരുന്ന രാജീവന്റെ കണ്ണുകൾ ഒരുതരം വിരക്തഭാവത്തിൽ നില്ക്കുകയായിരുന്ന വിനയനെ ചെന്നു തൊട്ടു.

“ബസ്സ് തനിയെ വന്ന് കുരുങ്ങിയതാണെന്ന് തോന്നുന്നില്ല. ആരോ നമ്മളെ കുരുക്കിയതാണ്.”

രാജീവന്റെ സംശയത്തിൽ നിന്ന് നിരവധി ആകാംക്ഷകൾ ഉയർന്നു വരുന്നുണ്ട്. ആര് കുരുക്കി? ആരെ ലക്ഷ്യംവെച്ച്? എന്തിന്? ഒരാളെ കുരുക്കിൽപ്പെടുത്താൻ മറ്റനേകം മാർഗങ്ങളുണ്ടെന്നിരിക്കെ എന്തിനാണ് ഇത്രയും സങ്കീർണമായ ഒരു വഴി സ്വീകരിക്കുന്നത്?

രാജീവന്റെ സംശയം യുക്തിക്ക് വഴങ്ങുന്ന ഒന്നായി വിനയന് തോന്നുന്നുണ്ടായിരുന്നില്ല.

“നമ്മളും കണ്ടതാണല്ലോ ആ ട്രാഫിക് ബ്ലോക്ക്. എളുപ്പവഴിയേ പോയാലോ എന്ന് ഡ്രൈവർ നമ്മളോട് ചോദിക്കുകയും നമ്മളത് സമ്മതിക്കുകയും ചെയ്തതാണ്. പിന്നെങ്ങനെയാണ്?”

സാഹചര്യത്തെളിവുകൾ വെച്ചുകൊണ്ട് രാജീവൻ തന്റെ വാദം വിശദീകരിക്കാൻ ശ്രമിച്ചു.

“ഇന്നലെ രാത്രി മതിൽ മാത്രമല്ല ഞാൻ കണ്ടത്. അകലെ ഹൈവേയിലൂടെ നൂറുകണക്കായ വാഹനങ്ങൾ ഇരുദിശയിലേക്കുമായി പാഞ്ഞുപോവുന്നതും കണ്ടു. നമ്മൾ കണ്ട ട്രാഫിക് ബ്ലോക്ക് ആ സമയത്തിനകം അവസാനിച്ചിരുന്നു എന്നല്ലേ അതിനർഥം? ആ ട്രാഫിക് ബ്ലോക്കിൽ നിന്ന് നമ്മൾ വിട്ടുപോന്നിട്ട് ഒരു മണിക്കൂർ സമയം മാത്രമേ അപ്പോൾ കടന്നുപോയിരുന്നുള്ളൂ. മൂന്നു മണിക്കൂർകൊണ്ടല്ലാതെ നീങ്ങില്ലെന്ന് പറഞ്ഞ ട്രാഫിക് ബ്ലോക്ക് എങ്ങനെയാണ് അത്രവേഗം ഒഴിഞ്ഞു പോയത്?”

വിനയൻ രാജീവനു നേർക്ക് അമ്പരപ്പോടെ നോക്കി.. “നിങ്ങളെന്താണ് ഉദ്ദേശിക്കുന്നതെന്ന് എനിക്ക് വ്യക്തമാവുന്നില്ലല്ലോ.”

“സുഹൃത്തേ.” രാജീവൻ തന്റെ വിശദീകരണം തുടർന്നു. “ഞാൻ വിചാരിക്കുന്നത് ആ ട്രാഫിക് ബ്ലോക്ക് തന്നെ കൃത്യമായി പ്ലാൻ ചെയ്ത് ഉണ്ടാക്കിയെടുത്തതാണ് എന്നാണ്. ആ ട്രാഫിക് ബ്ലോക്കിന്റെ യഥാർഥ ലക്ഷ്യം നമ്മുടെ വണ്ടിയായിരുന്നു. ആ ഡ്രൈവർ ബോധപൂർവം നമ്മളെ ഇവിടേക്ക് വഴിതെറ്റിച്ചുകൊണ്ടുവന്നതാണ്. അയാൾ ആർക്കോ വേണ്ടി വണ്ടിയുടെ വഴി തെറ്റിക്കുകയായിരുന്നു.”

“ഇതൊക്കെ എന്തൊരു വ്യാഖ്യാനമാണ്. ഒരു മനുഷ്യനെ ഇങ്ങനെ അവിശ്വസിക്കണോ?” എന്ന് വിനയൻ അസ്വസ്ഥനായി.

രാജീവന്റെ വ്യാഖ്യാനം അടിസ്ഥാനരഹിതവും കേവലം ഭാവനാത്മകവുമായാണ് വിനയന് അനുഭവപ്പെടുന്നത്. ആ ഡ്രൈവറെ താനും ശ്രദ്ധിച്ചിരുന്നതാണ്. അയാൾ എന്തെങ്കിലും കുതന്ത്രം പ്രയോഗിക്കുന്നതായി ഒരിക്കലും അനുഭവപ്പെട്ടതല്ല. അവിവേകവും എടുത്തുചാട്ടവുമുള്ള സാഹസികബുദ്ധിയായ ഒരാൾക്ക് സംഭവിക്കാവുന്ന അപകടമേ അയാൾക്കും സംഭവിച്ചിട്ടുള്ളൂ. ട്രാഫിക് ബ്ലോക്ക് ഒഴിവാക്കി കഴിയുന്നത്ര വേഗത്തിൽ ലക്ഷ്യസ്ഥാനത്തെത്തുക എന്ന ഉദ്ദേശ്യമേ അയാളുടെ ആ

സാഹസത്തിൽ ഉണ്ടായിരുന്നുള്ളൂ എന്ന് വിശ്വസിക്കാനാണ് വിനയൻ താത്പര്യപ്പെടുന്നത്. പരാജയപ്പെട്ട വിപ്ലവങ്ങൾ എത്രയോ ഉണ്ട് ചരിത്രത്തിൽ.

പക്ഷേ, അപ്പോഴും രാജീവൻ വിദഗ്ധമായ ചില യുക്തികൊണ്ട് തന്റെ വാദത്തെ ബലപ്പെടുത്തിക്കൊണ്ടിരുന്നു.

'ഒരുപക്ഷേ ആ ഡ്രൈവർ തന്നെ സ്വയം തിരിച്ചറിയുന്നുണ്ടാവില്ല. അയാൾ ആരുടെയോ ഒരു കളിപ്പാവയാണെന്ന്. ഈ ദിവസം ഈ വണ്ടിയിൽത്തന്നെ അയാൾക്കെങ്ങനെ ഡ്യൂട്ടി വന്നു. അയാളുടെ സ്വഭാവം കൃത്യമായി അറിയാവുന്ന ആരോ രൂപം കൊടുത്ത ഒരു പദ്ധതി അതിനു പിന്നിലും ഉണ്ടായിക്കൂടേ. അയാൾ ഒരു സാഹസബുദ്ധിക്കാരനാണ്. സദാ റസ്റ്റ്ലെസ് ആയ ഒരു ക്യാരക്ടർ ആണ് അയാൾക്കുള്ളത്. ഒരിടത്ത് നിശ്ചലമായി അധികനേരം തങ്ങിനില്ക്കാൻ തക്ക ക്ഷമയുള്ള ആളല്ല അയാൾ. ഒരു ട്രാഫിക് ബ്ലോക്ക് കണ്ടാൽ ഉടൻ ഊടുവഴികൾ തേടുന്നത് അയാളുടെ ശീലമായിരിക്കും. ഇതൊക്കെ അറിയാവുന്ന ആരോ ചിലർ സ്വന്തം ലക്ഷ്യം നിറവേറ്റാനുള്ള ആയുധമായി ആ ഡ്രൈവറെത്തന്നെ തിരഞ്ഞെടുത്തതാവണം; അയാൾപോലും അറിയാതെ. ആ ട്രാഫിക് ബ്ലോക്ക് പോലും അയാളുടെ സാഹസികബുദ്ധിയെ പ്രവർത്തനക്ഷമമാക്കാനും ഊടുവഴി തെരഞ്ഞെടുക്കാൻ അയാളെ നിർബന്ധിതനാക്കാനും വേണ്ടി രൂപം കൊടുത്ത ഒരു തന്ത്രം മാത്രമാണ്."

"എന്തടിസ്ഥാനത്തിലാണ് നിങ്ങൾ ഇങ്ങനെയൊക്കെ സങ്കല്പിക്കുന്നത്? വിനയൻ രാജീവന്റെ വ്യാഖ്യാനത്തിലുള്ള അവിശ്വാസം പിന്നെയും തുടർന്നു.

"ഇതൊക്കെ എന്റെയും അനുഭവമാണ് സുഹൃത്തെ. അങ്ങനെയാണ് ആറ് കൊല്ലം മുമ്പ് ഞാൻ ജയിലിലായത്."

"ജയിലോ" എന്ന് വിനയൻ ആശ്ചര്യപ്പെട്ടു.

"പരോളിലിറങ്ങിയ ഒരു ജയിൽപുള്ളിയാണ് ഞാൻ. ജീവപര്യന്തം തടവുകാരൻ. കൊലക്കേസ് പ്രതി."

കൊലക്കേസിലെ പ്രതി എന്ന വിശേഷണം വിനയനെ തെല്ല് അസ്വസ്ഥപ്പെടുത്തുകതന്നെ ചെയ്തു. അകറ്റി നിർത്തപ്പെടേണ്ട ഒന്ന് എന്ന വിചാരം അല്പനേരത്തേക്കാണെങ്കിലും മനസ്സിൽ സജീവമാവുകയും ചെയ്തു. എന്നാൽ ഒരു സഞ്ചാരി എന്ന നിലയിൽ കണ്ടു മനസ്സിലാക്കിയ ലോകജീവിതം ആ വിചാരം ബലപ്പെടുന്നതിൽ നിന്ന് വിനയനെ തടഞ്ഞു. വിനയന്റെ മനസ്സിൽ നടക്കുന്ന സൂക്ഷ്മസംഘർഷങ്ങൾ പിടിച്ചെടുത്തിട്ടെന്നപോലെ രാജീവൻ പറഞ്ഞു:

"കൊലക്കേസിൽ പ്രതിയാവാൻ നിങ്ങൾ ഒരു കൊലയും ചെയ്യേണ്ട ആവശ്യമില്ല. എവിടെയോ ഇരുന്ന് ആരോ കളിക്കുന്ന കളിയിൽ ഒരു കരുവാകാനുള്ള യോഗമുണ്ടായാൽ മാത്രം മതി."

ഇങ്ങനെയാണ് ആ ചരിതം.

രോഗിയായ സുഹൃത്തിനെ അവന്റെ വീട്ടിൽ സന്ദർശിച്ച് സ്കൂട്ടറിൽ മടങ്ങുകയായിരുന്ന തികച്ചും സാധാരണമായ ഒരു സായാഹ്നം. മുമ്പ് സഞ്ചരിച്ച് ശീലമുള്ള ഒരു ഇടവഴി. ഒരു നാട്ടുത്സവത്തിന്റെ കള്ളു മണക്കുന്ന ഒരു ഘോഷയാത്ര അതിലേ കടന്നുപോവുന്നു. ആ ഘോഷയാത്രയ്ക്കു പിന്നിൽ വഴിയടഞ്ഞു നിന്ന കാൽനടക്കാരനായ ഒരു ചെറുപ്പക്കാരൻ. സ്കൂട്ടർ വിനയഭാവത്തോടെ കൈനീട്ടി നിർത്തിയിട്ട് അയാൾ ചോദിച്ചു. "എനിക്ക് അത്യാവശ്യമായി റോഡു പിടിക്കണം. ഒന്നു സഹായിക്കുമോ?"

ഘോഷയാത്ര വഴിനിറഞ്ഞു കടന്നുപോവുകയാണ്. ഒതുങ്ങി നടന്ന് വാഹനങ്ങൾക്ക് വഴിയൊരുക്കിക്കൊടുക്കാൻ തക്ക മാനസികാവസ്ഥയിലല്ല ഘോഷയാത്രക്കാർ. ഉള്ളിൽ ഭക്തിയേക്കാളധികം മദ്യമാണ്. അതിനാൽ സ്കൂട്ടർ മുന്നിലേക്കെടുക്കാൻ കഴിയാത്ത സ്ഥിതി. അതിനും ആ വഴിയാത്രക്കാരൻ ഒരു പോംവഴി നിർദ്ദേശിച്ചു. "ഒരു ഊടുവഴിയുണ്ട്. ഞാൻ പറഞ്ഞുതരാം. അതിലേ പോയാൽ മതി." അയാൾ നിർദ്ദേശിച്ച ഊടുവഴിയിലൂടെ വണ്ടി വിട്ടു. അയാൾ പറഞ്ഞ സ്ഥാനത്ത് അയാളെ ഇറക്കിവിടുകയും ചെയ്തു. അയാൾ അയാളുടെ വഴിക്കും താൻ തന്റെ വഴിക്കും വേർപിരിഞ്ഞു.

പിറ്റേന്ന് ഒരു ജീപ്പ് നിറയെ പൊലീസുകാർ ഒരു യുദ്ധപ്രതീതി ജനിപ്പിച്ചുകൊണ്ട് വീട്ടിലേക്ക് കയറിവന്നു. അറസ്റ്റ് ചെയ്ത് ജീപ്പിൽ കയറ്റാൻ ഒരു മിനിറ്റ് സമയംപോലും വേണ്ടി വന്നില്ല. കുറ്റപത്രം. എതിർപാർട്ടിയിൽപെട്ട മൂന്ന് യുവാക്കളെ ബോംബെറിഞ്ഞ് കൊല്ലാൻ നിയോഗിക്കപ്പെട്ട കൊലയാളിയെ സ്കൂട്ടറിൽ സംഭവസ്ഥലത്തെത്തിച്ചു. പ്രതിപ്പട്ടികയിൽ രണ്ടാംസ്ഥാനം. പിന്നീട് അറിയാൻ കഴിഞ്ഞു. അല്ലെങ്കിൽ ഊഹിക്കാൻ കഴിഞ്ഞു. ആ നാട്ടുത്സവവും അതിന്റെ ഘോഷയാത്രയുമൊക്കെ അനവസരത്തിൽ സംഘടിപ്പിക്കപ്പെട്ടതായിരുന്നു. ഘോഷയാത്രയ്ക്കായി ആ ഇടവഴി തെരഞ്ഞെടുക്കപ്പെട്ടതുപോലും അതിൽ പങ്കെടുത്തവരുടെ താത്പര്യപ്രകാരമായിരുന്നില്ല. പക്ഷേ, യാഥാർഥ്യം ഇതാണ്. ഒന്നും അനവസരത്തിൽ സംഭവിക്കുന്നതല്ല. ഒന്നും അവിചാരിതമായി സംഭവിക്കുന്നതും അല്ല.

ഒന്നാംപ്രതിക്കൊപ്പം രണ്ടാംപ്രതിക്കും വിധിക്കപ്പെട്ടത് ജീവപര്യന്തം തടവുശിക്ഷയാണ്. ഒന്നാംപ്രതി പക്ഷേ ഇതിനിടയിൽ പരോളിലിറങ്ങി അപ്രത്യക്ഷനായി. ആ പദ്ധതിയുടെ യഥാർഥ ടാർജറ്റ് ബോംബേറിൽ കൊല്ലപ്പെട്ടവനോ പരിക്കേറ്റ് മരണത്തേക്കാൾ ദയനീയമായ ജീവിതം നയിക്കുന്ന മറ്റ് രണ്ടുപേരോ അതോ താനോ എന്ന് ഇപ്പോഴും വ്യക്തമല്ല.

ഇപ്പോൾ സംഭവിക്കുന്നതെല്ലാം അന്നു നടന്നതിന്റെ ഒരു തനിയാവർത്തനം പോലെയാണ് രാജീവന് അനുഭവപ്പെടുന്നത്. ഘോഷയാത്രയുടെ സ്ഥാനത്ത് ട്രാഫിക് ബ്ലോക്ക്. അപരിചിതമായ ഊടുവഴികൾ.

അവ്യക്തമായ ലക്ഷ്യസ്ഥാനം. ആരാണ് ടാർജറ്റ് എന്നു മാത്രമേ ഇനി അറിയേണ്ടതുള്ളൂ.

"ഇങ്ങനെ സംശയിക്കാൻ തുടങ്ങിയാൽ ജീവിതത്തിൽ അതിനു മാത്രമേ നേരമുണ്ടാകൂ." വിനയൻ പറഞ്ഞു. "യാദൃച്ഛികമായി നമ്മൾ ഒരു അപകടത്തിൽപ്പെട്ടു. അത് ഇതായിപ്പോയി എന്നു കരുതിയാൽ പോരെ? അല്ലെങ്കിൽത്തന്നെ യാദൃച്ഛികതകളുടെ പരമ്പരകളല്ലേ ഈ ജീവിതം തന്നെ."

"ഞാനൊരു ഈശ്വരവിശ്വാസിയല്ല. എന്നാലും പറയട്ടെ സർ, യാദൃച്ഛികത പോലും അത്രയ്ക്ക് യാദൃച്ഛികമൊന്നുമല്ല. എന്തോ ഒരു പ്ലാനിങ്ങ് അതിനു പിന്നിലുമുണ്ട്."

പുതുതായി എന്തോ ഒന്ന് പറയാനുള്ള ഊർജം സംഭരിക്കാനെന്ന പോലെ തെല്ലുനേരം നിശ്ശബ്ദനായിരുന്നിട്ട് രാജീവൻ വീണ്ടും വാചാലനായി.

"എന്റെ ഒരു കൂട്ടുകാരന്റെ അനുഭവം പറയാം. വിചിത്രം എന്ന് അവൻ വിശേഷിപ്പിച്ച അനുഭവമാണ്. എപ്പോഴൊക്കെ പണത്തിന് ആവശ്യമുണ്ടോ അപ്പോഴൊക്കെ വഴിയിൽ നിന്ന് പണം വീണുകിട്ടുന്നത് അവന്റെ അനുഭവമായിരുന്നു. അയ്യായിരവും പതിനായിരവുമായി നോട്ടുകെട്ടുകൾ. സഹോദരിയുടെ വിവാഹത്തിനു മുമ്പായി വിമാനത്താവളത്തിന് പുറത്തുള്ള പാർക്കിങ്ങ് ഏരിയയിൽ നിന്ന് അവന് ഒരു സ്വർണബിസ്കറ്റ് തന്നെ വീണു കിട്ടി. ഈ സംഭവിച്ചതൊക്കെ കേവലം യാദൃച്ഛികമെന്നു തന്നെയാണ് അവനും കരുതിപ്പോന്നത്. പക്ഷേ, സത്യമെന്തായിരുന്നെന്നോ? അവന്റെ കുട്ടിക്കാലത്ത് അവനെയും ഉമ്മയെയും ഉപേക്ഷിച്ചു പോയ അവന്റെ സ്വന്തം ഉപ്പ മറയത്തിരുന്നുകൊണ്ട് അവനോട് കാണിച്ച ഔദാര്യമായിരുന്നു എല്ലാം. അതുപോലെ ആരോ ഒരാൾ അജ്ഞാതമായ ഒരിടത്തിരുന്ന് നടത്തുന്നതായിക്കൂടേ ഇവിടെ നടക്കുന്നതെല്ലാം?"

എല്ലാം ഒരു അന്ധവിശ്വാസംപോലെ യുക്തിരഹിതമായി അനുഭവപ്പെട്ടുവെങ്കിലും രാജീവൻ പറയുന്നതിനകത്തും ഏതെല്ലാമോ യാഥാർഥ്യങ്ങളുണ്ട് എന്ന് വിനയന് തോന്നാതിരുന്നില്ല. എന്നാൽ ആ ഡ്രൈവറെ അവിശ്വസിക്കാനും കഴിയുന്നില്ല. വഴി തടഞ്ഞ മരക്കൊമ്പ് മുറിച്ചുമാറ്റിയാൽ യാത്ര തുടരാനാവുമെന്ന് അയാൾ നിർദേശിച്ചത് തികച്ചും ആത്മാർഥമായിത്തന്നെയാണ്. യാദൃച്ഛികതയ്ക്കും ഒരു യുക്തിയുണ്ട് എന്നാണ് രാജീവൻ ന്യായീകരിക്കുന്നത്. ഒരുപക്ഷേ, അയാൾ അയാളുടെ ജീവിതാനുഭവങ്ങളിലൂടെ എത്തിച്ചേർന്ന ഒരു ജീവിതദർശനമാവാം അത്.

"മറ്റുള്ളവരെ കുറച്ചെങ്കിലും വിശ്വാസത്തിലെടുക്കാതെ എങ്ങനെയാണ് ഈ ലോകത്ത് ജീവിക്കാനാവുക" എന്നൊരു തത്ത്വവിചാരം കൊണ്ട് വിനയൻ രാജീവന്റെ വാദങ്ങളിൽ നിന്ന് പിൻവാങ്ങാൻ ശ്രമിച്ചു.

"ഒന്നിനേയും ആരേയും വിശ്വസിക്കാൻ കഴിയാത്ത ഒരു ലോക മാണിത്. വഴിയിൽ വെച്ച് സ്കൂട്ടറിന് കൈനീട്ടിയ ഒരു ക്രിമിനലിനെപ്പോലും ഞാൻ വിശ്വസിച്ചു. ഞാൻ ഈ ലോകത്തിന് പാകമായ ഒരാളല്ല എന്ന് ഇന്നെനിക്ക് മനസ്സിലാവുന്നുണ്ട്. പക്ഷേ, എന്നെപ്പോലെയായിരുന്നില്ല എന്റെ ബന്ധുക്കൾ. അവർ കാലത്തിനും ലോകത്തിനും പാക പ്പെട്ടവരാണ്. എന്റെ ഭാര്യപോലും ഞാൻ പറയുന്നത് വിശ്വസിക്കാൻ തയ്യാറായില്ല. ഒരു കുറ്റവാളിയായി മുദ്രകുത്തി അവളും എന്നെ ഉപേക്ഷിച്ചുപോയി... ഞാനിനി ഈ ലോകത്ത് ആരെയാണ് വിശ്വസിക്കേണ്ടത്?"

ആ ചോദ്യത്തിന് കൃത്യമായ മറുപടി കൊടുക്കാൻ വിനയന് കഴിയുമായിരുന്നില്ല. അനുഭവംകൊണ്ട് പഠിച്ച ജീവിതപാഠങ്ങളെ കേവലമായ യുക്തികൾകൊണ്ട് നിഷേധിക്കാനാവുകയില്ല.

"നമ്മൾ ഒരു കുരുക്കിൽ അകപ്പെട്ടിരിക്കുകയാണ് സാർ. ആ കുരുക്കിന്റെ സ്വഭാവം നമുക്ക് വ്യക്തമല്ലെന്നേയുള്ളൂ. മതിലിനു പുറത്തു കടന്നാലും ആ കുരുക്കിൽ നിന്ന് പുറത്തു കടക്കാൻ കഴിയും എന്നെനിക്കു തോന്നുന്നില്ല. സാധാരണക്കാരായ ഈ യാത്രക്കാർ, അവർ അറിയുന്നില്ല. ആരോ കൃത്യമായി എറിഞ്ഞിട്ട ഒരു കുരുക്കിൽ അകപ്പെട്ടു കിടക്കുകയാണ് അവരെന്ന്. വണ്ടി വഴിതെറ്റി എവിടെയോ വന്നുപെട്ടു എന്നേ അവർ കരുതുന്നുള്ളൂ. അതിനപ്പുറമുള്ള ഒരു ആശങ്കയും അവർക്കില്ല. തൽക്കാലം ആ വിശ്വാസം അങ്ങനെതന്നെയിരിക്കട്ടെ. സത്യം വിളിച്ചുപറഞ്ഞ് അവരെ കൂടുതൽ ഭയപ്പെടുത്തിയതുകൊണ്ട് എന്തു പ്രയോജനം?"

"കുരുക്കിൽ അകപ്പെട്ടുവെന്ന് ബോധ്യമായാൽ ഏതു ജീവിയും അതിൽനിന്ന് പുറത്തുകടക്കാൻ ശ്രമിക്കാതിരിക്കില്ല. നിങ്ങൾ പറയുന്നത് സത്യമാണെങ്കിൽ ഈ കുരുക്കിൽ നിന്ന് പുറത്തുകടക്കാൻ നമ്മളും എന്തെങ്കിലും ചെയ്തേ പറ്റൂ."

"തീർച്ചയായും." രാജീവൻ പറഞ്ഞു. "എത്രയോ കാലമായി ഞാൻ ആ ശ്രമം തുടരുകയാണ്."

വിനയൻ ആലോചിച്ചു നിന്നു. ഇപ്പോൾ നേരിട്ടിരിക്കുന്ന ഈ അവസ്ഥയ്ക്ക് രാജീവൻ നല്കുന്ന വ്യാഖ്യാനത്തിൽ സത്യമുണ്ടെങ്കിൽ, നിസ്സഹായരായ ഈ യാത്രക്കാരെ ഉദ്ദേശിച്ചെങ്കിലും താനും എന്തെങ്കിലും ചെയ്യേണ്ടതുണ്ട്. പക്ഷേ, അത് എങ്ങനെ എവിടെനിന്ന് തുടങ്ങണമെന്നാണ് വ്യക്തമാവാത്തത്. വനമായി പരിണമിച്ച കശുമാവിൻകൂട്ടം. മരങ്ങൾക്കിടയിലെ തുറസ്സുകളിലെ ചെങ്കൽപ്പാറപ്പരപ്പുകൾ. ഉണങ്ങിയ കുറ്റിച്ചെടികളും പുൽച്ചെടികളും. അതിനെയെല്ലാം ചൂഴ്ന്നു നില്ക്കുന്ന ഒരു കൂറ്റൻ മതിലും. മൊബൈൽ ഫോണുകൾക്ക് റെയ്ഞ്ച് ലഭിക്കാത്ത നിഗൂഢമായ ഒരു പ്രദേശം.

ഒരു ബർമൂഡ ട്രയാംഗിൾ.

ഒരു സഞ്ചാരിയെ സംബന്ധിച്ച് ഒഴിവാക്കപ്പെടാനുള്ളതല്ല ഏത് അപരിചിത ദേശവും. എന്നാൽ ഇവിടെ താൻ കേവലം ഒരു സഞ്ചാരി മാത്രമല്ല, ബസ്സിലെ യാത്രക്കാരിൽ ഒരുവനുമാണ്. എല്ലാ യാത്രക്കാർക്കും വേണ്ടി ഈ കുരുക്കിൽ നിന്ന് പുറത്തു കടക്കാനുള്ള വഴി തെളിച്ചെടുക്കേണ്ടതുണ്ട്. ആ വഴി എങ്ങനെ, എവിടെ നിന്ന് തെളിച്ചെടുക്കും എന്ന ആലോചനയിൽ കുരുങ്ങി വിനയൻ നിന്നു.

പതിനേഴ്

പുറത്തു കടക്കാൻ ഗെയ്റ്റോ വാതിലോ ഇല്ലാത്ത ഒരു മതിൽക്കെട്ട് സങ്കല്പിക്കാൻതന്നെ പ്രയാസമുണ്ട്. അങ്ങനെ മൂടിവെക്കപ്പെട്ട ഒരു ഇടം ഉണ്ടെങ്കിൽ അത് ഉപേക്ഷിക്കപ്പെട്ട ഒരു ഇടം കൂടിയായിരിക്കും. ഉപേക്ഷിക്കപ്പെട്ട ഒരു ആറ്റോമിക് റിയാക്ടർ പോലെ. എന്നാൽ ഇങ്ങോട്ടു പ്രവേശിക്കാമെങ്കിൽ ഇവിടന്ന് പുറത്തു കടക്കാനും അതേ കവാടം തന്നെ എവിടെയെങ്കിലും ഉണ്ടാവേണ്ടതാണ്. ഗെയ്റ്റ് ഇല്ലാത്തതല്ല, കണ്ടെത്താൻ കഴിയാത്തതാണ്. ഇപ്പോഴത്തെ പ്രശ്നം എന്ന് തന്നെയാണ് ജഗൻ കരുതുന്നത്.

മുന്നൂറോ അഞ്ഞൂറോ ആയിരമോ ഏക്കർ വിസ്തൃതിയുള്ള, ഒരു വൻ മതിൽകൊണ്ട് വേർതിരിക്കപ്പെട്ട ഇത്തരമൊരു ഇടം ജനസാന്ദ്രതയേറിയ കേരളത്തിന്റെ ഭൂമിശാസ്ത്രത്തിനകത്ത് എങ്ങനെ രൂപപ്പെട്ടു എന്നത് ഉത്തരം കിട്ടാനെളുപ്പമല്ലാത്ത ഒരു ചോദ്യമായി ജഗനു തോന്നി. ഈ കാലമത്രയും കോഴിക്കോട് ജില്ലയിൽത്തന്നെ ജീവിച്ചിട്ടും പ്രവർത്തിച്ചിട്ടും ഇങ്ങനെയൊരു സ്ഥലം തന്റെ ശ്രദ്ധയിലോ അറിവിലോ പെടാതെ പോയി എന്നത് അവിശ്വസനീയമായ കാര്യമാണ്.

ആദ്യസഞ്ചാരത്തിൽ വഴി കണ്ടെത്താൻ കഴിയാതെ മടങ്ങുമ്പോൾ ആകാംക്ഷയേക്കാൾ വലിയ ആശങ്കകളാണ് ജഗനെ പിന്തുടർന്നത്. വൻമതിൽ കൊണ്ട് വളഞ്ഞുവെച്ച് ഈ പ്രദേശത്തിനു പിന്നിൽ ഭയങ്കരമായ ചില രഹസ്യങ്ങൾ മറഞ്ഞിരിക്കുന്നുണ്ട് എന്ന ഉദ്വേഗം നിറഞ്ഞ തോന്നൽ. ആ രഹസ്യം മറനീക്കാനുള്ള ആവേശം.

കോഴിക്കോട് ജില്ലയുടെ ഭൂമിശാസ്ത്രം അടുത്തറിയാവുന്ന പ്രദേശവാസിയായ ഒരാളെ യാത്രക്കാർക്കിടയിൽ നിന്ന് തിരഞ്ഞുപിടിക്കാനുള്ള ശ്രമത്തിലാണ് ജഗൻ പ്രസാദുമായി കൂട്ടിമുട്ടുന്നത്. നാഷണൽ ഇൻസ്റ്റിറ്റ്യൂട്ട് ഓഫ് ടെക്നോളജിയിൽ ഉദ്യോഗസ്ഥനാണ്. തിരുവനന്തപുരമാണ് സ്വദേശമെങ്കിലും തൊഴിൽ സംബന്ധമായി കോഴിക്കോട് തന്നെയാണ് ജീവിതം.

ഭാവനയിൽ തന്റെ അന്യഗ്രഹസഞ്ചാരം തുടരുകയായിരുന്നു അപ്പോഴും പ്രസാദ്. താൻ ഇപ്പോൾ നില്ക്കുന്ന വിദൂരഗ്രഹത്തിന് ഒരു

പേരും പ്രസാദ് സങ്കല്പിച്ചു കഴിഞ്ഞിരുന്നു. പ്ലൂട്ടോ. ഗ്രഹപദവിയിൽ നിന്ന് ഒഴിവാക്കപ്പെട്ട കുള്ളൻ ഗ്രഹത്തിന്റെ പേരുതന്നെ. ജഗനോടൊപ്പം ആ അപരിചിതഗ്രഹം ചുറ്റിക്കാണാനിറങ്ങുമ്പോൾ കേവലം കൗതുക ഭാവമാണ് പ്രസാദിനെ നയിക്കുന്നത്. ശാസ്ത്രബുദ്ധിയുള്ള ആർക്കാണ് ഒരു ബഹിരാകാശസഞ്ചാരത്തിൽ ആവേശമില്ലാതിരിക്കുക?

കശുമാവുനിരകൾക്കിടയിലൂടെ നേർരേഖപോലുള്ള ഒരു തുറസ്സ്. ഡ്രൈവർ ബസ്സ് കടത്തിക്കൊണ്ടുവന്നത് ഇതിലേ ആയിരിക്കാമെങ്കിലും ഒരു റോഡായിരുന്നു എന്ന് കരുതാൻ തക്കവിധത്തിൽ മറ്റൊന്നും അവിടെ കാണാനുണ്ടായിരുന്നില്ല. അതുകൊണ്ട് ഏത് ദിശയിലും സഞ്ചരിക്കാം. കുറ്റിച്ചെടികളും മുൾപ്പടർപ്പുകളും വഴി തടയുമ്പോൾ ദിശമാറി സഞ്ചരിക്കണമെന്നേയുള്ളൂ. പണ്ട് ഉണ്ടായിരുന്നതും പിന്നീട് തകർന്നു പോയതുമായ ഒരു വീടിന്റെ അവശിഷ്ടങ്ങൾക്കു മുമ്പിൽ ആ സഞ്ചാരം പൊടുന്നനെ തടഞ്ഞുനിന്നു.

അകലക്കാഴ്ചയിൽ കനത്ത ചെടിപ്പടർപ്പ് എന്നാണ് കരുതിയത്. അടുത്തേക്കെത്തിയപ്പോൾ ആ ചെടിക്കൂട്ടങ്ങൾക്ക് ചുവട്ടിൽ ഒരു ചവിട്ടുപടി കണ്ണിൽപ്പെട്ടു. സൂക്ഷിച്ചു നോക്കിയപ്പോൾ ബോധ്യമായി, പണ്ട് ഉണ്ടായിരുന്ന ഒരു വീടിന്റെ ചവിട്ടുപടിയാണ് അത്. തകർക്കപ്പെട്ട ഒരു വീടിന്റെ മൺതറയ്ക്ക് മുകളിലാണ് ആ ചെടികൾ വളർന്നു പടർന്നു നില്ക്കുന്നത്. തകർന്ന വീടിന്റെ കല്ലുകളും കുമ്മായക്കട്ടകളും പൊട്ടിയ ഓടുകഷണങ്ങളും ചിതലെടുത്ത പലകകളും ചുറ്റിലുമായി ചിതറിക്കിടക്കുന്നുണ്ട്. അതിനിടയിൽ ചെളുങ്ങിയ ഒരു സ്റ്റീൽ കപ്പും പൊട്ടിയ പ്ലാസ്റ്റിക് ബക്കറ്റും ഉപേക്ഷിക്കപ്പെട്ട മരുന്നുകുപ്പികളും കാണാം. മുറിച്ചു തള്ളിയ തെങ്ങിൻതടികളുടെ അസ്ഥികൂടങ്ങളും.

“അധികകാലം മുമ്പല്ലാതെ ഇവിടെ ഒരു വീടുണ്ടായിരുന്നു. ആ വീട്ടിൽ മനുഷ്യർ പാർത്തിരുന്നു.” ചുറ്റിലുമുള്ള തെളിവുകൾ വെച്ചുകൊണ്ട് ജഗൻ പറഞ്ഞു.

“ഒരു വീടല്ല, ഇതുപോലെ അനേകം വീടുകൾ ഇവിടെ ഉണ്ടായിരുന്നിരിക്കണം.” ചുറ്റിലും നിരീക്ഷണം തുടർന്നുകൊണ്ട് പ്രസാദ് പറഞ്ഞു. “എന്തോ കാരണത്താൽ അവരെല്ലാം ഈ സ്ഥലം വിട്ട് പോയതാണ്. ഒരുപക്ഷേ, സർക്കാർ അക്വയർ ചെയ്ത ഭൂമി...”

“ഇല്ല. ഇത്രയും വിസ്തൃതിയുള്ള ഒരു സ്ഥലം ഗവണ്മെന്റ് ഇവിടെ അക്വയർ ചെയ്തിട്ടില്ല.” പ്രസാദ് പറഞ്ഞു പൂർത്തിയാക്കും മുമ്പ് ജഗൻ ഇടപെട്ടു. “ഇതൊരു പ്ലാന്റേഷനുമല്ല. പ്ലാന്റേഷനാണെങ്കിൽ അതിന്റേതായ സന്നാഹങ്ങൾ ഉണ്ടാവണം. അതും കാണുന്നില്ല. അതുകൊണ്ട് ഇത് സ്വകാര്യ ഉടമസ്ഥതയിലുള്ള സ്ഥലമാവാനാണ് സാധ്യത. ജനവാസമുള്ള ഒരു മേഖലയിൽ ഇത്രയും സ്ഥലം സ്വന്തമാക്കാൻ ഒരു വ്യക്തിക്ക് അല്ലെങ്കിൽ സ്വകാര്യസ്ഥാപനത്തിന് എങ്ങനെ സാധിച്ചു എന്നതാണ് നമ്മൾ ആലോചിക്കേണ്ടത്.”

പ്രസാദ് ആലോചിക്കുകയായിരുന്നു. ജോലി ലഭിച്ച് കോഴിക്കോട് ജീവിതമാരംഭിച്ച സന്ദർഭത്തിൽ വീട് വെക്കുന്നതിനായി ഒരു പ്ലോട്ട് വാങ്ങാൻ ശ്രമിച്ചിരുന്നു. പത്തോ പന്ത്രണ്ടോ വർഷങ്ങൾക്കു മുമ്പാണ്. ആരോ ഉയർത്തിവിട്ടതുപോലെ ഭൂമിക്ക് ദിനംതോറും വില കയറിക്കൊണ്ടിരുന്ന കാലം. ആ വിലക്കയറ്റത്തിനു പിന്നിൽ നടക്കുന്ന സംഭ്രമജനകമായ ചില തന്ത്രങ്ങളെപ്പറ്റിയും കേട്ടിരുന്നു. സെന്റിന് ആയിരങ്ങൾ പോലും വിലയില്ലാത്ത ഉൾനാടുകളിൽ ചെന്ന് വലിയ വില കൊടുത്ത് ആരൊക്കെയോ ഭൂമി വാങ്ങിക്കൂട്ടുന്നുണ്ട്. നാട്ടുനടപ്പിനേക്കാൾ മുപ്പതോ നാല്പതോ മടങ്ങ് വിലയാണ് ഓഫർ ചെയ്യപ്പെടുന്നത്. അന്നത്തെ നിലയ്ക്ക് ആയിരത്തഞ്ഞൂറോ രണ്ടായിരമോ വിലയിടാവുന്ന ഭൂമിക്ക് തന്നെ അമ്പതിനായിരവും അറുപതിനായിരവുമായിരുന്നു വാഗ്ദാനം. ആ വാഗ്ദാനത്തിൽ നാട്ടുകാർ ഒന്നാകെ വീണുപോയെന്നും കേട്ടിരുന്നു. അവിടെത്തന്നെ ജനിച്ചു വളർന്നവരും കുടിയേറിയവരുമായ നാട്ടുകാരെല്ലാം ആ പ്രലോഭനത്തിൽ കുടുങ്ങി ഭൂമി വിറ്റ് കാശുകാരായി നാടുവിട്ടു. ഇതേപ്പറ്റി അക്കാലത്ത് പത്രങ്ങളിലും ചാനലുകളിലും വാർത്തകൾ പ്രത്യക്ഷപ്പെട്ടിരുന്നതും ഓർമ്മവരുന്നു. ആരാണ് ഭൂമി വാങ്ങിക്കൂട്ടിയതെന്നോ എവിടന്നാണ് അത്രയും ഭീമമായ അളവിൽ പണം വന്നതെന്നോ ആർക്കും അറിയില്ല. ആരും അതേപ്പറ്റി ഗൗരവത്തോടെ അന്വേഷിച്ചുമില്ല.

ഒരുപക്ഷേ, അന്നത്തെ കേട്ടുകേൾവിയിലെ ആ സ്ഥലമായിരിക്കാം ഇത്. അങ്ങനെയെങ്കിൽ ആരോ ഒരാൾ, അല്ലെങ്കിൽ ഒരു അജ്ഞാത സംഘം തന്നെ, പണം വാരിയെറിഞ്ഞ് ഒരു ജനവാസകേന്ദ്രത്തെ ഒന്നാകെ തൂത്തെറിയുകയായിരുന്നു എന്നാണ് മനസ്സിലാക്കേണ്ടത്. ഒരു തുള്ളിപോലും ചോരവീഴ്ത്താതെ വിജയകരമായി നിർവഹിക്കപ്പെട്ട ഒരു ഒളിയുദ്ധം.

ഈ കഥ മുമ്പ് താനും കേട്ടിട്ടുള്ളതാണല്ലോ എന്ന് ജഗൻ വിസ്മയത്തോടെ ഓർത്തു. കൃത്രിമമായി വില കയറ്റി വൻതോതിൽ ഭൂമി കൈവശപ്പെടുത്തിക്കൊണ്ടിരുന്ന അജ്ഞാതസംഘങ്ങളെക്കുറിച്ച് അന്ന് പാർട്ടിക്കുള്ളിൽത്തന്നെ ഒരു ചർച്ച വന്നിരുന്നതുമാണ്. എന്നാൽ അന്ന് ആരുംതന്നെ ആ വിഷയം ഗൗരവത്തിലെടുത്തില്ല. ഭൂമിക്ക് വില കയറിയാൽ അതുകൊണ്ട് നാട്ടുകാർക്ക് ഗുണമല്ലേ ഉണ്ടാവുക എന്നായിരുന്നു പലരുടേയും നിലപാട്. മാത്രമല്ല, പല പാർട്ടി പ്രവർത്തകരും ഭൂമി ബ്രോക്കർമാരായി പരിണമിച്ചുകൊണ്ടിരുന്ന കാലവുമായിരുന്നു അത്.

പണം വാരിയെറിഞ്ഞ് അവർ ശേഖരിച്ചത് ഇത്രയും വിസ്തൃതമായ ഒരു പ്രദേശമായിരിക്കുമെന്ന് ഒരിക്കലും കരുതിയില്ല. അതും കശുമാവ് എന്ന മരമല്ലാതെ മറ്റൊരു മരവും വളരാത്ത, ജലദൗർലഭ്യമുള്ള ഒരു ചെങ്കൽ പ്രദേശം. വലിയ വില കൊടുത്ത് ഈ വരണ്ട ചെങ്കൽ ഭൂമി കൈവശപ്പെടുത്തിയതിനു പിന്നിലെ താത്പര്യവും ഊഹിക്കാനാവുന്നില്ല.

'വരാൻ പോകുന്ന കാലങ്ങളിൽ ഈ ലോകത്ത് ഏറ്റവും ഡിമാന്റുള്ള രണ്ടു വസ്തുക്കൾ മണ്ണും വെള്ളവുമായിരിക്കും. അത് മുൻകൂട്ടി കണ്ട് ആരോ പ്രയോഗിച്ച കച്ചവട തന്ത്രമായിരിക്കും' എന്ന് ജഗൻ മനസ്സിൽ കണക്കുകൂട്ടി.

"എനിക്കു തോന്നുന്നത് മറ്റൊരു യുക്തിയാണ്." പ്രസാദ് പറഞ്ഞു. "ഏതോ തരത്തിൽ പ്രത്യേകതകളുള്ള ഒരു സ്ഥലമാവാം ഇത്. ഒന്നുകിൽ വിലയേറിയ ഒരു അപൂർവവസ്തു ഇവിടെ മണ്ണിനടിയിലുണ്ട്. അത് ഒരുപക്ഷേ സ്വർണനിക്ഷേപമാവാം. പെട്രോളിയമോ അതുപോലുള്ള വസ്തുക്കളോ ആവാം. അതുമല്ലെങ്കിൽ സമൃദ്ധമായ ഭൂഗർഭ ജലം തന്നെയുമാവാം. ഉപഗ്രഹങ്ങൾ വഴി ഭൂഗർഭവസ്തുക്കൾ വരെ നിർണയിക്കാൻ കഴിയുന്ന ഇക്കാലത്ത് ഇത്തരം സാധ്യതകളും തള്ളിക്കളയാനാവില്ല."

ലോകത്തിന്റെ കണ്ണിൽ നിന്ന് തൽക്കാലം മറച്ചുവെക്കേണ്ട ഏതോ ഒരു രഹസ്യം ആ മതിൽക്കെട്ടിൽ മറഞ്ഞുകിടക്കുന്നുണ്ട് എന്ന കാര്യത്തിൽ പ്രസാദിന് സംശയമുണ്ടായിരുന്നില്ല. ആരുടെയോ ഒരു നിഗൂഢ പദ്ധതി നടപ്പിലായിക്കൊണ്ടിരിക്കുന്ന, അല്ലെങ്കിൽ നടപ്പിലാവാൻ പോകുന്ന ഒരിടം. മറികടക്കുക എളുപ്പമല്ലാത്ത മതിൽക്കെട്ട് മാത്രമല്ല, ഒരു മൊബൈൽ ഫോണിനും റെയ്ഞ്ചില്ലാത്ത സ്ഥിതിയും അതിനു തെളിവാണ്. ശക്തമായ മൊബൈൽ ജാമർ വഴി ഒരു ഫോൺ സന്ദേശവും ഇതിനുള്ളിലേക്ക് കടന്നുവരാതെ അവർ ശ്രദ്ധിക്കുന്നുണ്ട്. പുറംലോകത്തു നിന്ന് ഇതിനകത്തേക്കോ ഇതിനകത്തു നിന്ന് പുറത്തേക്കോ കൈനീട്ടാൻ ഒരവസരവും അവർ അനുവദിക്കുന്നില്ല.

സമീപകാലം വരെയും സജീവമായി നിലനിന്നിരുന്ന ഒരു ജനവാസ കേന്ദ്രത്തിന്റെ ശ്മശാനമാണിത്. കടലെടുത്തോ മണ്ണടിഞ്ഞോ വിസ്മൃതിയിൽ മറഞ്ഞ പൂർവകാല സംസ്കാരംപോലെ. ആ ശ്മശാനത്തെ വിദഗ്ധമായി മറച്ചുപിടിക്കുന്ന ഒരു മതിൽക്കെട്ട്. ആ മതിലിനു ചുവട്ടിൽ ഉത്തരമില്ലാത്ത ചോദ്യങ്ങൾക്കു മുന്നിലെന്ന പോലെ ജഗനും പ്രസാദും നിന്നു.

എട്ടടി ഉയരമുള്ള മതിൽ. അതിനും മൂന്നടി ഉയരത്തിൽ മുൾക്കമ്പി വേലി. വിസ്തൃതമായ ഒരു പ്രദേശത്തെ മുഴുവൻ വളഞ്ഞുവെക്കുന്ന ഇത്രയും ദൈർഘ്യമുള്ള ഒരു മതിൽ ജഗൻ ആദ്യമായി കാണുകയായിരുന്നു. ചൈനയിലെ വൻമതിലിനെക്കുറിച്ചും ജർമനിയെ രണ്ടായി പിളർന്ന ബർലിൻ മതിലിനെപ്പറ്റിയും പുസ്തകത്തിൽ വായിച്ചിട്ടുണ്ട്. ഇതാ കേരളത്തിലും അതുപോലെ ഒരു മതിൽ.

"ഇത് നമ്മുടെ നാട്ടിലും അത്രയൊന്നും അസാധാരണമായ കാഴ്ചയല്ല. നമ്മൾ ശ്രദ്ധിക്കാത്തതുകൊണ്ടാണ്." എന്ന് വ്യക്തമാക്കിക്കൊണ്ട് പ്രസാദ് നിരവധി ഉദാഹരണങ്ങൾ നിരത്തി.

സൈനികകേന്ദ്രങ്ങൾ, ആയുധനിർമ്മാണശാലകൾ, ആറ്റോമിക് റിയാക്ടറുകൾ, റോക്കറ്റ് വിക്ഷേപണകേന്ദ്രങ്ങൾ, വിമാനത്താവളങ്ങൾ, വൻകിട കമ്പനികൾ, ജയിലുകൾ, സർവകലാശാലകൾ... ഇങ്ങനെ

കിലോമീറ്ററുകൾ നീളമുള്ള മതിലുകൾ കൊണ്ട് സുരക്ഷിതമാക്കപ്പെടുന്ന സ്ഥാപനങ്ങൾ നമ്മുടെ രാജ്യത്തും എത്രയോ ഉണ്ട്. ഇവിടെ പക്ഷേ, കെട്ടിടങ്ങളില്ല. സ്ഥാപനങ്ങളില്ല. മതിൽക്കെട്ടുകൊണ്ട് മൂടിവെക്കുന്ന രഹസ്യം എന്തെന്ന് ഊഹിക്കാനും കഴിയുന്നില്ല. അഹങ്കാരത്തോടെ തല ഉയർത്തി നിവർന്നു നില്ക്കുന്ന ആ മതിൽ നിസ്സാരഭാവത്തിൽ തന്നെ തുറിച്ചുനോക്കുന്നതായി ജഗനു തോന്നി. തന്റെ നിസ്സഹായതയ്ക്ക് മുകളിലാണ് ആ മതിൽ ധിക്കാരത്തോടെ കാൽ ചവിട്ടി നില്ക്കുന്നത്.

"ഈ മതിലങ്ങ് ചാടിക്കടന്നാലോ." ജഗൻ പ്രസാദിനു നേർക്ക് തന്റെ പുതിയ സാഹസിക പദ്ധതി അവതരിപ്പിച്ചു. "ഇതിനേക്കാൾ വലിയ മതിലുകൾ ഞാൻ ചാടിക്കടന്നിട്ടുണ്ട്."

"അതത്ര എളുപ്പമാണെന്നു തോന്നുന്നില്ല. എട്ടടി ഉയരമുള്ള മതിലല്ല പ്രശ്നം. അതിനു മുകളിലുള്ള മുള്ളുവേലിയാണ്."

സ്റ്റീൽ പട്ടകളിൽ ഇരുവശത്തേക്കുമായി സ്ഥാപിക്കപ്പെട്ട കമ്പിവേലി മറികടക്കുക എളുപ്പമല്ലെന്ന് ഒറ്റ നോട്ടത്തിൽത്തന്നെ വ്യക്തമാണ്. ശക്തിയുള്ള കട്ടറുകൾ കൊണ്ടല്ലാതെ അത് മുറിച്ചുമാറ്റുക സാധ്യമല്ല.

"മുറിക്കുന്നതെന്തിന്? മുള്ളുവേലിയിൽ തൂങ്ങി വലിഞ്ഞു കയറണം. കൈയും കാലുമൊക്കെ മുറിയും. മുറിയട്ടെ. പുറത്തു കടക്കാൻ വേറെ വഴിയില്ലെങ്കിൽ പിന്നെന്തു ചെയ്യും?"

അത് ന്യായമായ ഒരു യുക്തിയാണെന്ന് പ്രസാദിനും തോന്നി. പുറത്തുകടക്കാനുള്ള അവസാനത്തെ വഴി എന്നുറപ്പായാൽപ്പിന്നെ മുള്ളുവേലിയോ മുള്ളോ ഒരു പ്രശ്നമാകേണ്ടതില്ല. പക്ഷേ, പുറത്തു കടക്കാൻ മറ്റൊരു മാർഗവുമില്ല എന്ന് ഉറപ്പായിട്ടു മതിയല്ലോ അത്തരം സാഹസങ്ങൾ.

"വേറെ വഴിയുണ്ടെങ്കിൽത്തന്നെ അതു കണ്ടുപിടിക്കാൻ കഴിയുമെന്ന് എനിക്കിപ്പോൾ വിശ്വാസമില്ല." ജഗൻ പറഞ്ഞു.

മതിലിനോടു ചേർന്നുനിന്ന് ജഗൻ മതിലിനു മുകളിൽ കൈയെത്തിപ്പിടിക്കാനാവുമോ എന്നു പരിശോധിച്ചു. സാധാരണ നിലയിൽ മതിലിനു മേൽ കൈയെത്തിക്കാൻ സാധ്യമല്ല. എന്നാൽ, ശക്തിയോടെ ഉയർന്ന് ചാടാമെങ്കിൽ മതിലിനു മുകളിൽ പിടിത്തം കിട്ടും. അതിന് സാധിച്ചില്ലെങ്കിൽ കല്ലുകൾ അടുക്കിവെച്ച് ഉയരം കൂട്ടാം. ശ്വാസം നിയന്ത്രിച്ച് ഉയർന്ന് ചാടാൻ ഒരുങ്ങുന്ന നേരത്ത് പൊടുന്നനെ പ്രസാദിന്റെ ശബ്ദം ഒരു താക്കീതുപോലെ ഉയർന്നുകേട്ടു.

"നിൽക്ക്. ചാടരുത്."

പ്രസാദിന്റെ ശബ്ദത്തിലെ അപകടസൂചന വായിച്ച്, ശ്വാസം അയച്ചുവിട്ട് ജഗൻ തിരിഞ്ഞുനിന്നു.

"കയറരുത്. അപകടമാണ്." തെല്ലകലെ, മതിലിനു മുകളിലേക്ക് കൈചൂണ്ടി നില്ക്കുകയാണ് പ്രസാദ്. "അതാ അങ്ങോട്ട് നോക്ക്."

ജഗൻ നോക്കി. അകലെയാണെങ്കിലും വ്യക്തമായി കാണാം. മതിലിനു മുകളിലെ മുള്ളുവേലിയിൽ ഇരുവശത്തേക്കും വിടർത്തിയ കൈകളോടെ കുരുങ്ങിക്കിടക്കുന്നു ഒരു കുരങ്ങന്റെ ഉണങ്ങി ശുഷ്കിച്ച ജഡം.

അതിനെന്ത് എന്ന ഭാവത്തിൽ ജഗൻ പ്രസാദിലേക്കു തിരിഞ്ഞു.

"ആ കമ്പിയിൽ കരണ്ടുണ്ട്. കൈവെച്ചാൽ ഷോക്കടിച്ചു ചാവും."

ഷോക്കടിച്ചതുപോലെ ജഗൻ പെട്ടെന്ന് പിൻവാങ്ങി നിന്നു. കാൽപ്പെരുവിരലിൽ നിന്ന് ഒരു പൊള്ളുന്ന നിസ്സഹായത ശിരസ്സോളം ഉയർന്ന് കടന്നു പോയി. എത്ര വിദഗ്ധമായി, എത്ര നിഷ്ഠുരമായി ഈ മതിൽ തന്നെ തോല്പിച്ചു കളഞ്ഞിരിക്കുന്നു! അവസാനത്തെ വഴിയും അടഞ്ഞു കഴിഞ്ഞു എന്ന ഭാവത്തിൽ നിസ്സഹായനായി നിന്ന ജഗനോട് പ്രസാദ് പറഞ്ഞു.

"ഇതൊന്നും ഒരു പ്രശ്നമാക്കാനില്ല. ഇതിനകത്തേക്ക് കടന്നു വരാമെങ്കിൽ പുറത്തിറങ്ങാനും വഴിയുണ്ടാകും. നമ്മൾ ഇറങ്ങിത്തിരിച്ചതു തന്നെ ആ വഴി കണ്ടുപിടിക്കാൻ വേണ്ടിയല്ലേ."

ഒരു തളർന്ന കൈകൊണ്ടെന്നപോലെ ജഗന്റെ മുഖം ഉയർത്തപ്പെട്ടു. അപ്പോൾ പ്രസാദ് ശ്രദ്ധിച്ചു. നിരാശകൊണ്ട് തികച്ചും ശാന്തമായിരിക്കുന്നു ആ മുഖം. എങ്കിലും ജഗൻ നടന്നു. ഒരു പുതിയ ലക്ഷ്യം, ഒരു പുതിയ സാധ്യത കണ്ടെത്താൻ കഴിയുമെന്ന ഒരു വെറും പ്രതീക്ഷ അപ്പോഴും ജഗന്റെ കൂടെയുണ്ടായിരുന്നു. ഇനി ജീവിക്കുക എന്നതിനർഥം നടക്കുക എന്നല്ലാതെ മറ്റൊന്നുമല്ല.

പതിനെട്ട്

ഗെയ്റ്റ് കണ്ടെത്താൻ കഴിയുന്നില്ല. മതിൽ ചാടിക്കടക്കുക സാധ്യവുമല്ല. എന്നാൽ എവിടെയോ ഒരു ഗെയ്റ്റോ വാതിലോ ഉണ്ട്. ഇല്ലായിരുന്നെങ്കിൽ ഡ്രൈവറും കണ്ടക്ടറും ഇന്നലെ ബസ്സിൽ നിന്നിറങ്ങിപ്പോയ ഹമീദും തിരിച്ചുവരേണ്ടതായിരുന്നു. എന്നാൽ ഗെയ്റ്റ് കണ്ടെത്തുക എന്നതുപോലെതന്നെ രണ്ട് പ്രശ്നങ്ങൾ കൂടി ഇപ്പോൾ മുന്നിലുണ്ട്. ദാഹവും വിശപ്പും. ശാരീരികമായ മറ്റ് ആവശ്യങ്ങൾ. ഗെയ്റ്റ് കണ്ടെത്തി പുറത്തു കടക്കാൻ കഴിയുന്നില്ലെങ്കിൽ ഈ മതിൽക്കെട്ടിനകത്തുനിന്നു തന്നെ അതിനുള്ള പരിഹാരമാർഗങ്ങൾ കണ്ടെത്തേണ്ടതുണ്ട്. ഇല്ലെങ്കിൽ സിനിമകളിൽ കണ്ടിട്ടുള്ളതുപോലെ ഓരോരുത്തരായി ഇവിടെത്തന്നെ ചത്തുവീഴും. മൂന്ന് ദിശകളിലും പുറത്തു കടക്കാനുള്ള വഴിയില്ല എന്ന് ഉറപ്പായ സ്ഥിതിക്ക് നാലാംദിശയാണ് സുഗതനും ഫിലിപ്പും ലക്ഷ്യം വെച്ചത്.

കശുമാവുകൾ നിബിഡമായി വളർന്ന് ആ ഭാഗം ഇരുട്ടു പുതച്ച് കിടക്കുകയാണ്. ചുവട്ടിലെ കരിയിലക്കാർപ്പെറ്റിനും കനം കൂടുതലാണ്. സഞ്ചാരത്തിന്റെ ഒന്നാംഘട്ടത്തിൽത്തന്നെ കൗതുകകരമായ ഒരു ദൃശ്യം

മുന്നിൽ പ്രത്യക്ഷപ്പെട്ടു. കാറിന്റെ ആകൃതിയിൽ ഒരു കരിയിലക്കൂമ്പാരം. അടുത്തുചെന്ന് സൂക്ഷ്മമായി പരിശോധിച്ചപ്പോൾ വ്യക്തമായി: അതൊരു കാറു തന്നെയാണ്. എത്രയോ വർഷങ്ങളായി ചൊരിയപ്പെട്ട കരിയില കളും പെയ്ത മഴയും അതിന് കരിയിലകൊണ്ട് ഒരു മേൽകവചം ഉണ്ടാക്കിക്കൊടുത്തിരിക്കയാണ്. വശങ്ങളിൽ നിന്ന് നോക്കിയാൽ പഴയ കാറിന്റെ തുരുമ്പുരൂപം കാണാനാവും. പഴയ മോഡലിലുള്ള ഒരു മാരുതി 800 കാറാണ് അത് എന്ന് വിശദമായ പരിശോധന വഴി സുഗതൻ കണ്ടു പിടിച്ചു. തുരുമ്പിന്റെ ഘടന വെച്ച് നാലോ അഞ്ചോ വർഷം മുമ്പേ ആ കാർ അവിടെ വന്നു വീണിട്ടുണ്ടാവും എന്നും ഊഹിക്കാം. ദ്രവിച്ചു തുടങ്ങിയ ടയറുകൾ നിലംപറ്റി ചതഞ്ഞുകിടക്കുന്നു.

ഈ വിജനതയിൽ എങ്ങനെ ഒരു കാർ അനാഥമായി വന്നുപെട്ടു എന്ന് സുഗതൻ സംശയിച്ചു നിന്നു.

"ആർക്കും വേണ്ടാതായപ്പോൾ ഇവിടെ കൊണ്ടുവന്ന് ഉപേക്ഷിച്ചതാ യിരിക്കും" എന്ന് ഫിലിപ്പ് ഒരു യുക്തി കണ്ടു. ഫിലിപ്പിനെ സംബന്ധിച്ച് അത് ഒരു ഓട്ടോ വേസ്റ്റ് മാത്രം.

"വേണ്ടാത്ത കാറായാലും ഇരുമ്പുവില കിട്ടാതിരിക്കുമോ?" സുഗതൻ പറഞ്ഞു. 'അതല്ല കാര്യം, ഫിലിപ്പേ. ഈ കാറും ഇവിടെ എന്തോ ഒരു രഹസ്യം ഒളിപ്പിക്കുന്നുണ്ട്."

ഏതെങ്കിലും വ്യക്തിയെ താൽക്കാലികമായി മറച്ചുവെക്കാൻ വേണ്ടി. അതല്ലെങ്കിൽ ഏതെങ്കിലും പ്രതിയോഗിയെ നിത്യമായി ഇല്ലാതാക്കാൻ വേണ്ടി. അതൊന്നുമല്ലെങ്കിൽ നമ്മളെപ്പോലെ അബദ്ധത്തിൽ ഇവിടെ വന്നുപെട്ടതുമാകാം. അങ്ങനെയെങ്കിൽ ആ യാത്രക്കാർക്കെന്തു സംഭവി ച്ചിരിക്കും? ഒരുപക്ഷേ, ഏതെങ്കിലും വിധത്തിൽ മതിൽക്കെട്ടിനുള്ളിൽ നിന്ന് രക്ഷപ്പെട്ടിരിക്കാം. അല്ലെങ്കിൽ വഴി കണ്ടെത്താനാവാതെ ഈ മതിൽക്കെട്ടിനകത്തുതന്നെ എവിടെയോ വീണു മണ്ണടിഞ്ഞിട്ടുണ്ടാവാം. കാർ ഇവിടെത്തന്നെ അവശേഷിക്കുന്ന സ്ഥിതിക്ക് അവരുടെ വിധി രണ്ടാ മത്തേതാകാനാണ് കൂടുതൽ സാധ്യത. എന്തായാലും ഈ കാർ ഒരു അടയാളവും സൂചനയുമാണ്.

കാറിനു മേൽ കനത്തുകിടന്ന കരിയിലകൾ സുഗതൻ ഒരു വടി കൊണ്ട് ശ്രദ്ധാപൂർവം നീക്കം ചെയ്യാൻ തുടങ്ങി. കാലത്തിന്റെ കൈ ക്രിയകൾകൊണ്ട് ജീർണിച്ച് പൊടിഞ്ഞമർന്ന കരിയിലകൾ കാറിനുമേൽ കറുത്ത പെയിന്റുപോലെ പറ്റിപ്പിടിച്ചു കിടന്നു. കരിയിലകളുടെ ആവരണം നീക്കിയതിനു ശേഷം കാറിനു ചുറ്റും ഒരു വട്ടം പ്രദക്ഷിണം വെച്ചു. കാറിനെ ചൂഴ്ന്നുനില്ക്കുന്ന നിഗൂഢതയ്ക്ക് ഒരു പുതിയ തെളിവു കൂടി സുഗതന്റെ കണ്ണിൽപ്പെട്ടു.

"നോക്ക് ഫിലിപ്പേ. ഇതിന്റെ നമ്പർ പ്ലെയ്റ്റ് കാണാനില്ല."

ഇന്ത്യയിലെ കാറുകളെപ്പറ്റി കൃത്യമായ ധാരണയില്ലാത്തതുകൊണ്ട് ഫിലിപ്പിന് സുഗതന്റെ കണ്ടുപിടിത്തത്തിൽ കൗതുകം തോന്നിയില്ല.

കാറിന്റെ നമ്പർ പ്ലെയിറ്റിനേക്കാൾ ഇപ്പോൾ പ്രധാനം മതിൽക്കെട്ടിന്റെ ഗെയ്റ്റാണ്. ഭയപ്പെടുത്തുന്ന നിശ്ശബ്ദതയാണ് ചുറ്റിലും. ഒരു പ്രാണി പോലും അനങ്ങുന്നില്ല. മരങ്ങൾക്കിടയിലൂടെ ചൂഴ്ന്നു നോക്കിയാൽ ഇരുട്ടിൽ മുങ്ങിമറയുന്ന മരങ്ങളുടെ ചില നിഴൽരൂപങ്ങളാണ് കാണാനാവുക. പകൽവെളിച്ചത്തെപ്പോലും തടഞ്ഞുനിർത്തുന്ന കനത്ത ഇലച്ചാർത്ത്. പ്രേതഭയമുള്ളവർക്ക് പേടിക്കാൻ ധാരാളം വിഭവങ്ങളും അവസരങ്ങളുമുള്ള ഒരു ഇടം. ഫിലിപ്പിന് കേരളത്തിലെ പ്രേതങ്ങളെ പ്പറ്റി വേണ്ടത്ര ധാരണയില്ല. അതുകൊണ്ട് പ്രേതഭയമില്ല. സുഗതന് പ്രേത ങ്ങളെപ്പറ്റി ആലോചിക്കാനുള്ള സാഹചര്യവുമില്ല. അതുകൊണ്ട് തെല്ലകലെ അരണ്ട വെളിച്ചത്തിലൂടെ മനുഷ്യരൂപം എന്നു തോന്നിപ്പി ക്കുന്ന എന്തോ ഒന്ന് നീങ്ങുന്നതു കാൺകെ അതൊരു മനുഷ്യൻ എന്നു മാത്രമേ സുഗതനു തോന്നിയുള്ളൂ.

സുഗതനാണ് ആ ദൃശ്യം കണ്ടത്. 'നോക്ക്' എന്ന് വിളിച്ചുകൂവി ഫിലിപ്പിന്റെ ശ്രദ്ധ ആകർഷിക്കുമ്പോഴേക്കും ആ രൂപം മരങ്ങൾക്കിട യിൽ മാഞ്ഞുപോയി.

"കണ്ടില്ലേ." സുഗതൻ ചോദിച്ചു.

"എന്നതാ?"

"ഒരു മനുഷ്യൻ."

"എന്നിട്ട് വിളിക്കാഞ്ഞതെന്നാ?"

"അതിനു മുമ്പേ ആള് മാഞ്ഞുപോയില്ലേ. സാരമില്ല. പിന്നാലെ ചെന്നാൽ ഇനീം കണ്ടുപിടിക്കാം."

തെല്ല് ദൂരെയായതുകൊണ്ടും ഓടുക പ്രയാസകരമായ ഇടമായതു കൊണ്ടും ആ മനുഷ്യരൂപത്തെ കണ്ട ദിശയിലേക്ക് വളരെ പതുക്കെ മാത്രമേ നടക്കാൻ കഴിഞ്ഞുള്ളൂ. മരങ്ങൾക്കിടയിലെ ഗുഹാമാർഗത്തി ലൂടെ നൂണ്ട് നടന്ന് എത്തിച്ചേർന്നത് മരങ്ങളില്ലാത്ത ഒരു തുറസ്സിലേ ക്കാണ്. മതിലിനപ്പുറമുള്ള ലോകവും കാണാൻ കഴിയുന്ന ഒരു ഇടം. ഒരു ഉയർന്ന പ്രദേശം. അതുകൊണ്ട് മതിൽ ഇപ്പോൾ കൺരേഖയ്ക്ക് താഴെയാണ്. അതിനാൽ, മതിലിനപ്പുറമുള്ള വിശാലമായ സമതല പ്രദേശം മുഴുവൻ നേരിട്ടു കാണാം. കൊയ്ത്തു കഴിഞ്ഞ് ഉണങ്ങിവരണ്ട നെൽപ്പാടങ്ങൾ. അതിനും അപ്പുറത്ത് വീണ്ടും കരഭൂമി. ഉയരം കുറഞ്ഞ ഒരു കുന്ന്. കുന്നിനെ മൂടിയ തെങ്ങിൻതലപ്പുകൾ. പാടത്തിനു നടുവിലൂടെ വെള്ളം വറ്റിയ ഒരു കൈത്തോട്. പാടങ്ങളിൽ മേഞ്ഞുനടക്കുന്ന കന്നു കാലികൾ.

മനുഷ്യർ പാർക്കുന്ന ലോകം! വളരെ കാലത്തിനുശേഷം കര കണ്ടെ ത്തിയ ഒരു നാവികനെപ്പോലെ സുഗതന് ആശ്വാസവും സന്തോഷവും അനുഭവപ്പെട്ടു. കേവലം ഒരു മതിലിനപ്പുറത്തുണ്ട് സാധാരണമായ ലോകവും സധാരണമായ ജീവിതവും. പക്ഷേ, ആ മതിൽ വെറുമൊരു മതിലല്ല. മഹാസമുദ്രമാണ് ഹിമപർവതമാണ്. രാജ്യാതിർത്തിയാണ്.

മറികടക്കുക എളുപ്പമല്ലാത്ത ഒരു മഹാദുർഗമാണ്. സുഗതനും ഫിലിപ്പും വെളിച്ചത്തിന്റെ ആ സ്വതന്ത്രലോകത്തിലേക്ക് കൊതിയോടെ നോക്കി നിന്നു.

ഒറ്റച്ചാട്ടത്തിന് ആ മതിൽ മറികടക്കാൻ സാധിച്ചിരുന്നെങ്കിൽ! അല്ലെങ്കിൽ ആരെങ്കിലും ഒരു ഹെലികോപ്റ്ററുമായി വന്ന് ആ മതിലിനപ്പുറത്തേക്ക് തങ്ങളെ എടുത്തിട്ടിരുന്നെങ്കിൽ!

വയലിന്റെ അങ്ങേക്കരയിൽ നിന്ന് ഒരു കുടുംബം വയൽവരമ്പുകളിലൂടെ ഉത്സാഹത്തോടെ മെല്ലെ നടന്നുവരുന്നുണ്ട്. ഒരു പുരുഷൻ, രണ്ടു സ്ത്രീകൾ, രണ്ടു കുട്ടികൾ എന്ന് സുഗതൻ അവരെ എണ്ണി. പ്രഭാതത്തിൽ ക്ഷേത്രത്തിൽ പോയി മടങ്ങുകയാണെന്ന് അവരുടെ വേഷവും നടത്തത്തിന്റെ താളവും ഉത്സാഹവും വ്യക്തമാക്കുന്നുണ്ട്. ഈ തടവറയിൽ നിന്ന് രക്ഷപ്പെടാനുള്ള ഒരു മാർഗം തെളിഞ്ഞുകിട്ടുകയെന്ന ഒരു പ്രതീക്ഷ ആ കാഴ്ചയിൽ നിന്ന് ഫിലിപ്പ് കണ്ടെടുത്തു. അവർ നടന്നു നടന്ന് ഈ മതിലിന് സമീപമെത്തുമ്പോൾ 'സഹായിക്കൂ' എന്ന് ഉറക്കെ വിളിച്ചുകൂവാം. തങ്ങൾ ഇവിടെ കുടുങ്ങിപ്പോയതാണെന്ന് അവരെ ബോധ്യപ്പെടുത്താൻ കഴിഞ്ഞാൽ രക്ഷപ്പെടാനുള്ള വഴിതെളിയും. അവർ അല്പം കൂടി അടുത്തെത്തട്ടെ എന്ന് ഫിലിപ്പ് പ്രതീക്ഷയോടെ കാത്തു.

പക്ഷേ, ഒരു പ്രശ്നം അവശേഷിക്കുന്നുണ്ട്. ഇരുന്നൂറ് മീറ്ററെങ്കിലും അപ്പുറത്താണ് അവർ കടന്നുപോകാൻ ഇടയുള്ള വരമ്പുവഴി. ആ ഇരുന്നൂറ് മീറ്ററിനപ്പുറം വരെ തങ്ങളുടെ അഭ്യർഥന എത്തിക്കേണ്ടതുണ്ട്. അത്രയും ദൂരത്തേക്ക് എറിഞ്ഞിടാൻ കഴിയുന്ന ശബ്ദം തൊണ്ടയിൽ നിന്ന് പുറത്തെടുക്കണം. ഫിലിപ്പ് ഇരുകൈകളും വായോട് ചേർത്തു പിടിച്ച് ശരീരത്തിലെ ഊർജം മുഴുവൻ തൊണ്ടയിൽ കേന്ദ്രീകരിച്ച് ഉറക്കെ ഒരു ശബ്ദമുണ്ടാക്കി. കേവലം ഒരു കൂവൽ മാത്രമായി ആ ശബ്ദം മതിൽ ചാടിക്കടന്നു പാഞ്ഞു. പക്ഷേ, ശബ്ദം ലക്ഷ്യസ്ഥാനത്തെത്തിയില്ല. വയൽ യാത്രക്കാരുടെ കാതിലെത്താതെ ശബ്ദം പാതിവഴിയിൽ കുഴഞ്ഞുവീണു. ഫിലിപ്പും സുഗതനും ഒന്നിച്ച് ശബ്ദം ആവർത്തിച്ചു.

ഇത്തവണ ശബ്ദം ലക്ഷ്യസ്ഥാനത്തെത്തുക തന്നെ ചെയ്തു. ആ ശബ്ദത്തോടുള്ള പ്രതികരണമെന്ന മട്ടിൽ അവർ നില്ക്കുകയും ശബ്ദം കേട്ട ദിക്കിലേക്ക് മുഖമുയർത്തുകയും ചെയ്തു. സുഗതൻ ആവേശത്തോടെ കൈയുയർത്തി വീശി വീണ്ടും ശബ്ദമുയർത്തി: "രക്ഷിക്കണേ."

പ്രതികരണമായി ആ കുട്ടികൾ ഫിലിപ്പിനും സുഗതനും നേർക്ക് കൈവീശുക മാത്രം ചെയ്തു. ആ സ്ത്രീകളാകട്ടെ കൗതുകത്തോടെയും താത്പര്യത്തോടെയും നോക്കുന്നുണ്ട്. എന്നാൽ, അവരുടെ ആ പ്രതികരണങ്ങൾ പുരുഷന് ഇഷ്ടപ്പെടുന്നുണ്ടായിരുന്നില്ല. കനത്ത ഒരു ശാസനകൊണ്ട് അയാൾ സ്ത്രീകളേയും കുട്ടികളേയും ആ സൗമനസ്യത്തിൽ നിന്ന് പിന്തിരിപ്പിക്കുന്നതാണ് ഇപ്പോഴത്തെ കാഴ്ച. അയാൾ പറഞ്ഞത് ഇപ്രകാരമായിരിക്കും എന്ന് സുഗതൻ സങ്കല്പിച്ചു:

“ഓരോരോ തെമ്മാടികള് കാട്ടിലിരുന്ന് കൂക്കിവിളിച്ചാ അതിനൊക്കെ ചെവി കൊടുക്കണോ?”

യഥാർഥത്തിൽ അയാളുടെ മനസ്സിൽ ഏതുതരം വിചാരങ്ങളാണ് കടന്നുപോയിരിക്കുക എന്ന് സുഗതന് ഊഹിക്കാവുന്നതേയുണ്ടായിരുന്നുള്ളൂ. കാടിനു സമാനമായ ഒരു കശുമാവുതോട്ടത്തിൽ മറഞ്ഞുനിന്ന് രണ്ട് സാമൂഹികവിരുദ്ധർ സ്ത്രീകളെ നോക്കി ഒച്ചവെക്കുന്നു. സ്ത്രീകളെ കണ്ടാൽ ഈ വക ആൾക്കാർക്ക് സ്വതവേ ഒരു ഇളക്കമുള്ളതാണ്. മതിൽക്കെട്ടിനകത്ത് ഒരു പറ്റം മനുഷ്യർ കുടുങ്ങിക്കിടക്കുന്നുണ്ടെന്ന് അവർ എങ്ങനെ അറിയാൻ? ആ വിചാരം അവരെ എങ്ങനെ അറിയിക്കാൻ?

“നമ്മുടെ അവസ്ഥ അവർക്ക് മനസ്സിലാവുന്നില്ലല്ലോ ഫിലിപ്പേ.” സുഗതൻ നിരാശപ്പെട്ടു. “അത് അവരുടെ കുഴപ്പമല്ല. ഈ ലോകത്തിന്റെ തന്നെ കുഴപ്പമാണ്.”

ബഹിരാകാശത്തിരിക്കുന്നവർക്ക് ഈ ഭൂമി എങ്ങനെയോ അതുപോലെയാണ് ഈ മതിൽക്കെട്ടിന് അകത്തുനിന്നുകൊണ്ട് പുറംലോകം കാണുന്നത്. കാണാം. എന്നാൽ, ആഗ്രഹിച്ചിട്ടും ഭൂമിയിലിറങ്ങാൻ കഴിയില്ല.

കുറച്ചകലെ, മതിലിനു സമീപം ഒരു നിഴൽരൂപം അനങ്ങുന്നതുപോലെ തോന്നി. സൂക്ഷിച്ചുനോക്കുമ്പോൾ, നേരത്തെ മരങ്ങൾക്കിടയിൽ കണ്ട നിഴൽരൂപിയാണ്. ഒരു തെരുവു ഭ്രാന്തന്റേതുപോലെ ജീർണിച്ച വേഷവും രൂപവും. അയാൾ കുനിഞ്ഞ് നിലത്തുനിന്ന് എന്തോ പെറുക്കിയെടുക്കുന്നുണ്ട്. ബസ്സിലെ യാത്രക്കാരനല്ലാത്ത ഒരാളുടെ സാന്നിധ്യം യഥാർഥത്തിൽ ആശ്വാസമാകേണ്ടതാണ്. എന്നാൽ അയാളുടെ വേഷവും രൂപവും അത്തരമൊരു ആശ്വാസത്തിന് വകതരുന്നില്ല. മാത്രമല്ല, ഈ മതിൽക്കെട്ടിനുള്ളിൽ ഉള്ളതുപോലെ ഏതോ ചില രഹസ്യങ്ങൾ അയാളെയും ചൂഴ്ന്നു നില്ക്കുന്നുണ്ട് എന്ന തോന്നൽ ഭയജനകമായും അനുഭവപ്പെടുന്നു.

ചില രഹസ്യങ്ങളുടെ മാത്രമല്ല, ഈ മതിൽക്കെട്ടിനെക്കുറിച്ചുള്ള അറിവുകളുടേയും ശേഖരമായിരിക്കണം അയാൾ. പുറത്തേക്കുള്ള വഴി അയാൾക്ക് അറിവുണ്ടാകാം. അതല്ലെങ്കിൽ പുറത്തേക്കുള്ള വഴി കണ്ടെത്താനാവാതെ ഇതിനകത്ത് അലഞ്ഞുതിരിയുകയുമാവാം. ഈ മതിൽക്കെട്ടിനകത്ത് ജീവിതം നയിക്കുന്ന ഒരാളാണ് അയാളെങ്കിൽ അയാളിലൂടെ രണ്ട് കാര്യങ്ങൾ മനസ്സിലാക്കാൻ കഴിയും. കുടിവെള്ളത്തിന്റേയും ഭക്ഷണത്തിന്റേയും സ്രോതസ്. ഇതു രണ്ടും ലഭ്യമല്ലെങ്കിൽ ഈ മതിൽക്കെട്ടിനുള്ളിൽ ജീവിതം സാധ്യമല്ലല്ലോ.

സുഗതൻ ജാഗ്രതയോടെ വിളിച്ചു പറഞ്ഞു:

“ഇനി അയാൾ കൈവിട്ടു പോകരുത് ഫിലിപ്പേ. അയാൾക്ക് വെള്ളം കിട്ടുന്നത് എവിടന്നാണെന്ന് കണ്ടുപിടിക്കണം.”

വരണ്ട ചെങ്കൽപ്പാറയും അതിനിടയിലെ മൺകുഴികളിൽ വളർന്നു നില്ക്കുന്ന മുൾച്ചെടികളും മറികടന്ന് സുഗതൻ അതിവേഗം നടന്നു.

നിലത്തുനിന്ന് എന്തോ കുനിഞ്ഞെടുത്തതിനു ശേഷം അതും കൈയിലേന്തി അപ്പോഴേക്കും ആ പ്രേതരൂപി മരക്കൂട്ടങ്ങൾക്കിടയിലേക്ക് നടന്നു കഴിഞ്ഞിരുന്നു. സുഗതനും ഫിലിപ്പും തിടുക്കത്തോടെ നടന്ന് സമീപമെത്തിയിട്ടും അവരുടെ സാന്നിധ്യം തിരിച്ചറിഞ്ഞിട്ടും അയാളുടെ മുഖത്ത് യാതൊരു ഭാവഭേദവുമില്ല. അയാളോടൊപ്പം നടന്നുകൊണ്ട്, ഒരു ആമുഖം എന്ന മട്ടിൽ സുഗതൻ ഉറക്കെ ചോദിച്ചു.

"ഇതേതാ സ്ഥലം?"

ചോദ്യം കേട്ട് അയാൾ ഒരുവട്ടം സുഗതനുനേർക്ക് പാളിനോക്കിയെങ്കിലും സവിശേഷമായ ഒരു പ്രതികരണവും അയാളിൽ നിന്നുണ്ടായില്ല. അയാൾ തന്റെ നടപ്പ് അതേ മട്ടിൽ തുടരുക മാത്രം ചെയ്തു.

ഫിലിപ്പ് പറഞ്ഞു.

"അയാൾ അബ്നോർമലാന്നാ തോന്നുന്നെ. ചോദിച്ചോണ്ട് ഒരു കാര്യോല്ലന്നെ."

ഏതെങ്കിലും തരത്തിൽ അബ്നോർമൽ അല്ലാത്ത ഒരാൾക്ക് ഈ വിജനതയെ ദീർഘകാലത്തേക്ക് അതിജീവിക്കുക സാധ്യമല്ലെന്ന് സുഗതനും ബോധ്യമുണ്ട്. ഒരുപക്ഷേ, ഈ മതിൽക്കെട്ട് തന്നെ ഒരു ഭ്രാന്താലയമായിരിക്കാം. ഈ ജീർണരൂപത്തെ മുമ്പ് എവിടൊക്കെയോ വെച്ച് താൻ കണ്ടിട്ടുണ്ട് എന്ന് സുഗതനു തോന്നി. ബോധത്തിന്റെ നില തെറ്റി പുറത്തു കടക്കാൻ കഴിയാത്തവിധം അബോധത്തിന്റെ മതിൽക്കെട്ടുകളിൽ കുടുങ്ങിപ്പോവുന്നവർ. ഭ്രാന്തൻ എന്ന വിളിപ്പേരുമായി തെരുവിൽ അലയുന്നവർ. അവന്റെ മനസ്സുപോലെ തന്നെ അവ്യക്തമാണ് അവനിപ്പോൾ കുരുങ്ങിക്കിടക്കുന്ന ഈ ഇടവും.

അബ്നോർമലാണെങ്കിലും നോർമലാണെങ്കിലും അജ്ഞാതമായ ഈ ഭൂഖണ്ഡത്തിൽ തങ്ങൾക്ക് വഴികാണിക്കാൻ കെല്പുള്ള ഒരേയൊരു മനുഷ്യൻ അയാളാണ്. മാത്രമല്ല, ഇപ്പോഴത്തെ സ്ഥിതിയിൽ അതിജീവനത്തിന്റെ ഒരു പാഠപുസ്തകവുമാണ് അയാൾ. താഴ്ന്നു പടർന്ന ഒരു കശുമാവിനു ചുവട്ടിൽ അയാളുടെ നടപ്പ് അവസാനിച്ചു. കശുമാവിന്റെ കുനിഞ്ഞുനിന്ന ഒരു കൊമ്പ് പീഠമാക്കി അയാൾ ഇരുന്നു. തോളിൽ തൂങ്ങിയ ഭാണ്ഡം മടിയിലെടുത്തുവെച്ച് അതിനുള്ളിൽ നിന്ന് ഉണങ്ങിയ ഒരു ബ്രഡ് പുറത്തെടുത്ത് അയാൾ മെല്ലെ തിന്നാൻ തുടങ്ങി. അയാളുടെ രൂപവുമായോ അയാൾ സ്ഥിതി ചെയ്യുന്ന സ്ഥലസാഹചര്യവുമായോ തെല്ലും ഇണങ്ങുന്ന ഒന്നായിരുന്നില്ല അയാൾ തിന്നുകൊണ്ടിരുന്ന ബ്രഡ്. കാട്ടുകിഴങ്ങുകളോ കശുമാങ്ങയോ ഭക്ഷിച്ചുള്ള ഒരു ജീവിതായോധനമാണ് അയാളിൽ നിന്ന് പ്രതീക്ഷിച്ചത്.

"അവൻ തിന്നുന്നത് എന്നതാന്ന് നോക്കിക്കേ. ബേക്കറീലെ ബ്രഡാ." അയാളുടെ ഉദാസീനമായ ആ തീറ്റയ്ക്കു മേൽ ഫിലിപ്പിന്റെ ആശ്ചര്യ

ശബ്ദം വന്നുവീണു. മനുഷ്യവാസമില്ലാത്ത ഈ മതിൽക്കെട്ടിനുള്ളിൽ അവന് എങ്ങനെയാണ് ബ്രെഡ് ലഭിക്കുന്നത്? ആരോ മതിലിനപ്പുറത്തു നിന്ന് അവന് ഭക്ഷണം എറിഞ്ഞിട്ടുകൊടുക്കുന്നുണ്ടെന്നാണോ ഊഹിക്കേണ്ടത്? അവന്റെ ഈ തടവുജീവിതത്തിനു പിന്നിൽ ആരുടെയെങ്കിലും ഒരു രഹസ്യപദ്ധതി പ്രവർത്തിക്കുന്നുണ്ടാവുമോ? എങ്കിൽ, അവൻ യഥാർത്ഥത്തിൽ ആരാണ്? ഒളിപ്പിക്കപ്പെട്ട കുറ്റവാളി? ആരാലോ തടവുശിക്ഷ വിധിക്കപ്പെട്ട നിരപരാധി. മായ്ച്ചുകളയാനോ മറച്ചുവെക്കപ്പെടാനോ നിശ്ചയിക്കപ്പെട്ട ഒരു തെളിവ്? ഒഴിവാക്കപ്പെട്ട ഒരു പൊതുശല്യം? എന്തായിരുന്നാലും തെരുവിൽ അലഞ്ഞുനടന്ന ഒരാൾ വഴിതെറ്റി ഈ മതിൽക്കെട്ടിനകത്ത് വന്നു വീണതുപോലെയാണ് കാഴ്ചയിൽ അനുഭവപ്പെടുന്നത്.

ബ്രെഡ് തിന്നു കഴിഞ്ഞാൽ തീർച്ചയായും അവന് വെള്ളം കുടിക്കേണ്ടി വരും. ആ സമയത്ത് അവനെ പിന്തുടർന്നാൽ അവന്റെ കുടിവെള്ളത്തിന്റെ ഉറവിടം കണ്ടെത്താൻ കഴിയും. അവന്റെ ഭക്ഷണം പൂർത്തിയാവാനായി സുഗതൻ കാത്തു.

ബ്രെഡ് തിന്നു തീർത്തതോടെ, പ്രതീക്ഷിച്ചപോലെ തന്നെ അവൻ എഴുന്നേറ്റ് നടത്തമാരംഭിച്ചു. മരങ്ങൾക്കിടയിലെ ഇരുളിമയിലൂടെ ഒരു വന്യജീവിയെപ്പോലെ അവൻ നടന്നുനീങ്ങി. സുഗതനും ഫിലിപ്പും അയാളെ പിന്തുടർന്നു. ഇരുട്ടും തണുപ്പും ചൂഴ്ന്നു നില്ക്കുന്ന ഒരിടത്താണ് ആ നടത്തം അവസാനിച്ചത്. അവിടെ ചെങ്കൽപ്പാറകൾക്കിടയിൽ കോണാകൃതിയിൽ ഒരു കുഴിയുണ്ട്. ഏതോ കാലത്ത് ചെങ്കല്ല് കൊത്തിയെടുത്ത് രൂപപ്പെട്ട കുഴിയെന്ന് തോന്നിപ്പിച്ചു അത്. ഒരു വശത്തെ ചെരിവിലൂടെ ആ കുഴിയിലേക്ക് നടന്നിറങ്ങാം. ആ കുഴിയുടെ നടുവിൽ അല്പം വെള്ളം കെട്ടിക്കിടക്കുന്നുണ്ട്. ഓടയിലൂടെ ഒഴുകിയെത്തുന്ന മലിനജലത്തെ ഓർമ്മിപ്പിക്കുന്നവിധം കറുത്ത നിറം. ആ കുഴിക്കു സമീപം കുനിഞ്ഞിരുന്ന് കൈക്കുമ്പിളിൽ വെള്ളമെടുത്ത് കുടിക്കുകയാണ് അയാൾ.

“ഓ ജീസസ്. ഇതോ.” എന്നു ഫിലിപ്പ് സ്തംഭിച്ചു നിന്നു.

നോർമലായ ഒരാൾക്കും കുടിക്കാൻ തോന്നാത്ത വെള്ളമാണ് അവൻ അമൃതംപോലെ അകത്താക്കുന്നത്. രണ്ടുമൂന്നു തവണ കൈക്കുമ്പിളിൽ വെള്ളമെടുത്തു കുടിച്ചതിനുശേഷം പിറകേ നില്ക്കുന്ന രണ്ട് അപരിചിതരെ തെല്ലും ഗൗനിക്കാതെ അവൻ കരയ്ക്കു കയറി അപ്രത്യക്ഷനായി. അവനെ അവന്റെ സ്വാതന്ത്ര്യത്തിനു വിട്ട് സുഗതനും ഫിലിപ്പും കുഴിയിലേക്കിറങ്ങി.

അടുത്തു നില്ക്കുമ്പോൾ, അകലെ കാണുന്നതുപോലെ വെള്ളത്തിന്റെ നിറം കറുപ്പല്ല. ഇലകൾ വീണ് അഴുകി കറുത്ത നിറം പ്രാപിച്ച് വെള്ളത്തിൽ അടിഞ്ഞുകിടക്കുന്നുണ്ട്. അതിന്റെ കറുപ്പ് നിറമാണ് അകലക്കാഴ്ചയിൽ വെള്ളത്തിന്റെ കറുപ്പായി തോന്നിക്കുന്നത്. ആ കറുത്ത അടിത്തട്ടിനു മുകളിൽ വെള്ളത്തിനു നേർത്ത തെളിച്ചമുണ്ട്. സാധാരണ

ഗതിയിൽ ഇത്തരം വെള്ളക്കെട്ടുകൾക്കു മുകളിൽ കുളപ്പാറ്റകൾ നൃത്തം വെക്കുന്നതുകാണാം. എന്നാൽ ഇവിടെ കുളപ്പാറ്റകളെയോ പ്രാണികളെയോ കാണാനില്ല. മരണംപോലെ നിശ്ചലമായ വെള്ളം. മഴക്കാലത്ത് ഒഴുകിനിറഞ്ഞ വെള്ളത്തിന്റെ അവശേഷിപ്പാണ് കുളത്തിലുള്ളത്. കനത്ത വേനൽക്കാലമായിട്ടും വെള്ളം വറ്റിയിട്ടില്ല.

സുഗതൻ പറഞ്ഞു.

“ദാഹിച്ച് ചാകുമെന്ന് ഉറപ്പാകുന്ന സമയത്ത് നമുക്കും ചിലപ്പോൾ ഈ വെള്ളം തന്നെ കുടിക്കേണ്ടിവരും. അതുകൊണ്ട് സ്ഥലം ഓർത്തുവെച്ചോ.”

ഇനിയെന്ത് എന്ന് സുഗതനും ഫിലിപ്പും ശങ്കിച്ചുനിന്നു. ചുറ്റുപാടുമുള്ള കശുമാവുകൾ തങ്ങളെ സഹതാപത്തോടെ നോക്കിനില്ക്കുകയാണെന്ന് അപ്പോൾ സുഗതനു തോന്നി. എന്നാൽ ഇപ്പോഴും പ്രതീക്ഷ കൈവിടേണ്ട സാഹചര്യം ആയിട്ടില്ല. പുറത്തുകടക്കാനുള്ള സാധ്യതകൾ ഇപ്പോഴും അവശേഷിക്കുന്നുണ്ട്. ഗെയ്റ്റ് തേടിപ്പോയവരിൽ ആരെങ്കിലും ഒരുപക്ഷേ ഇതിനകം പുറത്തേക്കുള്ള വഴി കണ്ടെത്തിക്കഴിഞ്ഞിട്ടുണ്ടാവാം. അല്ലെങ്കിൽ ഡ്രൈവറുടേയും കണ്ടക്ടറുടേയും ശ്രമഫലമായി ഡിപ്പോവിൽ നിന്ന് ആരെങ്കിലും എത്തിച്ചേർന്നിട്ടുണ്ടാവാം. അങ്ങനെയെങ്കിൽ ബസ്സ് തിരിച്ചെടുക്കുന്നതിനു മുമ്പായി മടങ്ങിയെത്തേണ്ടതുണ്ട്. ബസ് കിടക്കുന്ന ദിക്ക് ഏകദേശമായി കണക്കാക്കി ഫിലിപ്പും സുഗതനും പുതിയൊരു പാത ഒരുക്കിയെടുക്കാൻ തുനിഞ്ഞു. മരങ്ങൾ ഒഴിഞ്ഞുനിന്ന തുറസ്സിൽ, ചരിഞ്ഞ പ്രതലത്തിലൂടെ ആയാസപ്പെട്ട് കയറുന്നതിനിടയിൽ അപ്രതീക്ഷിതമായ ഒരു സംഭവമുണ്ടായി. മൊബൈൽ ഫോണിൽ നിന്ന് റിങ്ങ്ടോൺ ഉയരുന്നു!

“ഇവിടെ ഫോണിന് റേഞ്ചുണ്ട്” എന്ന ആവേശത്തോടെ സുഗതൻ ഫോണെടുത്ത് കാതോടു ചേർത്തു.

“ഹലോ, സുഗതേട്ടാ. നിങ്ങളെവിടെയാണ്?”

വടകരയിൽ നിന്ന് ശ്രീജിത്താണ്. അവന്റെ ശബ്ദത്തിൽ ആകാംക്ഷയും പരിഭ്രമവുമുണ്ട്.

“ശ്രീജിത്തേ, ഞാൻ വന്ന ബസ്സ് വഴിതെറ്റി കാട്ടിൽ കുടുങ്ങി.”

“തിരുവനന്തപുരത്തേക്കുള്ള എക്സ്പ്രസ്സ് ബസ്സാണോ?”

“അതെ.”

“നിങ്ങളിപ്പോൾ ഏടെയാണ്?”

“എവിടെയാണെന്നു പറഞ്ഞുതരാൻ പറ്റാത്ത ഒരു സ്ഥലമാണ് ശ്രീജിത്തേ.”

“ടീവീല് ഫ്ളാഷ് ന്യൂസ് കാണിക്ക്ന്ന്ണ്ട്. തിരോന്ത്പുരത്തിക്ക്ള്ള ബസ് ആരോ തട്ടിക്കൊണ്ട് പോയിക്ക്ണ്ന്ന്. ആ ബസ്സില് സുഗതേട്ടൻണ്ടാവുംന്ന് നിരീച്ചിട്ടാ ഞാൻ വിളിച്ചിന്.”

ആ പുതിയ വാർത്ത കേട്ട് സുഗതൻ തെല്ലുനേരം വിസ്മയംകൊണ്ട് ശബ്ദമടഞ്ഞു നിന്നുപോയി. ആ നേരംകൊണ്ട് ശ്രീജിത്ത് റെയ്ഞ്ചിനു പുറത്താവുകയും ചെയ്തു. പുറംലോകം തങ്ങളെ തേടിക്കൊണ്ടിരിക്കുകയാണെന്ന വിവരം ആശ്വാസം പകരേണ്ടതാണ്. തങ്ങൾ ഇപ്പോൾ അനാഥരല്ല. ലോകം തങ്ങളെ കാത്തിരിക്കുന്നുണ്ട്. പക്ഷേ, ആ ആശ്വാസത്തിനു മേൽ കരിനിഴൽ വീഴ്ത്തുന്ന ചില സാധ്യതകൾ കൂടി ആ വാർത്തയിലുണ്ട്. ബസ്സ് തട്ടിക്കൊണ്ടു പോകപ്പെട്ടു എന്ന വാർത്തയാണ് പുറംലോകത്ത് പ്രചരിക്കുന്നത്. അങ്ങനെയെങ്കിൽ ആരാലോ റാഞ്ചിയെടുക്കപ്പെട്ട ഒരു വാഹനത്തിലെ ബന്ദികളുടെയോ ഇരകളുടെയോ റോളായിരിക്കുമല്ലോ തങ്ങളുടേത്.

നിസ്സാരമായ പ്രശ്നങ്ങൾപോലും എങ്ങനെയാണ് മാധ്യമങ്ങളിൽ ഭയാനകരൂപം പ്രാപിക്കുന്നത് എന്നതിനൊരു ഉദാഹരണമാവുന്നുണ്ട് ഈ വാർത്ത.

സുഗതൻ ഫോൺ വിവിധ ദിശകളിൽ നീട്ടിയും ചരിച്ചും പിടിച്ചും സമീപസ്ഥലങ്ങളിലേക്ക് പൊസിഷൻ മാറ്റിയും പല തവണ ഡയൽ ചെയ്തു പരിശോധിച്ചു. എന്നാൽ ഒരിക്കൽപോലും ഫോൺ റെയ്ഞ്ചിലേക്ക് തിരിച്ചുവന്നില്ല. ശ്രീജിത്തിന്റെ ഫോണിൽ ഇപ്പോൾ ഇങ്ങനെയൊരു വാക്യം പെൺമൊഴിയായി ആവർത്തിക്കുന്നുണ്ടാവും:

"നിങ്ങൾ വിളിക്കുന്ന സബ്സ്ക്രൈബർ പരിധിക്ക് പുറത്താണ്."

സുഗതൻ പ്രതീക്ഷ നഷ്ടപ്പെടാതെ ചുറ്റിലും നിരീക്ഷിച്ചു. ഈ മതിൽക്കെട്ടിന് ഉള്ളിലും ഫോണിന് റെയ്ഞ്ചുണ്ട് എന്നത് രക്ഷാമാർഗം അടഞ്ഞിട്ടില്ല എന്നതിന്റെ സൂചനയാണ്.

എന്നാൽ ഒരു നിമിഷത്തേക്കു മാത്രമായി എവിടന്നാണ്, എങ്ങനെയാണ് ആ സിഗ്നലുകൾ മതിൽക്കെട്ട് ഭേദിച്ച് ഉള്ളിലേക്കു വന്നത്? ഈ മതിൽക്കെട്ടിനകത്ത് സ്ഥാപിച്ചിട്ടുണ്ടാകാവുന്ന മൊബൈൽ ജാമറിന് സംഭവിച്ച ഒരു പ്രവർത്തനവൈകല്യം മുതലെടുത്ത് ചാടിവീണതാവാം അവ എന്നാണ് മനസ്സിലാക്കേണ്ടത്. ഒരു നിമിഷത്തേക്കു മാത്രം പ്രത്യക്ഷപ്പെട്ട് മാഞ്ഞുപോയെങ്കിലും ഈയൊരു ഫോൺ കൊണ്ടുതന്നെ പുറംലോകത്തേക്ക് ഒരു വഴി തുറക്കപ്പെടുന്നുണ്ട്. ശ്രീജിത്ത് ബുദ്ധിപൂർവം പ്രവർത്തിക്കുകയാണെങ്കിൽ ഇപ്പോൾ സിഗ്നൽ സ്വീകരിക്കപ്പെട്ട സ്ഥലം ഏതെന്ന് കണ്ടെത്താൻ അനായാസം കഴിയും. ഏത് ടവറാണ് ആ സിഗ്നൽ സ്വീകരിച്ച് കൈമാറിയതെന്ന് കണ്ടുപിടിച്ചാൽ മതി. അങ്ങനെയെങ്കിൽ ടവറുകളുടെ ചുവടുപിടിച്ച് ആരെങ്കിലും ഇവിടെ വന്നെത്തുന്നതിനായി കാത്തിരിക്കുക മാത്രമേ ഇനി ചെയ്യേണ്ടതുള്ളൂ. ഫോണിലൂടെ എത്തിയ ഒരു പുതിയ വാർത്ത സുഗതൻ ഫിലിപ്പിനും കൈമാറി.

"ഫിലിപ്പേ, നമ്മുടെ ബസ്സ് ആരോ തട്ടിക്കൊണ്ടുപോന്നതാണെന്നാണ് പുറത്തെ വാർത്ത."

എന്നാൽ ആ വാർത്തയിൽ കൗതുകകരമായി എന്തെങ്കിലും ഉണ്ടെന്ന ഭാവമില്ലാതെയാണ് ഫിലിപ്പിന്റെ പ്രതികരണം.

"അങ്ങനെ സംശയിക്കുവാന്നേലും കുറ്റം പറേനൊക്കത്തില്ല. പോയ വണ്ടി വഴീല് വെച്ച് കാണാണ്ടാവുകാന്നേല് ആരും സംശയിക്കുകേലേ?"

"എന്തുകൊണ്ടാണ് ഇങ്ങനെ ഒരു സംശയം ഉണ്ടാവുന്നതെന്നാ ഞാനാലോചിക്കുന്നത്. ബസ്സ് പുഴയിൽ പോയെന്നോ കാണാതായെന്നോ മറ്റോ സംശയിച്ചൂടെ? തട്ടിക്കൊണ്ടു പോയെന്നുതന്നെ സംശയിക്കുന്ന തെന്തിനാ?"

ഫിലിപ്പ് മറ്റൊരു സംശയമാണ് മറുപടിയായി ഉന്നയിച്ചത്.

"ഞാനൊന്ന് ചോദിക്കട്ടോ. നിങ്ങൾക്ക് വന്നത് ശരിക്കുവൊള്ള ഫോൺ തന്ന്യാന്നോ? അതോ നിങ്ങൾക്ക് തോന്ന്യതോ?"

ഒരു ഫോണിനും റെയ്ഞ്ചില്ലാത്ത ഒരു സ്ഥലത്ത് നിമിഷ നേരത്തേക്ക് റെയ്ഞ്ച് കിട്ടിയെന്നത് സത്യമോ അതോ ഒരു ഇല്യൂഷനോ? ഫിലിപ്പിന്റെ സംശയം തികച്ചും ന്യായമാണ്. ഫോൺ ഒരു തോന്നൽ അല്ലായിരുന്നു എന്ന് ഉറപ്പിക്കാനായി സുഗതൻ മൊബൈൽ ഫോണിലെ ഇൻകമിങ്ങ് ഫോണുകളുടെ പട്ടിക തുറന്നു.

യഥാർഥം തന്നെ. ശ്രീജിത്തിന്റെ പേര് ഒരു ചരിത്രരേഖയായി അവിടെ കിടപ്പുണ്ട്.

പത്തൊമ്പത്

അപകടത്തിൽ അകപ്പെട്ട ഏതു മനുഷ്യനും ജീവിതത്തിലേക്കു പിടിച്ചു കയറാനുള്ള പരിഭ്രാന്തമായ തിടുക്കങ്ങളും വെപ്രാളവും പ്രകടിപ്പിക്കേണ്ട താണ്. എന്നാൽ, പുറത്തുകടക്കാൻ കഴിയാത്തവിധം ഒരു മതിൽക്കെട്ടി നകത്ത് കുരുങ്ങിയെന്ന് മനസ്സിലായിട്ടും പലരും ആ പരിഭ്രാന്തിയിലേക്ക് ഉണരുന്നില്ല എന്ന് വിനയൻ കണ്ടു. രാവിലെ നിർവഹിക്കേണ്ട ശാരീരിക കൃത്യങ്ങൾ, ദാഹം, വിശപ്പ് തുടങ്ങിയ താത്കാലിക പ്രശ്നങ്ങൾ മാത്രമേ തങ്ങളെ അലട്ടുന്നുള്ളൂ എന്ന ഭാവമേ പലർക്കുമുള്ളൂ.

ഒരുപക്ഷേ, ഈ മതിൽക്കെട്ടിന്റെ കുരുക്കിനെ കേവലം താത്കാലിക മായ ഒരു അവസ്ഥയായി മാത്രമേ അവർ കാണുന്നുണ്ടാവുകയുള്ളൂ. അപരിചിതമല്ലാത്ത ഭൂപ്രകൃതി. മരക്കൂട്ടങ്ങളും അതിനിടയിലെ തുറസ്സു കളും കേരളത്തിലെ ഏതു വീടുപറമ്പുംപോലെ. ഇറങ്ങി നടക്കാൻ തടസ്സ മില്ലാത്തവിധം വിസ്തൃതിയുള്ള ഇടം. ശാസകരില്ലാത്ത ലോകം. സ്വാതന്ത്ര്യം. സമീപസ്ഥമായ അപകടഭീഷണികളുമില്ല.

ഒരു പർവതസഞ്ചാരമാണെങ്കിൽ അഗാധമായ കൊല്ലികളേയും മല യിടിച്ചിലുകളേയും ഭയക്കണം. കടൽസഞ്ചാരത്തിൽ കപ്പൽച്ചേതവും കൊടുങ്കാറ്റും ഭയക്കണം. തീവണ്ടിയാത്രയിൽ തെറ്റുന്ന പാളത്തെ

ശങ്കിക്കണം. കാനനയാത്രയിൽ വന്യമൃഗങ്ങളെ പേടിക്കണം. ആകാശ യാത്രയിൽ ഭൂമിയെ പേടിക്കണം. മരുഭൂമിയിലാണെങ്കിൽ തീച്ചൂടിൽ തിളയ്ക്കുന്ന മണൽപ്പരപ്പുകളെ ഭയക്കണം. ആ വിധത്തിൽ ഭയപ്പെടാനുള്ള ഒന്നുംതന്നെ ഈ മതിൽക്കെട്ടിനകത്തില്ല. യഥാസമയം ലക്ഷ്യസ്ഥാനത്തെത്താൻ കഴിയുകയില്ല. എന്നതിനപ്പുറം മറ്റെന്തു പ്രശ്നമാണ് ഇവിടെ നേരിടാനുള്ളത്?

ഉദ്ദേശിച്ച നേരത്ത് ലക്ഷ്യസ്ഥാനത്തെത്തുക എന്നത് ഇന്നത്തെ കാലത്ത് ഒരു യാത്രയുടേയും ഗാരണ്ടിയല്ല. വൈകുന്ന തീവണ്ടികൾ, വിമാനങ്ങൾ. വഴി തടയുന്ന ഹർത്താലുകളും സമരങ്ങളും പ്രളയങ്ങളും. റദ്ദാക്കപ്പെടുന്ന ബസ്സ് ഷെഡ്യൂളുകൾ. റോഡപകടങ്ങൾ. ട്രാഫിക് ബ്ലോക്കുകൾ. ഏതു യാത്രയെയും അനിശ്ചിതത്വത്തിലാക്കാൻ ഇങ്ങനെ എന്തെല്ലാം വിഘാതങ്ങളുണ്ട്.

ഏത് പ്രശ്നവും കൃത്യമായി മനസ്സിലാകാത്തിടത്തോളം ഒരു പ്രശ്നമല്ല. ചെടിപ്പടർപ്പുകൾക്കപ്പുറത്ത് ഒരു പുലി നില്ക്കുന്നുണ്ട് എന്ന് അറിയാത്തിടത്തോളം പുലി ഒരു പ്രശ്നമല്ലാത്തതുപോലെ. ലാബ് ടെസ്റ്റിന്റെ റിസൽട്ടു വരുന്നതുവരെ ഒരു മഹാരോഗവും രോഗമല്ല. മതിൽക്കെട്ട് ഒരു തടവറയാണെന്ന് മനസ്സിലാകാത്തതുകൊണ്ടാവാം യാത്രക്കാരിൽ പലരും ക്ഷമാശീലരും ശാന്തസ്വഭാവികളുമായി തുടരുന്നതെന്ന് വിനയൻ ഊഹിച്ചു. മറ്റൊരു വണ്ടിയോ വണ്ടിക്കാരനോ എത്തുമെന്ന ഒരു വെറും പ്രതീക്ഷയാണ് അവരെ ഇപ്പോൾ നയിക്കുന്നത്.

കുടിവെള്ളം ഇതുവരെ ഒരു പ്രശ്നമായിട്ടില്ല. യാത്ര പുറപ്പെടുമ്പോൾ പലരുടേയും കൈവശം കുടിവെള്ളത്തിന്റെ ശേഖരമുണ്ടായിരുന്നു. സഹയാത്രികർക്കായി അവർ ആ വെള്ളം മടിയോടെയാണെങ്കിലും പങ്കുവെക്കുന്നുണ്ട്. വെള്ളത്തിന്റെ ശേഖരം കുറയുന്നതിനനുസരിച്ച് ആ സൗമനസ്യത്തിന്റെ അളവും താഴ്ന്നുപോകുമെന്ന് ഉറപ്പാണ്. അങ്ങനെ, സ്വന്തം കുടിവെള്ളം അവനവൻ തന്നെ കണ്ടെത്തേണ്ട അവസ്ഥ വന്നുകൊണ്ടിരിക്കയാണ്, പലരും അതേപ്പറ്റി ജാഗ്രതപ്പെടുന്നില്ലെങ്കിലും.

ഭക്ഷണത്തിനുള്ള വകയന്വേഷിച്ച് കശുമാവു മരങ്ങൾക്കിടയിലേക്ക് മുങ്ങിയ റിയാസ് അല്പനേരത്തിനകം പൊങ്ങിവന്നു. ഒരു തീപ്പെട്ടിയോ ലൈറ്ററോ ആവശ്യപ്പെട്ടുകൊണ്ടായിരുന്നു ആ വരവ്. കശുമാവുകൾക്ക് ചുവട്ടിൽ മാങ്ങയോടൊപ്പം കശുവണ്ടിയും ധാരാളമായി വീണുകിടക്കുന്നുണ്ട്. ദിവസങ്ങൾക്കു മുമ്പേ പൊഴിഞ്ഞ കശുമാങ്ങകൾ ചീഞ്ഞും ഉണങ്ങിയും കരിയിലകൾക്കു മേൽ ചിതറിക്കിടക്കുന്നു. അതിനോടൊപ്പമോ വേർപെട്ടോ കശുവണ്ടിയും. കശുമാവു തോട്ടമാണെങ്കിലും അതിൽനിന്ന് പൊഴിയുന്ന കശുവണ്ടികൾ ആരെങ്കിലും പെറുക്കിയെടുക്കുന്നതിന്റെ ലക്ഷണമില്ല. കരിയിലകൾ വകഞ്ഞു മാറ്റിയാൽ അതിനടിയിലും കാണാം കശുവണ്ടിയുടെ സമൃദ്ധശേഖരം. കരിയിലകൾ കൂട്ടിയിട്ട് കത്തിച്ച് അതിൽ കശുവണ്ടി ചുട്ടെടുക്കുകയായിരുന്നു റിയാസിന്റെ പദ്ധതി.

പുകവലി ശീലമാക്കിയവരെക്കൊണ്ടും ലോകത്തിന് പ്രയോജന മുണ്ടാവുന്ന ഒരു സന്ദർഭമാണ്. പുകവലിക്കാരുടെ കൈവശം മാത്രമേ ഇപ്പോൾ തീപ്പെട്ടി പ്രതീക്ഷിക്കാൻ കഴിയൂ. യാത്രക്കാർക്കിടയിൽ നിന്ന് റിയാസ് മൂന്നു പുകവലിക്കാരെ കണ്ടുപിടിച്ചു. ഒന്നാമൻ പഴയകാലത്തെ നാടകനടനായ ജയിംസാണ്. കറുത്തു കനത്ത ചുണ്ടുകൾതന്നെ ആൾ ഒരു പുകവലിക്കാരനാണെന്ന് തെളിയിക്കുന്നുണ്ട്. രണ്ടാമൻ ആലപ്പുഴ ക്കാരനായ ജോസഫ്. ശവപ്പെട്ടിക്കച്ചവടക്കാരൻ. രണ്ടുപേരും ബീഡി കൊണ്ട് പുകജീവിതം നടത്തുന്നവരും നിയമവും വ്യവസ്ഥയും പാലി ക്കാതെ ഏതു സ്ഥലത്തും ഏതു സമയത്തും പുകവലിക്കുന്നവരുമാണ്. മൂന്നാമൻ കൊച്ചിയിൽ സോഫ്റ്റ്‌വെയർ സ്ഥാപനം നടത്തുന്ന മധു സൂദനൻ. വിലകൂടിയ വിദേശ സിഗരറ്റാണ് അയാളുടെ ബ്രാന്റ്. തീയുടെ ആവശ്യത്തിന് ലൈറ്റർ ഉപയോഗിക്കുന്നു. ജന്റിൽമാൻ എന്ന് സ്വയം കരുതുന്നതുകൊണ്ട് നിയമങ്ങൾ പിന്തുടരാൻ തത്പരനാണ്. അതു കൊണ്ട് പൊതുസ്ഥലങ്ങളിൽ പുകവലിക്കാറില്ല.

തീവണ്ടിയിലെ എയർകണ്ടീഷൻ ചെയ്ത കമ്പാർട്ടുമെന്റുകളിലോ വിലകൂടിയ കാറുകളിലോ മാത്രം സഞ്ചരിച്ചു ശീലമുള്ള മധുസൂദനൻ ചില രഹസ്യബന്ധങ്ങളുടെ അവസരം പരിഗണിച്ച് മാത്രം ബസ്സിൽ യാത്ര ചെയ്യാൻ ഇടയായതാണ്. രാത്രി രണ്ടു മണിക്ക് കൊച്ചിയിലെത്തിയാലും രാവിലെ ആറ് മണിക്കു മാത്രം വീടെത്തുക എന്ന പദ്ധതിയാണ് മധു സൂദനന് ഉണ്ടായിരുന്നത്. ഡ്രൈവറോട് പറഞ്ഞ് കാറ് കോഴിക്കോടെ ത്തിക്കുക എന്ന മുൻപതിവ് തെറ്റിച്ചതും ഈ പദ്ധതി മുൻനിർത്തിയാണ്.

തന്റെ സാമ്പത്തിക നിലവാരത്തിനും സാമൂഹികപദവിക്കും ചേരാത്ത ഒരു അന്തരീക്ഷത്തിൽ വന്നുപെട്ടതിന്റെ അസ്വസ്ഥത അയാളുടെ ശരീര ഭാഷയിലുണ്ട്. പണ്ടായിരുന്നെങ്കിൽ തന്റെ വല്യുപ്പായും ഈ പുകവലി ക്കാരുടെ കൂട്ടത്തിൽ ഉണ്ടാകുമായിരുന്നു എന്ന് റിയാസ് ഓർത്തു.

'ലൈറ്റർ വേണ്ട. തീപ്പെട്ടി മതി' എന്ന നിശ്ചയത്തിൽ ജോസഫിന്റെ കൈയിൽ നിന്ന് തീപ്പെട്ടിയും വാങ്ങി കശുമാവുകൾക്കിടയിലേക്ക് മട ങ്ങാനൊരുങ്ങുകയായിരുന്ന റിയാസിനു നേർക്ക് വിനയൻ വിളിച്ചു പറഞ്ഞു:

"സൂക്ഷിക്കണം. കരിയിലക്കൂട്ടത്തിനു തീ പിടിച്ചാൽ ഈ തോട്ടം മുഴുവനും കത്തും."

കശുമാവിൻ തോട്ടത്തിലേക്ക് കയറിയ റിയാസും പിന്നാലെ രാജ ശേഖരനും പ്ലാസ്റ്റിക് സഞ്ചി നിറയെ കശുവണ്ടിയുമായി പുറത്തുവന്നു. കശുവണ്ടി ചുട്ടെടുക്കാനുള്ള തീച്ചൂള ഒരുക്കാനുള്ള ശ്രമമായി പിന്നീട്. ഒരു പാറപ്പുറം കണ്ടെത്തി അതിനുമേൽ മരക്കമ്പുകളും കരിയിലയും നിരത്തി. ആളിക്കത്തിയ കരിയിലകൾ മരക്കമ്പുകൾ കനലായി. ആ കനലിലേക്ക് റിയാസ് കശുവണ്ടികൾ ഒന്നൊന്നായി നിക്ഷേപിച്ചു. കശുവണ്ടി ചുട്ടെടുക്കുന്ന പരിപാടി പലരും ആദ്യമായി കാണുകയാണ്.

ഭക്ഷണത്തിനുള്ള വക എന്നതേക്കാൾ നേരമ്പോക്കിനുള്ള വക എന്ന നിലയിൽ അവർ തീച്ചൂളയ്ക്കു ചുറ്റും നിരന്നു. തീപിടിച്ച കശുവണ്ടികൾ ഒരു സീൽക്കാരത്തോടെ തീപ്പന്തമായി മാറുന്നത് കൗതുകത്തോടെ നോക്കിനിന്നു.

തീപ്പന്തമായി മാറിയ കശുവണ്ടികൾ റിയാസ് ഓരോന്നായി പുറത്തേക്ക് തോണ്ടിയിട്ടു. തെറിച്ചുവീണ കശുവണ്ടികൾ തീയണഞ്ഞ് പുകയാൻ തുടങ്ങി. കശുവണ്ടികളൊക്കെ ഇപ്പോൾ രൂപഭംഗിയുള്ള കരിക്കട്ടകളായി പരിണമിച്ചിരിക്കുന്നു. ചുട്ട കശുവണ്ടി തണുത്ത് പുക മാഞ്ഞു. ചൂടാറിയ കശുവണ്ടികൾ പാറപ്പുറത്തു വെച്ച് ഒരു ചെറിയ കല്ലു കൊണ്ട് ഇടിച്ച് പരിപ്പ് വേർപെടുത്തുന്ന പണിയായിരുന്നു പിന്നീട്. കരിഞ്ഞ പുറന്തോട് പിളർന്ന് കശുവണ്ടിയുടെ പരിപ്പ് പുറത്തുചാടി.

ആദ്യത്തെ കശുവണ്ടിയുടെ പുറന്തോട് പൊട്ടി പരിപ്പ് പുറത്തു തെളിഞ്ഞപ്പോൾ സുഷമ അമൃതയോട് അദ്ഭുതം കൂറി: “ഇങ്ങനെയാണല്ലേ നട്സുണ്ടാവുന്നത്?”

ചുട്ടെടുത്ത കശുവണ്ടി റിയാസ് ചുറ്റിലും നില്ക്കുന്നവർക്കായി വിതരണം ചെയ്തു. റിയാസിന്റെ ആ ഭക്ഷ്യശേഖരണ പദ്ധതി മാതൃകയാക്കി മറ്റ് ചിലരും സ്വന്തം നിലയിൽ കശുവണ്ടി ചുട്ടെടുക്കുന്ന പരിപാടിയിൽ വ്യാപൃതരായി. തോട്ടത്തിൽ നിന്ന് കശുവണ്ടി ശേഖരിക്കുക, തീച്ചൂളയിലിട്ട് ചുടുക, ചുട്ട കശുവണ്ടി തല്ലി പരിപ്പെടുക്കുക എന്നിങ്ങനെ ഏതു കശുവണ്ടിക്കമ്പനിയും നടപ്പിലാക്കുന്ന പദ്ധതിയുടെ ഒരു സാമ്പിൾ പ്രയോഗമാണ് ഇപ്പോൾ മുന്നിൽ അരങ്ങേറുന്നത്.

ഈ പരിപാടികൊണ്ട് യാത്രക്കാർ മൂന്നു പ്രയോജനങ്ങൾ ലക്ഷ്യം വെക്കുന്നുണ്ടെന്ന് വിനയൻ കണ്ടു. ഒന്നാമത്, കശുവണ്ടി തിന്ന് പരിമിതമായ തോതിലെങ്കിലും വിശപ്പടക്കാം. രണ്ടാമത്, നേരം പോകാനുള്ള ഒരു ഉപാധി എന്ന നിലയ്ക്കാണ്. ആരെങ്കിലും വന്ന് മോചിപ്പിക്കുന്നതു വരെ ഈ തടവറയിൽ മടുപ്പ് കൂടാതെ പിടിച്ചുനില്ക്കേണ്ടതുണ്ട്. കരിയില കത്തുമ്പോഴുണ്ടാകുന്ന പുക പുറംലോകത്തിനു കൊടുക്കുന്ന ഒരു അപകട സന്ദേശമായി പ്രവർത്തിക്കും എന്നതാണ് മൂന്നാമത്തെ പ്രയോജനം.

പ്രഭാതകൃത്യങ്ങൾ നിർവഹിക്കാനായി യാത്രക്കാരുടെ കണ്ണെത്താത്ത അകലത്തിൽ ചെടിപ്പടർപ്പുകൾ തേടിപ്പോയ കരുണൻ മടങ്ങിയെത്തിയത് യാത്രക്കാർക്കെല്ലാം ആശ്വാസകരമാവുന്ന പുതിയൊരു കണ്ടെത്തലുമായാണ്. കിണറുകൾ! അതും സമൃദ്ധമായി വെള്ളമുള്ള കിണറുകൾ. രണ്ട് കിണറുകളാണ്. ഹ്രസ്വനേരത്തെ പര്യവേക്ഷണം കൊണ്ടുതന്നെ കരുണൻ കണ്ടെത്തിയത്. പണ്ട് ഉണ്ടായിരുന്ന വീടുകളുടെ ഭാഗമായ കിണറുകൾ ഇപ്പോഴും പഴയ ജലസമൃദ്ധിയുടെ സ്മരണകളുമായി പരിസരങ്ങളിൽ അവശേഷിക്കുന്നുണ്ട്. ആൾമറയില്ലാത്ത കിണറുകൾക്ക് മുകളിലേക്ക് ചെടിപ്പടർപ്പുകൾ വളർന്ന് ചാഞ്ഞ്

നില്ക്കുകയാണ്. അതുകൊണ്ട് പുറംകാഴ്ചയിൽ ആ കിണറുകൾ പെടുകയില്ല.

ഒരു രഹസ്യാവശ്യം നിർവഹിക്കാൻ വേണ്ടി തുറന്ന സ്ഥലത്ത് ഇരിക്കുക പ്രയാസകരമായതിനാൽ കരുണൻ ഒരു ചെടിപ്പടർപ്പിനകത്തേക്ക് നൂണ്ട് കയറാൻ ശ്രമിക്കുകയായിരുന്നു. ചെടിപ്പടർപ്പുകൾ വകഞ്ഞുമാറ്റി ആദ്യത്തെ കാൽവെക്കുമ്പോഴാണ് അത് ഉപേക്ഷിക്കപ്പെട്ട ഒരു കിണറിന്റെ മേൽക്കൂരയാണെന്ന് ഞെട്ടലോടെ കണ്ണിൽത്തറഞ്ഞത്. കാൽവെച്ചത് അല്പം കൂടി മുന്നിലേക്കായിരുന്നെങ്കിൽ അത് മരണത്തിലേക്കുള്ള കാൽവെയ്പായി മാറിയേനെ. ആ പരിഭ്രമത്തിനിടയിലും കിണറിന്റെ ആഴത്തിലേക്ക് നോട്ടം ചെന്നുവീണു. കിണറിൽ ഇപ്പോഴും ഒരാളെ മുക്കിക്കൊല്ലാൻ തക്ക അളവിൽ വെള്ളമുണ്ട്. വിശദമായ ഒരു തുടരന്വേഷണത്തിൽ, പഴയൊരു വീടിന്റെ അവശിഷ്ടങ്ങളോട് ചേർന്ന് സമാനമായ മറ്റൊരു കിണറും കരുണന് കണ്ടെത്താൻ കഴിഞ്ഞു. പുറംകാഴ്ചയിൽ തികച്ചും വരണ്ട പ്രദേശമാണെങ്കിലും ഭൂഗർഭത്തിൽ സമൃദ്ധമായി വെള്ളമുണ്ട്.

“കോരിയെടുക്കാൻ വഴിയെണ്ടാക്ക്യാ മതി. ഇവടെ വെള്ളത്തിന് ഒരു ബുദ്ധിമുട്ടൂല്ല.”

യാത്രക്കാർ നേരിടാൻ തുടങ്ങുകയായിരുന്ന വലിയൊരു പ്രശ്നത്തിനാണ് അങ്ങനെ കരുണൻ ഒരു പോംവഴിയുണ്ടാക്കിയത്. കശുവണ്ടി ചുട്ടു തല്ലുകയായിരുന്ന റിയാസിന്റെ ശ്രദ്ധ അതോടെ വിശപ്പിൽ നിന്ന് ദാഹത്തിലേക്കായി. റിയാസിന്റെ പ്രായോഗികബുദ്ധി അവിടെയും ഉണർന്ന് പ്രവർത്തിക്കാൻ തുടങ്ങി. വല്യുപ്പായ്ക്കു വേണ്ടി ചൂടുവെള്ളം കൊണ്ടുവന്ന ഒരു ഫ്ളാസ്കുണ്ട്. വെള്ളം വലിച്ചു കോരാനുള്ള തൊട്ടിയായി അത് ഉപയോഗിക്കാം. വല്യുപ്പാ ചോര ഛർദ്ദിച്ചാൽ തുടയ്ക്കാനായി ഒരു പഴയ കൈലിമുണ്ട് ബാഗിൽ കരുതിയിട്ടുണ്ട്. അത് നീളത്തിൽ കീറി പിരിച്ചെടുത്താൽ കയറും ആയി. കിണറ്റിൽ നിന്ന് വെള്ളം വലിച്ചു കോരാനുള്ള പദ്ധതിയുമായി റിയാസ് ബസ്സിൽ നിന്നിറങ്ങാൻ തുടങ്ങെ കാദർ പറഞ്ഞു:

“ഞാനും വരാം.”

“വല്യുപ്പായോ.” റിയാസ് അദ്ഭുതത്തോടെ കാദറിനു നേർക്ക് മുഖമുയർത്തി. “വല്യുപ്പായ്ക്ക് അയിനൊക്കെ കഴിയോ?”

“പിന്നെന്താണ്ടാ കയ്യാണ്ട്? കാൻസറാന്ന്ച്ച്ട്ട് ഞാൻ കെടപ്പിലൊന്നല്ലല്ലോ.”

റിയാസിനൊപ്പം കാദറും ബസ്സിൽ നിന്നിറങ്ങി. മരുന്നിന്റെ പിടി വിട്ടു എന്നറിയിച്ചുകൊണ്ട് വേദന തൊണ്ടയിലേക്ക് തിരിച്ചുവരുന്നത് അപ്പോൾ കാദർ അറിഞ്ഞു. ഒരു വർഷമായി കാൻസർ എന്ന മഹാരോഗത്തോടൊപ്പമാണ് വല്യുപ്പായുടെ സഞ്ചാരം. ആ വല്യുപ്പാ കൂടെയുള്ള യാത്രക്കാരെ സഹായിക്കാൻ ഒരുമ്പെട്ടിറങ്ങുന്നതു കാൺകെ റിയാസിന് സന്തോഷമല്ല, സങ്കടമാണ് അനുഭവപ്പെട്ടത്.

“ഇന്നിനി തിരോന്ത്പുരത്ത് എത്താങ്കയ്യുംന്ന് തോന്നണില്ല. വല്യുപ്പാ.”

ഫലിതാത്മകമായ ഒരു ചിരിയോടെയാണ് കാദർ അതിനോട് പ്രതികരിച്ചത്.

“അങ്ങനെയല്ല റിയാസേ. നമ്മള് തിരോന്ത്രത്ത് എത്തീക്കണ്. ഇപ്പമ്മള് നിക്കണത് കാൻസർ സെന്ററിലാ.”

റിയാസ് അമ്പരപ്പോടെ കാദറിനെ നോക്കി.

“വല്യുപ്പാ ഉറക്കപ്പിച്ചിലാ?”

“ഒന്വല്ലെടാ റിയാസേ. കാൻസർ സെന്ററില് ചെന്നാലും കാര്യങ്ങള് ഇതുപോലെ തന്നേല്ലെടാ.”

“വേദനയില്ലേ വല്യുപ്പാ?”

“വേദന വന്നോട്ടെടാ. കൊറേ നേരത്ത്ക്ക് വേദന വരാണ്ടിരുന്നാ മയ്യത്തായീന്ന് തോന്നും. ജീവനൊള്ളേന്നേ വേദനേമൊള്ള്.”

കരുണൻ തെളിച്ചു കാണിച്ച വഴിയേ റിയാസും കാദറും ഒരു കിണറിനു സമീപമെത്തി. പൂർണമായും ചെടിപ്പടർപ്പുകളിൽ മൂടിക്കിടന്ന ആ കിണർ മൃഗങ്ങളെ പിടിക്കാൻ ഒരുക്കിവെച്ച ഒരു കെണിപോലെ തോന്നിച്ചു. മൃഗങ്ങൾക്കായി ഒരുക്കിവെച്ച കെണികളിൽ മനുഷ്യർക്കും വീഴാം. ഒരു ഭാഗത്തുള്ള ചെടികൾ വകഞ്ഞുമാറ്റി റിയാസും കാദറും കിണറിനെ അടുത്തു കണ്ടു.

“വെള്ളം ഞാൻ കോരാം. യ്യ് മാറി നില്ല്.” കാദർ റിയാസിനു നേർക്ക് ഫ്ളാസ്കിനു വേണ്ടി കൈനീട്ടി.

“വയ്യാത്ത ഇങ്ങള് ഇതിനൊന്നും നിക്കണ്ട വല്യുപ്പാ. വെള്ളം ഞാൻ തന്നെ കോരാം.”

“വയ്യുന്ന നീയാ ഇതീന്ന് മാറിനിക്കണ്ടത്.” റിയാസിന്റെ കൈയിൽ നിന്ന് ഫ്ളാസ്ക് ബലമായി പിടിച്ചുവാങ്ങിച്ചുകൊണ്ട് കാദർ പറഞ്ഞു. “അറിഞ്ഞിനോളം ഒരു കൊഴപ്പം പിടിച്ച സ്ഥലാൺഡാ ഇത്. ഈ കെണറുകളേന്നും വിശ്വസിക്കാൻ കയ്യേല.”

“ഈ നേരം വരെ വണ്ടീന്ന് പൊറത്തെറങ്ങാത്ത വല്യുപ്പാ എന്തറിയാനാ?”

“ബസ്സിലാണെങ്കിലും എനിക്ക് പൊറത്തേക്ക് കാണാല്ലോ. വേറൊരു കാര്യം കൂടിണ്ട് റിയാസേ. കണ്ണും ചെവീംകൊണ്ട് മാത്രോല്ല മ്മള് ഓരോന്ന് അറിയണത്. ചെല കാര്യങ്ങള് മ്മടെ മനസ്സ് തന്നെ കാണും. മനസ്സ് തന്നെ പറയും... എന്റെ മനസ്സ് ഇപ്പ പറയണ്ണ്ട്ഡാ, ഇത് കാൻസർ വാർഡിലും ഭയങ്കരായ ഒരു സ്ഥലാണ്ന്ന്.”

മരണത്തിന്റെ തോളിൽ കൈയിട്ടുകൊണ്ട് ജീവിതസഞ്ചാരം നടത്തുന്ന ആളാണ് വല്യുപ്പാ. അതുകൊണ്ടാവാം, സാധാരണ മനുഷ്യർക്ക് അപ്രാപ്യമായ ചില ജ്ഞാനോദയങ്ങൾ ഈയിടെയായി വല്യുപ്പായ്ക്ക് ഉണ്ടാവുന്നുണ്ട്. തുണി കീറി തെറുത്തുണ്ടാക്കിയ നീളൻ ചരട് കാദർ

ഫ്ളാസ്കിന്റെ പിടിവള്ളിയോട് ചേർത്തുകെട്ടി. കിണറിനോട് ചേർന്നു നിന്ന് കാദർ തന്നെ ചരടിൽ കോർത്ത ഫ്ളാസ്ക് കിണറ്റിലേക്ക് ആഴ്ത്തി. കിണറിന്റെ ആഴത്തിൽ ജലപ്പരപ്പിനുമേൽ ഒരു വെള്ളിവെളിച്ചം മിന്നുന്നത് അപ്പോൾ കാദറിനു കാണാൻ കഴിഞ്ഞു.

“റിയാസേ, ഞാനിങ്ങനെ ചെയ്യ്ന്നേന്നും ഇനക്ക് ബോധിക്ക്ന്നില്ലാന്ന് നിക്കറിയാം.” തന്റെ പ്രവൃത്തിയിൽ ശ്രദ്ധിക്കുന്നതിനിടയിൽ കാദർ പറഞ്ഞുകൊണ്ടിരുന്നു. “പക്ഷേങ്കില്, നീ ഒരു കാര്യോർക്കണം. ഞാനീ കെണറ്റീ വീണ് മയ്യത്തായാ മയ്യത്തായീന്നേള്ള്. ആർക്കും ഒരു പ്രശ്നില്ല. അതുപോലല്ലാ മോനേ നീ... നീയൊരാള് നൂറ് ആളോള്ക്ക് താങ്ങാ... നിന്നെക്കൊണ്ട് ഈ ദുനിയാവിന് ഒരുപാട് കാര്യങ്ങള്ണ്ട്. അതോണ്ട് നീ ഈ മാതിരി എടങ്ങേറ്കളിലൊന്നും ചെന്നു ചാടര്ത്.”

ഫ്ളാസ്ക് കിണറിന്റെ ആഴത്തിൽ, ജലപ്പരപ്പിൽ ചെന്നു തൊട്ടു. ജലപ്പരപ്പിലെ വെള്ളിവെളിച്ചം ഓളങ്ങളിൽ ചിതറിപ്പരന്നു.

ഫ്ളാസ്കിൽ വെള്ളം നിറഞ്ഞു എന്ന് ഉറപ്പായപ്പോൾ കാദർ ശ്രദ്ധയോടെ ചരട് വലിച്ചുയർത്താൻ തുടങ്ങി. ആ പ്രവൃത്തിയിൽ വല്യുപ്പാ പ്രകടിപ്പിക്കുന്ന ശ്രദ്ധയും ജാഗ്രതയും റിയാസ് കൗതുകത്തോടെ നോക്കി നിന്നു. തെളിച്ചമുള്ള വെള്ളം അഴുകിയ ഇലകളുടെ ചീളുകളും തരികളും അതിൽ ഓടിക്കളിക്കുന്നുണ്ട്. എത്രയോ വർഷത്തിനുശേഷമാകാം ഈ കിണറ്റിൽ നിന്ന് കുറച്ചെങ്കിലും വെള്ളം പുറംലോകത്തെത്തുന്നത്! അങ്ങനെ ഈ കിണറിന് ഒരു ശാപമോക്ഷം കിട്ടുകയാണ്.

മരിച്ചുപോയ ജനപദങ്ങളിൽ മോക്ഷം കാത്ത് കഴിയുന്ന ഇതുപോലെ എത്രയോ കിണറുകൾ ഉണ്ടാവാം. ഉപേക്ഷിക്കപ്പെട്ട ഓരോ കിണറും മൺമറഞ്ഞ ഒരു സംസ്കാരത്തിന്റെ അടയാളമാണ്. വളരെക്കാലത്തെ തടവുജീവിതത്തിൽ നിന്നു മോചിതനായി ജയിലിൽ നിന്ന് പുറത്തുവന്ന ഒരാളെയെന്നപോലെ റിയാസ് ആ വെള്ളത്തെ നോക്കി. എന്തുകൊണ്ടോ അപ്പോൾ റിയാസിനു സങ്കടം വന്നു. കാദർ ഫ്ളാസ്ക് ഉയർത്തി അതിൽ നിന്ന് അല്പം വെള്ളം നേരിട്ട് വായിലേക്കൊഴിച്ചു.

“ഒരു ബെടക്ക് ടേസ്റ്റ്.” വെള്ളം രുചിച്ചുനോക്കിയിട്ട് കാദർ പറഞ്ഞു.

കാലങ്ങളായി ഇലകൾ വീണ് അഴുകിയ വെള്ളമാണ്. ഇക്കാലത്തിനിടയിൽ എലിയോ പാമ്പോ മറ്റേതെങ്കിലും ജീവിയോ വീണ് ചീഞ്ഞഴുകി ഈ വെള്ളത്തിൽ അലിഞ്ഞുചേർന്നിട്ടുണ്ടാവും. ഈ കാട്ടുപ്രദേശത്ത് ഇങ്ങനെയല്ലാതെ ഒരു കിണറും ഉണ്ടാവാൻ സാധ്യതയില്ല.

“എന്തായാലും എല ചീഞ്ഞ മണമല്ല.” വെള്ളം ഒരിക്കൽ കൂടി രുചിച്ചു നോക്കിയിട്ട് കാദർ പറഞ്ഞു.

“ചെലപ്പോ നീ പറഞ്ഞപോലെ എലീന്റെ മണാരിക്കും. അതെനക്ക് മുമ്പ് പരിചയില്ല.”

കാദറിന്റെ കൈയിൽ നിന്ന് ഫ്ളാസ്ക് പിടിച്ചുവാങ്ങി റിയാസും വെള്ളം രുചിച്ചു നോക്കി.

“ചീഞ്ഞ എലേടെ മണം തന്നെ വല്യുപ്പാ. വയലിന്റെ കരേല് വീട് വെച്ച ഹൈദ്രുമാമാടെ കെണറ്റിലെ വെള്ളത്തിനും ഇതുപോലെ ഒരു ബെടക്ക് മണോണ്ട്.”

ദുർഗന്ധമുണ്ടെങ്കിലും ഇനി ഈ വെള്ളത്തെ രുചികരമായി ഒന്നായി അംഗീകരിച്ചേ മതിയാവൂ. ജീവൻ നിലനിർത്തണമെങ്കിൽ ഈ വെള്ളം മാത്രമാണിനി ആശ്രയം. ദാഹം സഹിക്കാതാവുമ്പോൾ ആരും കുടിച്ചു പോകും. ഈ വെള്ളം കുടിച്ചാലുണ്ടാവുന്ന വിപത്ത് എന്താണെന്ന് അറിയണമെങ്കിൽ ഇനിയും മണിക്കൂറുകൾ കാത്തിരിക്കണം. അതിജീവന ത്തിന്റെ രണ്ടു വഴികൾ ഇപ്പോൾ തുറന്നുകിട്ടിയിട്ടുണ്ട്. ഒന്ന്, വിശാലമായ കശുമാവു തോട്ടത്തിൽ ആർക്കും വേണ്ടാതെ ഉതിർന്നു വീണു കിടക്കുന്ന കശുവണ്ടികൾ. രണ്ട്, കാലം പല കിണറുകളിലായി സൂക്ഷിച്ചുവെച്ച ജീവജലം. എത്ര മണിക്കൂർ, എത്ര ദിവസം, എത്ര മാസം ഈ തടവറ ജീവിതം തുടരേണ്ടി വരും എന്നാണ് ഇനി അറിയാനുള്ളത്.

ഇരുപത്

സാഹചര്യങ്ങൾ മനസ്സിലാക്കുകയും അതുമായി പൊരുത്തപ്പെടാൻ ശ്രമിക്കുകയുമാണ് അതിജീവനത്തിന്റെ ആദ്യപാഠം. എത്ര സ്വാഭാവിക മായി, എത്ര അനായാസമായി യാത്രക്കാർ തങ്ങൾ വന്നുവീണ പ്രതികൂല യാഥാർത്ഥ്യവുമായി സമരസപ്പെടുന്നു എന്ന് ജഗൻ വിസ്മയത്തോടെ കാണുകയായിരുന്നു. ദിനചര്യകൾ, ഭക്ഷണം, വെള്ളം എന്നീ പ്രശ്ന ങ്ങൾക്ക് അവർ എത്ര വേഗമാണ് പരിഹാരങ്ങൾ കണ്ടെത്തിയത്. കശുമാവുതോട്ടത്തിനു പകരം ഒരു റബ്ബർ തോട്ടത്തിലാണ് വണ്ടി വന്നു പെട്ടിരുന്നതെങ്കിൽ ഇവർ എന്തു ചെയ്യുമായിരുന്നു? കൗതുകകരവും അതേ സമയം ഭയജനകവുമായ ഈ സാധ്യത അപ്പോൾ പ്രസാദ് ഉന്നയിച്ചു.

“അപ്പോൾ അതനുസരിച്ചുള്ള പോംവഴികളും ഉണ്ടാവും.” സ്വന്തം സംശയത്തിനുള്ള മറുപടിയും പ്രസാദ് തന്നെ അവതരിപ്പിച്ചു. പണ്ട് ചിലി എന്ന രാജ്യത്തിൽ ഒരു സംഭവം നടന്നു. ഒരു ഹിമപർവതത്തിൽ വിമാനം തകർന്നു വീണു. ആ അപകടത്തിൽ നിന്ന് രക്ഷപ്പെട്ട യാത്രികർക്ക് രണ്ടു മാസത്തിലേറെക്കാലം ആ ഹിമമേഖലയിൽ കുടുങ്ങിക്കിടക്കേണ്ടിവന്നു. ആ സമയത്ത് അവർ ഭക്ഷണമായി കണ്ടെത്തിയത് മരിച്ചുപോയ സഹ സഞ്ചാരികളുടെ മാംസം തന്നെയാണ്.

ആ പരിഹാരത്തിന് ഭീകരമായ ചില തുടർസാധ്യതകളുണ്ട്. കൂടെ യുള്ള ആരുംതന്നെ തനിയെ മരിക്കുന്നില്ല എന്നു കരുതുക. അപ്പോൾ ആരെയെങ്കിലും കൊന്നുതിന്നുക എന്ന അവസ്ഥയിലേക്ക് അവർ ചെന്നു വീഴും. പഴയ ചരിത്രപാഠങ്ങളിൽ അതിനും ഒട്ടേറെ ഉദാഹരണങ്ങളുണ്ട്. അതിജീവനത്തിനുള്ള ആസക്തി പ്രകൃതിസഹജമായ വാസനയാണ്. അതിനു മുന്നിൽ നീതി, നിയമം, ദയ, സദാചാരം തുടങ്ങിയ അലങ്കാര ങ്ങൾക്ക് യാതൊരു സ്ഥാനവുമില്ല. ഗതികെട്ടാൽ മനുഷ്യനും കേവലം

ഒരു ജന്തു മാത്രമാണ്. ആ അവസ്ഥയാണ് യഥാർഥത്തിൽ ഇനി നമ്മൾ ഭയക്കേണ്ടത്.

“ഇങ്ങനെയൊക്കെ ആലോചിക്കാൻ തക്കസമയമായോ? ഒരു മതിലിനപ്പുറത്ത് മനുഷ്യരുടെ ലോകമുള്ളപ്പോൾ എന്തിനാണ് ഇങ്ങനെയൊക്കെ പേടിക്കുന്നത്?” ജഗൻ തന്റെ ആത്മവിശ്വാസം അപ്പോഴും തുടർന്നു. ജഗന്റെ മാത്രമല്ല, യാത്രക്കാരിൽ ഭൂരിഭാഗം പേരുടേയും വിശ്വാസം അതുതന്നെയാണ്. താൽക്കാലികമായ ഈ പ്രതിസന്ധിയെ മറികടക്കാൻ അവർ സ്വയം സജ്ജരായതും ആ വിശ്വാസംകൊണ്ടാവാം.

മറ്റുള്ളവരുടെ അധ്വാനത്തെ ആശ്രയിച്ച് ഭക്ഷണം സമ്പാദിക്കാൻ പുരുഷോത്തമന് താത്പര്യമുണ്ടായിരുന്നില്ല. അതുകൊണ്ടാണ് നടുവേദനയെ അവഗണിച്ച് പുരുഷോത്തമൻ തന്നെ കശുവണ്ടി ശേഖരണത്തിനായി തോട്ടത്തിനകത്തേക്ക് കടന്നത്. നടുവേദന പണ്ടേയുള്ളതാണ്. ഒരു രാത്രിയിലെ ഇരുന്നുള്ള ഉറക്കംകൊണ്ട് ആ നടുവേദന ഇരട്ടിയായിട്ടുണ്ട്. അതുകൊണ്ട് കുനിയാൻ പ്രയാസമുണ്ട്. അതുകൊണ്ട് ഇരുന്നു നിരങ്ങിയാണ് പുരുഷോത്തമൻ കുറച്ച് കശുവണ്ടികൾ ശേഖരിച്ചത്. കശുവണ്ടി ചുട്ടെടുക്കാനുള്ള ഉദ്യമത്തിൽ രാജശേഖരനും അയാൾക്ക് കൂട്ടാളിയായി.

ഭാര്യ രുഗ്മിണിയുടേയും പേരക്കുട്ടി മൂന്നുവയസ്സുകാരി തീർഥയുടേയും കാര്യത്തിൽ പുരുഷോത്തമന് തികഞ്ഞ ജാഗ്രതയാണുള്ളത്. കുട്ടിക്ക് ഭക്ഷണമായി ഒരു പാക്കറ്റ് ബിസ്കറ്റ് കരുതിവെച്ചിട്ടുണ്ട്. വിശന്നാൽ അതു കൊടുത്ത് ആശ്വസിപ്പിക്കാം. ഭാര്യയുടെ ഭക്ഷണം എന്ന നിലയിലാണ് പുരുഷോത്തമൻ ഇപ്പോൾ കശുവണ്ടി ശേഖരിക്കുന്നത്. ഭാര്യ രുഗ്മിണി തുറസ്സിലെ പാറപ്പരപ്പ് കളിമുറ്റമാക്കി തീർഥയോടൊപ്പം കളി തുടങ്ങിയിട്ടുണ്ട്. അവരുടെ കളി കണ്ടാൽ ഒരു ഉല്ലാസയാത്രയ്ക്കായി വന്നതാണെന്നേ തോന്നൂ. യാത്രക്കാരിൽ ചിലർ ആ കളിയുടെ കാഴ്ചക്കാരായി സ്വന്തം വിരസനിമിഷങ്ങളെ അതിജീവിക്കാൻ ശ്രമിക്കുന്നു.

ഇന്നുച്ചയ്ക്കു മുമ്പ് എറണാകുളത്തെ കുടുംബകോടതിയിൽ ഹാജരാക്കേണ്ട കുട്ടിയാണ്. അവളുടെ ഇരുപത്തേഴുകാരിയായ അമ്മ സുനിതയും മുപ്പത്തിരണ്ടുകാരനായ അച്ഛൻ മഹേഷും രണ്ട് ദിശകളിലൂടെ ഇപ്പോൾ ഹൈക്കോടതിയിലേക്ക് സഞ്ചരിച്ചുകൊണ്ടിരിക്കുകയായിരിക്കും. കുട്ടിയേയുംകൊണ്ട് നേരെ കോടതിയിൽ എത്തിക്കോളാം എന്നാണ് സുനിതയ്ക്ക് നല്കിയിട്ടുള്ള ഉറപ്പ്. നിയമപരമായി സുനിതയാണ് ഇപ്പോൾ കുഞ്ഞിന്റെ കസ്റ്റോഡിയൻ. തന്റെ അച്ഛനമ്മമാർ കുട്ടിയേയുംകൊണ്ട് എത്തിയില്ലെന്നറിയുമ്പോൾ സുനിതയുടെ സ്ഥിതിയെന്തായിരിക്കും? ഭാര്യ കുഞ്ഞിനേയുംകൊണ്ടല്ല വന്നതെന്നറിയുമ്പോൾ മഹേഷിന്റെ പ്രതികരണമെന്തായിരിക്കും?

ആ സന്ദർഭം സങ്കല്പത്തിൽ കാൺകെ ഗൂഢമായ ഒരു ആനന്ദം പുരുഷോത്തമന്റെ മനസ്സിൽ സജീവമാകുന്നുണ്ട്.

"രണ്ടെണ്ണത്തിന്റേയും ദുർവാശികൊണ്ട് തകർന്നുപോണത് ആ കുഞ്ഞിന്റെ ജീവിതമാ." പുരുഷോത്തമൻ ആത്മഗതം പോലെയാണ് പറയുന്നതെങ്കിലും ആരെങ്കിലും അത് കേൾക്കണമെന്ന് ആത്മാർഥമായി ആഗ്രഹിക്കുന്നുണ്ടായിരുന്നു. രാജശേഖരൻ തന്റെ വേവലാതികൾ ശ്രദ്ധിക്കുന്നുണ്ടെന്നറിഞ്ഞ് പുരുഷോത്തമൻ മകളുടെ ദാമ്പത്യ പുരാവൃത്തം ആവേശത്തോടെ വിവരിക്കാൻ തുടങ്ങി.

"രണ്ടുപേരും ബാംഗ്ലൂരിൽ എഞ്ചിനീയർമാരായിരുന്നു. തമ്മില് ചേരൂല്ലാന്നായപ്പോ അവള് ട്രാൻസ്ഫറ് വാങ്ങി കൊച്ചീലേക്ക് പോന്നു. കൊച്ചിനെ ഞങ്ങടെ കൂടെ കൊണ്ടുവന്ന് തള്ളുകേം ചെയ്തു."

ദുബായിലേക്ക് മറഞ്ഞ തന്റെ മകളെപ്പറ്റി അപ്പോൾ രാജശേഖരൻ ഓർത്തുപോയി. അവളുടെ ഭർത്താവിനെ സംബന്ധിച്ച് ഭാര്യയേക്കാളും മകളേക്കാളും പ്രധാനം സ്വന്തം പ്രൊഫഷനാണ്. അവൾ എങ്ങനെയൊക്കെയോ ആ ജീവിതവുമായി പൊരുത്തപ്പെട്ടുപോകുന്നു എന്നേയുള്ളൂ.

ഇതിനകംതന്നെ അവൾ ദുബായിയിലെ തന്റെ അപ്പാർട്ടുമെന്റിൽ എത്തിക്കഴിഞ്ഞിരിക്കും. എത്തിയ വിവരം അച്ഛനെ അറിയിക്കുന്നതിനായി അവൾ ഇപ്പോൾ ഫോൺ ഡയൽ ചെയ്തുകൊണ്ടിരിക്കുന്നുണ്ടാവും. ഇന്ന് ഉച്ചയ്ക്ക് കൊച്ചിയിലെ കുടുംബകോടതിയിൽ അരങ്ങേറാനിരിക്കുന്ന ദൃശ്യങ്ങൾ സങ്കല്പത്തിൽ കണ്ട്, കരയണോ ചിരിക്കണോ എന്നറിയാതെ പുരുഷോത്തമൻ സംശയചിത്തനായി ഇരുന്നു. തീപ്പന്തായി മാറിയ ഒരു കശുവണ്ടിയുടെ സീൽക്കാരശബ്ദം അപ്പോൾ പുരുഷോത്തമന്റെ കാതിൽ വന്നു വീണു. അടുപ്പിൽ നിന്നല്ല, സ്വന്തം നെഞ്ചിൽ നിന്നു തന്നെയാണ് ആ ശബ്ദം പൊന്തിയതെന്ന് അപ്പോൾ പുരുഷോത്തമനു തോന്നി.

കായംകുളത്തുകാരനായ ജയിംസ്, ആലപ്പുഴക്കാരനായ ജോസഫ്, കൊച്ചിയിൽ ഇൻഫർമാറ്റിക്സ് എന്ന കമ്പ്യൂട്ടർ സ്ഥാപനം നടത്തുന്ന മധുസൂദനൻ. അജ്ഞാതമായ ഒരിടത്ത് കുരുങ്ങിപ്പോയ ഒരേ യാത്രാസംഘത്തിലെ അംഗങ്ങൾ എന്നതിനപ്പുറത്ത് ഈ മൂന്നുപേരെ തമ്മിൽ ബന്ധിപ്പിക്കുന്ന ഒരു ഘടകം കൂടിയുണ്ട്. മൂന്നുപേരും പുകവലിക്കാരാണ്.

ജെയിംസും ജോസഫും ബീഡിയെ ജീവിതാദർശമായി കാണുന്നവരാണ്. ദിനേശ്ബീഡിയുടെ വിപ്ലവപാരമ്പര്യമാണ് ജെയിംസിന്റേത്. കാജാ ബീഡിയുടെ അനുയായിയാണ് ജോസഫ്. ഒരു ദിവസത്തേക്കു തന്നെ മൂന്നുകെട്ട് ബീഡി വേണം ജെയിംസിന്. ബീഡിയാണ് പ്രധാന ഭക്ഷണം. ബീഡി തന്നെ ജീവിതം. ബീഡി തന്നെ ആനന്ദം. നാടകത്തിന്റെ റിഹേഴ്സൽ ക്യാമ്പുകളിൽ വെച്ച് രാത്രികളിൽ ഉറക്കം വരാതിരിക്കാൻ കണ്ടെത്തിയ ഉപായമാണ്. കാലാന്തരത്തിൽ അതൊരു ശീലമായി മാറുകയായിരുന്നു. ഒരു ധ്യാനം പോലെ ആത്മീയ പ്രവർത്തനമായി ബീഡിവലിയെ കാണുന്നയാളാണ് ജോസഫ്. രാവിലെ ഒരു ബീഡി. അത് പ്രഭാതകൃത്യങ്ങൾക്ക് ഒരു പ്രേരകമാണ്. പ്രഭാതത്തിലും മധ്യാഹ്നത്തിലും

രാത്രിയിലും ഭക്ഷണത്തിനുശേഷം ഓരോന്ന്. ഇതിനിടയിൽ ഓരോ ശവപ്പെട്ടിയുടേയും പണി തീരുമ്പോൾ ഓരോന്നു വലിക്കണം.

കൊച്ചിയിൽ കമ്പ്യൂട്ടർ സ്ഥാപനത്തിന്റെ നടത്തിപ്പുകാരനായ മധുസൂദനന് താൻ എന്തിനുവേണ്ടിയാണ്. പുകവലി ആരംഭിച്ചതെന്ന് കൃത്യമായ ബോധ്യമില്ല. ബിസിനസ് ആവശ്യത്തിനായി ഏതെങ്കിലും പ്രതിനിധി മുന്നിൽ വന്ന് ആസനസ്ഥനാവുന്ന സന്ദർഭത്തിൽ മധുസൂദനന്റെ കൈ സ്വാഭാവികമായി പോക്കറ്റിലേക്കു നീളും. ഒരു സിഗരറ്റ് ചുണ്ടിൽ വെച്ച്, ലെറ്ററെടുത്ത് സ്റ്റൈലായി കത്തിച്ചതിനു ശേഷമാണ് ബിസിനസ്സ് സംബന്ധമായ സംഭാഷണം തുടങ്ങുക. കസ്റ്റമർ ഇറങ്ങിപ്പോകുന്നതോടെ സിഗരറ്റ് കുത്തിക്കെടുത്തി ആഷ്ട്രേയിലേക്ക് നിക്ഷേപിക്കുന്നു. ചുരുക്കിപ്പറഞ്ഞാൽ, മുന്നിൽ ഒരു കേൾവിക്കാരനുണ്ടെങ്കിലേ മധുസൂദനന് പുകവലിയുടെ സഹായം ആവശ്യമുള്ളൂ. ഇപ്പോൾ അപരിചിതനായ ആരോടെങ്കിലും സംസാരിച്ചു തുടങ്ങണമെങ്കിൽ ചുണ്ടത്ത് പുകയുന്ന ഒരു സിഗരറ്റ് ഉണ്ടാവണം എന്ന അവസ്ഥയായിട്ടുണ്ട്.

യാത്രയ്ക്കു മുമ്പായി മധുസൂദനൻ കൈയിൽ കരുതിയിരുന്നത് രണ്ട് സിഗരറ്റുകൾ മാത്രമാണ്. പാതിരാത്രിയോടെ കൊച്ചിയിൽ എത്തും എന്നതിനാൽ കൂടുതൽ ആവശ്യമായി വരും എന്ന് കരുതിയതുമില്ല. ആ രണ്ടെണ്ണമാകട്ടെ രാത്രിതന്നെ പുകച്ചുതീർക്കുകയും ചെയ്തു. തീയിനുവേണ്ടിയുള്ള റിയാസിന്റെ അന്വേഷണമാണ് ജെയിംസിനേയും ജോസഫിനേയും മധുസൂദനനേയും ഒരേ ഗോത്രംപോലെ കൂട്ടിച്ചേർത്തത്. മധുസൂദനന് ഒന്നു പുകവലിക്കണം. സിഗരറ്റ് പ്രതീക്ഷിക്കാൻ കഴിയാത്ത അവസ്ഥയിൽ അയാൾ തന്റെ നിലയും പദവിയും ഉപേക്ഷിച്ച് ജോസഫിനു നേർക്ക് കൈനീട്ടി.

"ഒരു ബീഡി തരൂ."

ജോസഫ് നീട്ടിയ ബീഡി സ്വന്തം ലൈറ്റർ ഉപയോഗിച്ച് കത്തിച്ച് ചുണ്ടിൽ തിരുകിയതോടെ ഇനി എന്തെങ്കിലും സംസാരിക്കാം എന്ന സ്ഥിതിയായി.

ജോസഫ് പറഞ്ഞു.

"എനിക്ക് ഒന്നു വലിക്കണോന്നൊണ്ട്. പക്ഷേ, വലിച്ചാ ഒരു കൊഴപ്പോണ്ട്. അപ്പത്തന്നെ രണ്ടിനു പോണം."

"അതിനെന്താ? ഇത് മൊത്തം കക്കൂസല്ലേ. എവിടേങ്കിലും പോയി ഇരുന്നാപ്പോരെ?" ജയിംസ് സഹജമായ രീതിയിൽ ഒരു ഫലിതം കൊണ്ട് ജോസഫിന് ഒരു പോംവഴി നിർദ്ദേശിച്ചു. "നിങ്ങൾ ഒറ്റയ്ക്കു പോകണ്ട. ഞാനും വരാം."

രണ്ട് നാടൻ പുകവലിക്കാർ ചേർന്ന് കാടു കയറാനുള്ള പദ്ധതിയിലായിരുന്നു. സിഗരറ്റ് വിട്ട് ബീഡി വലിക്കാൻ സന്നദ്ധനായ തനിക്കും എന്തുകൊണ്ട് അവരോടൊപ്പം കാടുകയറിക്കൂടാ എന്നൊരു ആലോചന

മധുസൂദനന്റെ തലയിൽ തെളിഞ്ഞു. അവരുമായി ഒരു കാര്യത്തിലെ ങ്കിലും തുല്യതയുള്ളതുകൊണ്ട് മറ്റ് പരിവേഷങ്ങളൊക്കെ തൽക്കാലം മാറ്റിവെക്കാൻ അങ്ങനെ മധുസൂദനനും തീരുമാനിക്കുകയായിരുന്നു.

അല്ലെങ്കിൽത്തന്നെ, ലോകത്തുനിന്നേ പുറത്തായിക്കഴിഞ്ഞ സ്ഥിതി യിൽ ഒരു പച്ചമനുഷ്യൻ എന്നതിനപ്പുറം ആർക്ക് എന്തു വിലയാണു ള്ളത്? ജോസഫ് എന്ന ശവപ്പെട്ടിക്കാരനും മധുസൂദനൻ എന്ന മാനേജ് മെന്റ് വിദഗ്ധനും തമ്മിൽ എന്ത് അന്തരം? തൂറണമെങ്കിൽ പറമ്പുതന്നെ ആശ്രയം.

ബസ്സിനു സമീപം നില്ക്കുന്ന ആളുകളുടെ കാഴ്ചവട്ടത്തു നിന്ന് അകന്ന് ഒരു രഹസ്യയിടം തേടി ജോസഫും ജെയിംസും മധുസൂദനനും നടപ്പു തുടങ്ങി. ആ നടപ്പിനിടയിൽത്തന്നെ ജോസഫ് തന്റെ തീപ്പെട്ടി യുപയോഗിച്ച് ഒരു ബീഡി കത്തിച്ചു. ആൾക്കൂട്ടത്തിന് കാണാനാവാത്ത വിധം ദൂരത്തും മറയത്തും എത്തിയപ്പോൾ ജോസഫ് നിന്നു.

“ഞാൻ ഇവിടെ എവിടേങ്കിലും ഇരിക്കാം. നിങ്ങ കൊറച്ചങ്ങാട് നീങ്ങീ രുന്നോ.”

അതുകേട്ട്, പണ്ട് അഭിനയിച്ച നാടകത്തിലെ വില്ലനെപ്പോലെ ജെയിംസ് അട്ടഹാസംപോലെ ഒരു ചിരിചിരിച്ചു.

“നീങ്ങിയിരിക്കാനോ? ഇനിയിവിടെ നാണോം മാനോം നോക്കണ്ട വല്ല കാര്യോണ്ടോ?”

മുണ്ടും ഷർട്ടുമാണ് ജോസഫിന്റെ വേഷം. അതുകൊണ്ട് അയാളെ സംബന്ധിച്ച് കാര്യങ്ങൾ എളുപ്പമാണ്. അതല്ല ജെയിംസിന്റേയും മധു സൂദനന്റെയും അവസ്ഥ. ഇറുകിയ ജീൻസും അയഞ്ഞ ഷർട്ടുമാണ് ജെയിംസിന്റെ വേഷം. ഇറുക്കം കുറഞ്ഞ പാന്റും അതിലേക്ക് ഇൻസർട്ട് ചെയ്ത ഷർട്ടും മധുസൂദനന്റേതും. ഷർട്ടിന്റെ പോക്കറ്റിൽ നിന്ന് രൂക്ഷ ഗന്ധമുള്ള ഒരു ബീഡിയെടുത്ത് പുകച്ചുകൊണ്ട് ജെയിംസ് പറഞ്ഞു.

“ഞാനിവിടെ ഒരു നാടകം കളിക്കാനാ പോന്നെ.”

ജെയിംസ് തന്റെ പാന്റും ഷർട്ടും അഴിച്ച് ഒരു മരക്കൊമ്പിൽ തൂക്കി. തുടർന്ന് തെല്ലും മടിയില്ലാതെ ജട്ടിയും അഴിച്ച് ഒരു നഗ്നവാനരനായി രൂപമെടുത്തു.

“നിങ്ങൾക്കു നാണം തോന്നുന്നുണ്ടേങ്കി കണ്ണടച്ചേക്ക്” എന്ന് മധു സൂദനനു നേർക്ക് ഒരു നിർദ്ദേശവും നീട്ടി.

യഥാർഥത്തിൽ ജെയിംസിന്റെ ആ പ്രവൃത്തിയോ നഗ്നരൂപമോ മധു സൂദനനെ തെല്ലും അലോസരപ്പെടുത്തുന്നുണ്ടായിരുന്നില്ല. നാണം എന്ന വികാരം തന്നെ മനസ്സിലേക്ക് കയറിവരാതെ വഴി തടഞ്ഞു നില്ക്കുക യാണ്. പകരം, കൗതുകമോ ആവേശമോ ഒരു കൂടിക്കലർന്ന ഒരു ഭാവ മാണ് മനസ്സിൽ. ജീവിതത്തിനും മരണത്തിനുമിടയിൽ ഒരവസ്ഥ യുണ്ട്. ലജ്ജയോ മാനഭയമോ സ്പർശിക്കാത്ത ഒരവസ്ഥ. ഒരുപക്ഷേ,

പ്രത്യക്ഷത്തിൽ അസ്വസ്ഥരല്ലെങ്കിലും മനസ്സുകൊണ്ട് അത്തരമൊരു അവസ്ഥയിലൂടെയാവാം തങ്ങൾ കടന്നുപോവുന്നതെന്ന് മധുസൂദനനു തോന്നി.

ഒരു കുരങ്ങനായി അഭിനയിച്ചുകൊണ്ട് ജെയിംസ് താഴ്ന്നു നിന്ന ഒരു മരക്കൊമ്പിൽ തെല്ലുനേരം തൂങ്ങിയാടി. ഒന്നാംക്ലാസിൽ പഠിച്ച "കാട്ടു മരത്തിൻ കൊമ്പുകൾ തോറും കയറാം മറിയാം ചാടാം" എന്ന കുട്ടിക്കവിത അതിനിടയിൽ ഉറക്കെ ആലപിക്കുകയും ചെയ്തു. ആട്ടം നിർത്തിയിട്ട് ജെയിംസ് ആരോടെന്നില്ലാതെ വിളിച്ചു പറഞ്ഞു.

"ഹോ! എന്തൊരു സ്വാതന്ത്ര്യം! എന്തൊരു രസം!"

"എനിക്ക് ഇക്കാര്യത്തില് കൊറച്ച് ഒളീം മറേമൊക്കെ വേണം" എന്നു പറഞ്ഞുകൊണ്ട് ജോസഫ് തെല്ല് അപ്പുറമുള്ള ചെടിപ്പടർപ്പുകൾക്കിടയിലേക്ക് മറഞ്ഞു. ജോസഫും പോയതോടെ സദാചാരത്തെ സംബന്ധിച്ച അവസാനത്തെ ബാധയും ഒഴിഞ്ഞുപോയതായി മധുസൂദനന് അനുഭവപ്പെട്ടു. തന്റെ കാഴ്ചക്കാരനായി ഇനി അവശേഷിക്കുന്നത് ജെയിംസ് മാത്രമാണ്. അയാളാകട്ടെ വസ്ത്രങ്ങളിൽനിന്ന് പുറത്തിറങ്ങി ശരീരത്തിന്റെ സ്വാതന്ത്ര്യം ആഘോഷിക്കുകയാണ്. എങ്കിൽ ഇനി തനിക്ക് മാത്രമായി എന്തിനാണൊരു വസ്ത്രത്തിന്റെ അലങ്കാരം?

സംശയിച്ചു നില്ക്കാതെ തന്റെ ഷർട്ടും ബനിയനും പാന്റും അഴിച്ച് ഒരു മരക്കൊമ്പിൽ ഞാത്തിയിട്ട് മധുസൂദനനും സ്വാതന്ത്ര്യം പ്രഖ്യാപിച്ചു. കൊച്ചി എന്ന മഹാനഗരത്തിൽ എയർകണ്ടീഷൻ ചെയ്ത ചേംബറിൽ കൃത്രിമമായ പരിവേഷങ്ങളിലും ഔപചാരികതകളിലും സ്വയം നിക്ഷേപിച്ച് ശീലിച്ചുപോയതുകൊണ്ട് തുറസ്സായ സ്ഥലത്ത് വസ്ത്രങ്ങൾ അഴിച്ചുമാറ്റുമ്പോൾ താൻ അപരിചിതനായ മറ്റൊരാളായി മാറുന്നതുപോലെയാണ് മധുസൂദനന് അനുഭവപ്പെട്ടത്. എങ്കിലും ആ രൂപാന്തരണത്തിലൂടെ താൻ കൂടുതൽ മെച്ചപ്പെട്ട ഒരു ജന്തുവായി പരിണമിച്ചുവെന്ന് അയാൾക്കു തോന്നി.

വലിയൊരു ഭാരം ഒഴിഞ്ഞുപോയതിന്റെ സുഖം. വർഷങ്ങൾക്കു മുമ്പേ നഷ്ടപ്പെട്ടുപോയ ഒരു ആത്മാവിനെ തിരിച്ചുപിടിച്ചതിന്റെ സുഖം. പച്ചമരങ്ങൾക്കിടയിൽ പച്ച മനുഷ്യനായി നില്ക്കുന്നതിന്റെ സുഖം. രണ്ട് ആദിമമനുഷ്യൻ എന്ന് ജെയിംസും മധുസൂദനനും പരസ്പരം നോക്കി. ജെയിംസ് കുരങ്ങനായപ്പോൾ മധുസൂദനൻ കുറുക്കനായി. ശരീരം മുഴുവൻ അയച്ചുവിട്ട് സർവശക്തിയുമെടുത്ത് അയാൾ ഉറക്കെ കൂവാൻ തുടങ്ങി.

"എടോ ജെയിംസേ, ഇരുപതു വർഷമായി ഞാൻ ഇതുപോലൊന്ന് കൂവിയിട്ട്. കോളേജ് വിട്ടിട്ട് ഇന്നുവരെ ഞാൻ കൂവിയിട്ടില്ല... കൂവുന്നതിന്റെ ഒരു സുഖമുണ്ടല്ലോ അത് കൂവിയാൽത്തന്നേ കിട്ടുകയുള്ളൂ."

ജെയിംസ് വീണ്ടും മരക്കൊമ്പിൽ തൂങ്ങിയാടി. മധുസൂദനൻ നിർത്താതെ കൂവിവിളിച്ചു. കുരങ്ങനും കുറുക്കനും ചേർന്ന് ഇങ്ങനെ

കാടിളക്കിക്കൊണ്ടിരിക്കുന്നതിനിടയിൽ പെട്ടെന്ന് മുന്നിൽ ഒരു അപ്രതീക്ഷിത ദൃശ്യം പ്രത്യക്ഷപ്പെട്ടു.

കുറുക്കന്റെ ആത്മാവ് ഏറ്റുവാങ്ങി കൂവിത്തകർക്കുന്നതിനിടയിൽ മധുസൂദനനാണ് ആദ്യം കണ്ടത്. അതോടെ സ്വിച്ച് ഓഫ് ചെയ്തതുപോലെ കൂവൽ നിന്നു.

"തൊലഞ്ഞു. ദാണ്ടെ ആ പെണ്ണുമ്പിള്ള ഇങ്ങോട്ടു വരുന്നു."

എതിർദിശയിൽ ഏറെ വിദൂരത്തല്ലാതെ ശ്യാമളയും രണ്ടു പെൺകുട്ടികളും നില്ക്കുന്നു. നഗ്നവാനരന്മാരെ കണ്ട് ലജ്ജിച്ച് രണ്ടു പെൺകുട്ടികളും കണ്ണുപൊത്തി പിന്തിരിഞ്ഞു നിന്നു. എന്നാൽ തെല്ലും കൂസലില്ലാതെ ആ സ്ത്രീ തങ്ങൾക്കുനേരെ നടന്നടുക്കുകയാണ്.

"ആ പെണ്ണുമ്പിള്ളയ്ക്ക് നാണോം പേടീം ഇല്ലേ. അവരിത് എന്തു ഭാവിച്ചാ?" എന്ന് അസ്വസ്ഥപ്പെട്ടുകൊണ്ട് മധുസൂദനൻ തിടുക്കത്തോടെ മരക്കൊമ്പിൽ നിന്ന് അടിവസ്ത്രമെടുത്ത് ശരീരത്തിലേക്ക് വലിച്ചുകയറ്റി. കാണുന്നെങ്കിൽ കാണട്ടെ എന്ന നിശ്ചയത്തിൽ ജെയിംസ് തന്റെ നഗ്നതയിൽത്തന്നെ തുടർന്നു.

മുന്നിൽ നില്ക്കുന്നത് രണ്ട് പുരുഷന്മാരാണെന്നോ അവർ നഗ്നരാണെന്നോ തെല്ലും ഭാവിക്കാതെ ശ്യാമള ജെയിംസിന്റെ മുന്നിൽ വന്നു നിന്നു. ഈ സമയത്തിനകം മധുസൂദനൻ പുറംതിരിഞ്ഞു നിന്ന് പാന്റ് കൂടി വലിച്ചുകയറ്റി പകുതി ശരീരംകൂടി മറച്ചു.

"നിങ്ങളെന്താ ഇവിടെ റിയാലിറ്റി ഷോ കളിക്കുന്നോ?" ഗൗരവം വിടാതെ ശ്യാമള ചോദിച്ചു. "ഈ കാണിക്കുന്നതൊക്കെ ക്യാമറ പകർത്തിയെടുക്കുന്നുണ്ട്."

"ക്യാമറയോ?" എന്ന് അമ്പരന്നുകൊണ്ട് മധുസൂദനൻ ഞെട്ടിത്തിരിഞ്ഞു.

"ആരും കാണുന്നില്ലാന്ന് വിചാരിച്ചല്ലേ ഈ അഭ്യാസമൊക്കെ. എന്നാ, സാറമ്മാര് ഒരു കാര്യം മനസ്സിലാക്കിക്കോ. ഇതിനകത്ത് സർവസ്ഥലത്തും ക്യാമറയാണ്. എവിടെയോ ഇരുന്ന് ആരൊക്കെയോ ഇത് കാണുന്നുണ്ട്."

ക്യാമറ എന്നു കേൾക്കെ ജെയിംസിനും തെല്ല് പരിഭ്രമമുണ്ടായി. ഒപ്പം താൻ കാട്ടിക്കൂട്ടിയതൊക്കെ പരസ്യമാക്കപ്പെട്ടിരിക്കുന്നു എന്ന് അറിയുന്നതിന്റെ വൈക്ലബ്യവും.

"നിങ്ങള് മാത്രമാന്ന് കരുതണ്ട. ഞങ്ങടെ പടോം ഇപ്പോൾ ലോകം മുഴുവൻ എത്തീട്ടുണ്ടാവും. ആരെങ്കിലുമൊക്കെ അത് ലൈവായി കണ്ട് രസിക്ക്ന്ന്ണ്ടാവും. ചെറ്റകള്."

ശ്യാമള ചുറ്റുപാടുമുള്ള മരങ്ങളിലേക്ക് ശ്രദ്ധയോടെ നിരീക്ഷിക്കാൻ തുടങ്ങി.

“നിങ്ങള് പറയുന്നത് മനസ്സിലാവുന്നില്ലല്ലോ.” എന്ന പാരവശ്യത്തോടെ ഷർട്ടുകൂടി ശരീരത്തിലേക്ക് നിക്ഷേപിച്ചുകൊണ്ട് മധുസൂദനൻ മുന്നോട്ടു കയറി നിന്നു.

സഹയാത്രികരായ രണ്ടു പെൺകുട്ടികളേയും കൂട്ടി മൂത്രമൊഴിക്കാനായി ഒരു രഹസ്യസ്ഥലം തേടി ഇറങ്ങിയതാണ് ശ്യാമള. ചുരിദാറിന്റെ പാന്റും അടിവസ്ത്രവും താഴ്ത്തി നിലത്ത് കുന്തിച്ചിരിക്കുന്ന സമയത്ത് മരങ്ങൾക്ക് മുകളിലേക്ക് അലസമായൊന്നു നോക്കിയതാണ്. അവിടെ എന്തോ തിളങ്ങുന്നതായി തോന്നി. സൂക്ഷിച്ചു നോക്കുമ്പോൾ മരത്തിനു മുകളിൽ, തടിയോട് ചേർത്ത് സ്ഥാപിക്കപ്പെട്ട ഒരു ചെറിയ ഉപകരണം. എവിടെയും ഒളിനോട്ടങ്ങൾ പ്രതീക്ഷിക്കുന്നതുകൊണ്ടാവാം, ഒറ്റ നോട്ടത്തിൽത്തന്നെ ശ്യാമളയ്ക്ക് ബോധ്യമായി, അത് ക്യാമറയാണ്. ആരോ അല്ലെങ്കിൽ ആരൊക്കെയോ എവിടെയോ ഇരുന്ന് നമ്മളെ നിരീക്ഷിക്കുന്നുണ്ട്. നമ്മുടെ ഓരോ ചലനവും അലച്ചിലും രക്ഷപ്പെടാൻ വേണ്ടിയുള്ള ഓരോ ഉദ്യമവും അവർ കണ്ടുകൊണ്ടിരിക്കുന്നുണ്ട്. കുരുക്കിൽപ്പെട്ടതുപോലുള്ള നമ്മുടെ ഇപ്പോഴത്തെ ഈ അവസ്ഥ പുറംലോകത്തിന് അജ്ഞാതമല്ല.

ആ ക്യാമറയ്ക്ക് പിന്നിൽ പ്രവർത്തിക്കുന്ന താത്പര്യമെന്തായിരിക്കും എന്നതിനും ശ്യാമളയ്ക്ക് കൃത്യമായ യുക്തിയുണ്ടായിരുന്നു. ഏതോ ടെലിവിഷൻ ചാനൽ തയ്യാറാക്കിക്കൊണ്ടിരിക്കുന്ന റിയാലിറ്റി ഷോയിലെ കഥാപാത്രങ്ങളോ നടീനടന്മാരോ ആണ് നമ്മൾ. ആരോ സംവിധാനം ചെയ്ത് കൃത്യമായി അരങ്ങേറിക്കൊണ്ടിരിക്കുന്ന ഒരു ടെലിവിഷൻ പ്രോഗ്രാമിൽ സ്വയമറിയാതെ നമ്മൾ അഭിനയിച്ചുകൊണ്ടിരിക്കുകയാണ്. ഇത്തരം പ്രതികൂല സാഹചര്യങ്ങൾ മനുഷ്യർ എങ്ങനെയാണ് അതിജീവിക്കുക എന്ന് കാണിക്കാൻ വേണ്ടിയുള്ള ഒരു പരിപാടിയാവാം അത്. കോടിക്കണക്കിന് രൂപ പരസ്യമൂല്യമുള്ള ഒരു സ്പോൺസേഡ് പ്രോഗ്രാം. റെക്കോർഡിംഗ് പൂർത്തിയാവുമ്പോൾ അവതാരകൻ അല്ലെങ്കിൽ ഒരു പ്രോഗ്രാം എക്സിക്യൂട്ടീവ് പ്രവേശിച്ച് നമ്മോട് പറഞ്ഞേക്കാം, നടന്നതെല്ലാം ഒരു ചാനൽ പരിപാടിയായിരുന്നുവെന്ന്.

അമേരിക്കയിലോ യൂറോപ്പിലോ അല്ലെങ്കിൽ ഇന്ത്യയിൽത്തന്നെയോ ഇരുന്ന് കോടിക്കണക്കായ പ്രേക്ഷകർ ഈ പരിപാടി ടെലിവിഷനിൽ കണ്ടു രസിക്കും. തന്റെ സംശയങ്ങളും ഊഹങ്ങളും ഇപ്രകാരം ആധികാരിക സത്യങ്ങൾ എന്ന മട്ടിൽ അവതരിപ്പിച്ചതിനുശേഷം ഒരു നേർത്ത ചിരിയുടെ അകമ്പടിയോടെ ശ്യാമള ജയിംസിനോടു പറഞ്ഞു.

“സാറിന്റെ പെർഫോമൻസ് ഉഷാറായിട്ടുണ്ട്. ചാനലിൽ വരുമ്പോ നന്നായി സ്കോറ് ചെയ്യും.”

വലിയൊരു സ്ഫോടനത്തിന്റെ ആഘാതശേഷിയുള്ള താക്കീതുകൾ അവശേഷിപ്പിച്ചിട്ട് ശ്യാമള തിരിച്ചുപോയി. കടുത്ത സൂര്യാഘാതം

നേരിട്ടതുപോലെ മധുസൂദനന്റെ മുഖം പരിഭ്രമംകൊണ്ട് കരിവാളിച്ചു പോയിരുന്നു.

"അവർ പറഞ്ഞത് സത്യമായിരിക്കുമോ?" ജയിംസിനു നേർക്ക് മധുസൂദനൻ തന്റെ ആശങ്കകൾ ഇറക്കിവെച്ചു. "എങ്കിൽ എന്തൊരു നാണക്കേടാണ്. എന്റെ ഭാര്യയും മകനുമൊക്കെ എന്തു വിചാരിക്കും?"

"എനിക്ക് പക്ഷേ ഈ മാതിരി പേടിയൊന്നൂല്ല. ഞാൻ നാടകത്തീത്തന്നെ തുണീല്ലാണ്ട് അഭിനയിച്ചിട്ടൊണ്ട്. ആ അഭിനയം ഇപ്പോ ഒരു അന്താരാഷ്ട്രവേദീല് അവതരിപ്പിച്ചു എന്നേയുള്ളൂ."

ഇന്നത്തെക്കാലത്ത് എവിടെയാണ് ക്യാമറയില്ലാത്തത്. പാർക്കിൽ, സിനിമാ തിയേറ്ററിൽ, റോഡിൽ, ക്ലാസ് മുറിയിൽ, റസ്റ്റോറന്റിൽ, ഷോപ്പുകളിൽ, ലൈബ്രറികളിൽ, ഇടനാഴികകളിൽ, ലോഡ്ജുകളിൽ, ഓഫീസിൽ... എന്തിന് തന്റെ സ്വന്തം ഓഫീസ് പോലും ക്യാമറയുടെ നിരീക്ഷണത്തിലാണല്ലോ. എന്നിരിക്കെ ഇവിടെയും ക്യാമറ പ്രതീക്ഷിക്കേണ്ടതായിരുന്നു. വലിയ അബദ്ധമാണ് കാണിച്ചത്! ഒരു മഹാസദസ്സിനു മുന്നിൽ വെച്ച് തുണിയുരിയപ്പെട്ടപോലെ മധുസൂദനൻ നാണിച്ചു ചൂളി നിന്നു. വീണ്ടുവിചാരംകൊണ്ട് ഇനി ഫലമില്ല. പകർത്തേണ്ടതൊക്കെ ക്യാമറ പകർത്തിക്കഴിഞ്ഞുകാണും. ആരു പകർത്തി, എന്തിനുവേണ്ടി പകർത്തി എന്നൊക്കെ അറിയാതിരിക്കുന്നിടത്തോളം ആ ദൃശ്യങ്ങൾ അതിന്റെ വഴിയേ സഞ്ചരിച്ചുകൊണ്ടിരിക്കും. ഒരുപക്ഷേ, രാജ്യാതിർത്തികൾ കടന്ന്, ഭൂഖണ്ഡങ്ങൾ കടന്ന്....

ജെയിംസ് പറഞ്ഞു.

"കാര്യമറിയാതെയാണ് നമ്മൾ ആട്ടം തുടങ്ങിയത്. ഇനി കാര്യം അറിഞ്ഞുകൊണ്ടുതന്നെ ആട്ടം തുടരാം."

ഒരു മരക്കൊമ്പിൽ ഇരുകൈകളാലും തൂങ്ങിക്കിടന്ന് ജെയിംസ് വീണ്ടും കുരങ്ങുകളി ആരംഭിച്ചു. ആ തൂങ്ങിയാട്ടത്തിനിടയിൽ ജെയിംസ് കണ്ടു. മരത്തിന്റെ മുകളിലെ തടിയിൽ തിളങ്ങുന്ന ഒറ്റക്കണ്ണ്. ഒരു ക്യാമറ.

ഇരുപത്തൊന്ന്

പകൽ മധ്യാഹ്നത്തിലേക്ക് വളർന്നു. കശുമാവുകളുടെ തണലിലും വേനൽച്ചൂട് കനത്തു. മരത്തിനു മുകളിൽ മാത്രമല്ല, മതിലിനു മുകളിലും ക്യാമറയുണ്ട് എന്ന പുതിയ കണ്ടെത്തലുമായാണ് രാജീവൻ വന്നത്. വളരെ ചെറിയ ക്യാമറകൾ. ഏത് ദിശയിലും നോട്ടമെത്തുന്ന രീതിയിൽ, എന്നാൽ ഒറ്റനോട്ടത്തിൽ ആരുടേയും കണ്ണിൽപ്പെടാത്ത രീതിയിൽ ആണ് അവ സ്ഥാപിക്കപ്പെട്ടിരിക്കുന്നത്. ഈ യാത്രക്കാർക്കിടയിൽ ആരോ ഒരാൾ, അല്ലെങ്കിൽ ഒന്നിലേറെ ആളുകൾ ആരുടെയോ ടാർജറ്റിലാണെന്ന തന്റെ വാദം ഉറപ്പിക്കാനുള്ള ഒരു തെളിവായാണ് രാജീവൻ ആ ക്യാമറകളുടെ

സാന്നിധ്യത്തെ കാണുന്നത്. ടാർജറ്റിലുള്ള അജ്ഞാതനായ ആൾ സദാ സമയവും അവരുടെ നിരീക്ഷണത്തിലും ആയിരിക്കും.

ഈ വിജനഭൂമിയിൽ അകപ്പെട്ടുപോയ യാത്രക്കാരെ രക്ഷപ്പെടുത്ത ണമെന്ന് അവർക്ക് ആഗ്രഹമുണ്ടായിരുന്നെങ്കിൽ എപ്പോഴേ അവർക്കത് നിർവഹിക്കാൻ കഴിയുമായിരുന്നു. ഇതുവരെ ആവിധമുള്ള ഒരു നീക്കം ഉണ്ടായില്ല എന്നതിൽ നിന്ന് മനസ്സിലാക്കേണ്ടത് അവർ അത് ആഗ്രഹി ക്കുന്നില്ല എന്നാണ്. അവർ ആഗ്രഹിക്കുന്നില്ലെങ്കിൽ ഈ മതിൽക്കെട്ടി നുള്ളിൽനിന്ന് ഒരാൾക്കും പുറത്തുകടക്കാനാവില്ല എന്നും അതിൽനിന്ന് വ്യക്തമാണ്.

ശ്യാമള വ്യാഖ്യാനിക്കുന്നതുപോലെ ഇത് കേവലം ഒരു റിയാലിറ്റി ഷോയിൽ അവസാനിക്കുന്ന നിഷ്കളങ്കമായ ഒരു പ്രോഗ്രാമാണെന്ന് രാജീവൻ വിശ്വസിക്കുന്നില്ല. വിദഗ്ധമായി തയ്യാറാക്കപ്പെട്ട ഒരു കെണി എന്നു തന്നെയാണ് മനസ്സിലാക്കേണ്ടത്. കെണിയിൽ അകപ്പെട്ട ജീവിത ങ്ങളും ഇന്നത്തെക്കാലത്ത് ഒരു ടെലിവിഷൻ പ്രോഗ്രാമായി മാറാൻ പ്രയാസമില്ല. തീപിടിച്ച ബസ്സിലെ പ്രാണനു വേണ്ടിയുള്ള യാത്രക്കാരുടെ പിടച്ചിൽപോലും ടെലിവിഷൻ പ്രോഗ്രാമായി പ്രത്യക്ഷപ്പെടുന്ന കാല മാണ്.

ഈ മതിൽക്കെട്ടിനകത്തെ ലോകം ഒരു അടഞ്ഞ ലോകമല്ല, പുറം ലോകത്തേക്കാൾ തുറന്ന ഒരു ലോകമാണ്. കേരളമോ ഇന്ത്യയോ അല്ല, ഈ ഭൂഗോളം ആകെത്തന്നെയാണ്.

"ഇതൊരു തോട്ടക്കാരനില്ലാത്ത തോട്ടമാണെന്നു വിചാരിക്കൂ. വിളവ് കള്ളൻ കൊണ്ടുപോവുന്നുണ്ടോ എന്ന് പരിശോധിക്കാൻ വേണ്ടി സ്ഥാപിച്ചതായിക്കൂടെ ആ ക്യാമറകൾ" എന്ന് ഏത് ആകാശവാദത്തേയും ഭൂമിയിലേക്ക് ഇറക്കിക്കെട്ടുന്ന വിനയന്റെ ശീലം ഒരിക്കൽക്കൂടി പുറത്തു വന്നു. ഒട്ടേറെ സഞ്ചാരങ്ങളുടെ അനുഭവമുള്ളതുകൊണ്ട് വിനയന് ഏതു പ്രശ്നത്തിലും പലതരം സാധ്യതകൾ കാണാൻ കഴിയും. ടാർജറ്റ്, റിയാലിറ്റി ഷോ എന്നൊക്കെയുള്ള സങ്കല്പങ്ങൾകൊണ്ട് ഈ ക്യാമറകളെ നമ്മൾ അലങ്കരിക്കേണ്ടതുണ്ടോ? കള്ളനെ കണ്ടുപിടിക്കാൻ വീട്ടിലെ ഓരോ മുറിയിലും ക്യാമറകൾ വെക്കുന്ന ഇക്കാലത്ത്?

നമ്മുടെ കൈവശമുള്ള മൊബൈൽ ഫോണുകൾ, ഫോണുകൾ മാത്രമല്ലല്ലോ, ക്യാമറകൾ കൂടിയല്ലേ. റെയ്ഞ്ചിലല്ലാത്തപ്പോഴും മൊബൈൽ ക്യാമറ പ്രവർത്തനക്ഷമവുമാണ്. അതിനാൽ ഇപ്പോൾ ത്തന്നെ ആർക്കും ആരെയും ആ ക്യാമറകളിൽ പകർത്താവുന്നതല്ലേ യുള്ളൂ. എന്നിരിക്കെ ഇവിടത്തെ മതിലിലെ ക്യാമറകൾക്ക് എന്തിനാണ് ഇത്തരം പരിവേഷങ്ങൾ നല്കുന്നത്?

"മരത്തിലും മതിലിലും വെച്ചിട്ടുള്ള ക്യാമറകളെപ്പറ്റി ഇങ്ങനെ ബേജാറാവുന്നതിന് ഇക്കാലത്ത് ഒരർഥവുമില്ല." പ്രസാദ് മറ്റൊരു യുക്തി യുമായി ആ സംവാദത്തിലേക്ക് ഇടപെട്ടു. "ഈ ഭൂമിയാകെത്തന്നെ

ക്യാമറകളുടെ നിരീക്ഷണത്തിലല്ലേ. ഉപഗ്രഹക്യാമറകളുടെ കണ്ണെത്താത്ത ഒരിടവും ഭൂമിയിലില്ല. ഗൂഗിൾ ഏർത്ത് എന്ന സൈറ്റിൽ പോയാൽ ഭൂമിയിൽ ഓരോ മനുഷ്യനും എന്താണ് ചെയ്യുന്നതെന്നുതന്നെ കാണാം. പിന്നെയാണോ മതിലിന്മേൽ വെച്ച നിസ്സാരമായ ഈ ക്യാമറ?"

ശാസ്ത്രത്തിന്റേയും സാങ്കേതികതയുടേയും ചിറകിലേറി മനുഷ്യൻ എത്തിച്ചേർന്ന ഒളിനോട്ടത്തിന്റെ പുതിയ ആകാശങ്ങളെപ്പറ്റിയാണ് പ്രസാദിന് പറയാനുള്ളത്. ഉപഗ്രഹങ്ങളിൽ സ്ഥാപിക്കപ്പെട്ടിരിക്കുന്ന ക്യാമറകൾ വഴി ഭൂമിയുടെ ഏതു കോണിലും ആരിലും എത്തിച്ചേരുന്ന നോട്ടമാണത്. തെരുവുമോഷണത്തിലെ പ്രതിയെ കണ്ടുപിടിക്കാൻ പോലും യൂറോപ്പിലെ പൊലീസ് വകുപ്പ് ഈ മാർഗം അവലംബിക്കുന്നുണ്ട്. നമ്മൾ കുരുങ്ങിക്കിടക്കുന്ന ഈ മതിൽക്കെട്ടുപോലും ആ ക്യാമാറകളുടെ കാഴ്ചവട്ടത്തിനുള്ളിലാണ്. എന്നാൽ ആർത്തുപിടിച്ച ഇലച്ചാർത്തുകൾക്ക് കീഴിലായതുകൊണ്ട് ആ ക്യാമറക്കണ്ണുകൾക്ക് ഈ ബസ്സ് അപ്രാപ്യമായിരിക്കാം എന്നുമാത്രം.

തട്ടിക്കൊണ്ടുപോയി എന്ന് ഇപ്പോൾ വ്യാഖ്യാനിക്കപ്പെട്ടുകൊണ്ടിരിക്കുന്ന ഈ ബസ്സ് ഏതുവഴി എവിടെ എത്തിച്ചേർന്നു എന്ന് കണ്ടെത്തുക ഈ സാങ്കേതികവിദ്യയുടെ കാലത്ത് തെല്ലും പ്രയാസമുള്ള കാര്യമല്ല. ലോകത്തിന്റെ ഒളിനോട്ടങ്ങൾക്കു പുറത്ത്, ക്യാമറയുടെ കാഴ്ചവട്ടത്തിനു പുറത്ത് ആരെങ്കിലും ഒരാൾ നിലനില്ക്കുന്നുണ്ടെങ്കിൽ അയാൾ യഥാർത്ഥത്തിൽ നില്ക്കുന്നത് ജീവിതത്തിന്റെ തന്നെ പുറത്താണ്. അതുകൊണ്ട് ഇനി ക്യാമറകളെ ഭയപ്പെടേണ്ടതില്ല. നമ്മുടെ മുഖംപോലെ, നമ്മുടെ കണ്ണുകൾ പോലെ തികച്ചും സാധാരണമായ ഒരു യാഥാർത്ഥ്യമാണ് ക്യാമറകളും.

ഒളിനോട്ടത്തെക്കുറിച്ചുള്ള സംവാദങ്ങളിൽ പങ്കുചേരാൻ താത്പര്യമില്ലാതെ കശുമാവുകൾക്കിടയിലൂടെ അലസമായി നടക്കുകയാണ് സുഗതൻ. സുഗതന്റെ മനസ്സാകട്ടെ, തൃശൂർ മെഡിക്കൽ കോളേജിന്റെ ഒരു ഇടനാഴിയിൽ പരവശപ്പെട്ട് നില്ക്കുകയും ചെയ്യുന്നു.

കിഡ്നി ദാനത്തിന് അനുവാദം നല്കുന്നതുമായി ബന്ധപ്പെട്ട ആരോഗ്യവകുപ്പിന്റെ യോഗം ഇപ്പോൾ തൃശൂരിൽ നടന്നുകൊണ്ടിരിക്കുകയായിരിക്കും. കിഡ്നി ദാനം ചെയ്യാൻ സന്നദ്ധനായ ഭാസ്കരനും ഡോക്ടർമാരും തിരുവനന്തപുരത്തുനിന്നുള്ള ആരോഗ്യവകുപ്പിലെ ജോയിന്റ് സെക്രട്ടറിയും ആ യോഗത്തിനായി എത്തിച്ചേരുകയും ചെയ്തിട്ടുണ്ടാവും. തന്റെ അസാന്നിധ്യംകൊണ്ട് ഒരു തീരുമാനമെടുക്കാനാവാതെ യോഗം പിരിയേണ്ടി വന്നാൽ അനിശ്ചിതത്വത്തിലാവുന്നത് സുരേഷിന്റെ ജീവിതമാണ്.

ഇന്നത്തെ യോഗത്തിൽ ഒരു തീരുമാനമാവുകയാണെങ്കിൽ രണ്ടോ മൂന്നോ ദിവസത്തിനകം സുരേഷിന്റെ ശസ്ത്രക്രിയ പൂർത്തിയാക്കാമായിരുന്നു. ഈ ഒരു പ്രതീക്ഷയിലാണ് കോഴിക്കോട്ടെ ആശുപത്രിയിൽ

ആഴ്ചയിൽ മൂന്നു തവണ ആവർത്തിക്കുന്ന ഡയാലിസിസുമായി അവൻ ജീവിതം തള്ളിനീക്കുന്നത്.

ഏതെങ്കിലും തരത്തിൽ മതിൽക്കെട്ടിൽ നിന്ന് പുറത്തു കടക്കാൻ കഴിഞ്ഞിരുന്നെങ്കിൽ ഒരു ടാക്സിയോ മോട്ടോർബൈക്കോ സംഘടിപ്പിച്ച് തൃശൂരിലേക്ക് ഒരു അവസാനശ്രമം നടത്തിനോക്കാമായിരുന്നു. പക്ഷേ, അതിജീവിക്കാൻ കഴിയാത്ത വിധത്തിൽ അത്രമേൽ സാങ്കേതിക ത്തികവോടെയാണ് ആ മതിൽ നിർമിക്കപ്പെട്ടിരിക്കുന്നത്.

പ്രത്യേകിച്ച് ലക്ഷ്യമൊന്നുമില്ലെങ്കിലും നടപ്പ് തുടരുക എന്നത് ശരീരത്തിന്റെ സ്വാഭാവികമായ ഒരു പ്രവർത്തനംപോലെ സുഗതന് അനുഭവപ്പെട്ടു തുടങ്ങിയിരുന്നു. രക്തചംക്രമണം പോലെ, ശ്വാസോച്ഛ്വാസം പോലെ. ഇരിക്കാതെ ഒരിടത്തു കുത്തിയിരുന്നാൽ മരണം ചൂഴ്ന്നു നില്ക്കുന്നതുപോലെ തോന്നും. ഇരിപ്പ് മരണവും നടപ്പ് ജീവിതവുമാണ്.

സുഗതൻ ലക്ഷ്യമില്ലാതെയാണ് നടപ്പ് തുടരുന്നതെങ്കിൽ ലക്ഷ്യോന്മുഖമായാണ് ഫിലിപ്പ് തന്റെ അലച്ചിൽ തുടരുന്നത്. പുറത്തു കടക്കുക എന്ന ലക്ഷ്യം ഫിലിപ്പ് മുന്നിൽ ഉറപ്പിച്ചുകഴിഞ്ഞിട്ടുണ്ട്. ആ ഉറപ്പിൽ തലങ്ങും വിലങ്ങും നടപ്പ് തുടരുകയാണ്. ഇടയിൽ അല്പനേരം വിശ്രമം. വീണ്ടും നടപ്പ്. ഓരോ നടപ്പും അഹങ്കാരത്തോടെ ഞെളിഞ്ഞു നില്ക്കുന്ന മതിലിനു മുന്നിൽ അവസാനിക്കും. അപ്പോഴും നടപ്പ് അവസാനിപ്പിക്കാതെ പുതിയൊരു ദിശയിലൂടെ വീണ്ടും അന്വേഷണം തുടരും.

കോട്ടയത്തെത്തി വലിയമ്മച്ചിയുടെ കല്ലറയിൽ മെഴുകുതിരി കത്തിക്കുക എന്ന പ്രതീക്ഷ ഇപ്പോൾ വളരെ വിദൂരത്താണ്. ഇത്തവണ മിക്കവാറും അതിനുള്ള സാധ്യതയില്ല. അത് അടുത്ത വരവിലേക്കു മാറ്റി വെക്കാം. എന്നാൽ, നാളെ ബ്രിട്ടനിലേക്ക് മടങ്ങുക എന്ന തീരുമാനത്തിൽ മാറ്റം വരുത്താൻ തനിക്ക് അവകാശമില്ല. വിസയുടെ കാലാവധി നാളെ അവസാനിക്കുകയാണ്.

ആ നടപ്പിനിടയിൽ സുഗതന്റേയും ഫിലിപ്പിന്റേയും ഭ്രമണപഥങ്ങൾ അടുത്തടുത്തു വന്ന ഒരു സന്ദർഭത്തിൽ ഫിലിപ്പ് സുഗതനോടു ചോദിച്ചു.

"സാറ് ഇന്ത്യയില് തന്നല്യോ. പിന്നെ എന്നാത്തിനാ ഇങ്ങനെ ചുറ്റുന്നെ?"

വ്യാകുലമായ ആ അവസ്ഥയിലും സുഗതൻ ചിരിച്ചുപോയി. എന്നാലും ഒരു കാര്യത്തിൽ താൻ ഭാഗ്യവാനാണെന്ന് സുഗതന് തോന്നി. തനിക്ക് ഈ മതിൽക്കെട്ടിനു പുറത്തു കടന്നാൽ മതി. ഫിലിപ്പിനാകട്ടെ, ഇന്ത്യയിൽ നിന്നുതന്നെ പുറത്തു കടക്കണം.

എന്നാൽ, മതിൽക്കെട്ട് സൃഷ്ടിക്കുന്ന അന്യവത്കരണത്തിന്റെ കാര്യത്തിൽ താനും ഫിലിപ്പും തുല്യരാണ്.

"നമ്മള് നില്ക്കുന്ന ഈ സ്ഥലം സ്വദേശമാണോ അതോ വിദേശമാണോ എന്ന് എനിക്കും ഉറപ്പില്ല ഫിലിപ്പേ." സുഗതൻ പറഞ്ഞു. ഈ

മതിൽക്കെട്ടിന്റെ സ്വഭാവം കാണുമ്പോൾ ഇത് പരമാധികാരമുള്ള ഒരു രാഷ്ട്രത്തിന്റെ അതിർത്തിപോലെയാണ് തോന്നുന്നത്. ജനങ്ങളില്ലെന്നേയുള്ളൂ."

"ഏതേലും രാജ്യത്തിന്റെ അധികാരത്തേൽപ്പെട്ട സ്ഥലവുമാവാല്ലോ. ഫോക്‌ലാണ്ട് പോലെ?" ഫിലിപ്പ് സുഗതന്റെ പ്രസ്താവത്തിന് ഒരു അനുബന്ധവും ചേർത്തു.

മനുഷ്യവാസമില്ലാത്ത ഫോക്‌ലണ്ട് എന്ന ദ്വീപിനുമേൽ അവകാശമുറപ്പിക്കാൻ വേണ്ടി ബ്രിട്ടനും അർജന്റീനയും തമ്മിൽ നടത്തിപ്പോന്ന യുദ്ധങ്ങളെയാണ് ഫിലിപ്പ് ഓർമ്മപ്പെടുത്തിയത്. അതുകൊണ്ട് ഒരു ദ്വീപ് പ്രവിശ്യയുണ്ടാവാൻ ജനവാസം നിർബന്ധമില്ല. അതിർത്തിയുണ്ടാവണമെന്നേയുള്ളൂ.

"അതുകൊണ്ട് ഈ മതിൽ മറികടക്കുന്നതുവരെ ഞാനും നിങ്ങളെപ്പോലെ സ്വദേശത്തിനു പുറത്താണ്." ഫിലിപ്പിന്റെ അവസ്ഥയുമായി തന്മയീഭവിച്ചുകൊണ്ട് സുഗതൻ പറഞ്ഞു.

സുഗതനേയും ഫിലിപ്പിനേയും കൂടാതെ മറ്റൊരാൾകൂടി മതിൽക്കെട്ടിനകത്ത് അശാന്തമായ നടപ്പ് തുടരുന്നുണ്ട്. യൂസഫ്. യൂസഫിന് ഇരിപ്പ് ഒരു വേദനയാണ്. അല്പനേരം ഇരിക്കുമ്പോഴേക്കും സന്ധികളിൽ നീരുവന്ന് വേദന കനക്കും. നടന്നുകൊണ്ടിരിക്കുമ്പോൾ നീര് പല സ്ഥാനമാനങ്ങളിലേക്കായി ചിതറി വേദന ലഘൂകരിക്കപ്പെടും.

യൂസഫിന്റെ നടപ്പിന് വലിയ ലക്ഷ്യങ്ങളില്ല. ലക്ഷ്യസ്ഥാനങ്ങളില്ല. ഉള്ളത് ഒന്നു മാത്രം. നടപ്പ് വഴി കിട്ടുന്ന കേവലമായ ആശ്വാസം.

ഇരുപത്തിരണ്ട്

നടത്തത്തിന്റെ ഒരു താളവട്ടം പൂർത്തിയാക്കി തിരിച്ച് ബസ്സിനടുത്തെത്തിയപ്പോൾ ഫിലിപ്പിന് ഒരു ഫലിതം ഉണർന്നു.

"നമ്മൾ ക്യാപിറ്റലിൽ തിരിച്ചെത്തി."

മതിൽക്കെട്ടിനകത്തുള്ള ഭൂമിശാസ്ത്രത്തെ ഒരു രാഷ്ട്രമായി സങ്കല്പിക്കാമെങ്കിൽ, ബസ്സ് നില്ക്കുന്ന സ്ഥലമാണ് അതിന്റെ തലസ്ഥാനം. ബസ്സ് പാർലമെന്റും ഇന്നലത്തെ യാത്രക്കാർ അവിടെ മന്ത്രിമാരുടെയും നിയമപാലകരുടെയും ഉദ്യോഗസ്ഥരുടെയും പൗരന്മാരുടെയും ചുമതലകൾ സ്വയം ഏറ്റെടുത്ത് നടപ്പിലാക്കുന്നു.

റിയാസിനും കാദറിനുമാണ് ഇപ്പോൾ ഭക്ഷ്യവകുപ്പിന്റെ ചുമതല. ആ ചുമതല അവർ ഇരുവരും ചേർന്ന് സ്വയം ഏറ്റെടുത്തതാണ്. ജോസഫും കരുണനും എഞ്ചിനീയറിംഗ് വിദ്യാർത്ഥിനികളും ചേർന്ന് തോട്ടത്തിനുള്ളിൽ നിന്ന് കശുവണ്ടി പെറുക്കി കൊണ്ടുവരും. പുരുഷോത്തമനും രാജശേഖരനും റിയാസും ചേർന്ന് അത് ചുട്ടെടുക്കും. ചുട്ടെടുത്ത കശുവണ്ടി സമാഹരിച്ച് കാദർ അത് എല്ലാവർക്കുമായി വിതരണം

ചെയ്യുന്നു. മറ്റുള്ളവർ കത്തിക്കാനുള്ള മരക്കമ്പുകൾ ശേഖരിക്കുന്നു. ചിലർ വെള്ളം കോരിക്കൊണ്ടു വരുന്നു. അങ്ങനെ ഒരു സ്വയംഭരണം തന്നെ ക്യാപിറ്റലിൽ നിർവഹിക്കപ്പെടുകയാണ്.

യുവദമ്പതികളോ കമിതാക്കളോ എന്ന് ഇപ്പോഴും സംശയിക്കപ്പെടുന്ന അരുണും വിമലയും അവരുടെ പ്രണയലോലതകളിൽ നിന്ന് പുറത്തു കടന്ന് ഈ യാഥാർത്ഥ്യങ്ങളുമായി സഹകരിക്കാൻ തുടങ്ങിയിട്ടുണ്ട്. തന്റെ മൊബൈൽ ഫോണും കോളയും ചോക്ലേറ്റുമായി വരേണ്യജീവിതം തുടരുന്ന ജയേഷ് ബസ്സിൽ നിന്നിറങ്ങി ആൾബഹളങ്ങളിൽ നിന്ന് ഒഴിഞ്ഞുമാറി ഒരു പാറക്കല്ലിനുമേലെ ഇരിപ്പായിട്ടുണ്ട്. ബാറ്ററിയുടെ ചാർജ് തീർന്നതുകൊണ്ടാവാം മൊബൈൽ ഫോണിലെ കളി അവസാനിച്ചിരിക്കുന്നു. പകരം, ഒരു തടിച്ച പുസ്തകം കൈയിലെടുത്തു പിടിച്ച് വായനയാണ്. ചുറ്റുപാടും നടക്കുന്ന സംഭവങ്ങളൊന്നും ഇപ്പോഴും അവനെ ബാധിച്ചതായി തോന്നുന്നില്ല.

ഫ്ളാസ്ക് കൊണ്ട് കിണറ്റിൽ നിന്ന് കോരിയെടുത്ത വെള്ളം പല കുപ്പികളിലായി ശേഖരിച്ചുവെങ്കിലും ആ വെള്ളത്തിന്റെ സ്വഭാവത്തെക്കുറിച്ച് സംശയം തുടരുന്നതുകൊണ്ട് പലരും വെള്ളം കുടിക്കാൻ മടിച്ചു നില്ക്കുകയാണ്. അതാണ് ക്യാപിറ്റലിലെ പുതിയ പ്രശ്നം.

ശുദ്ധമായ കുടിവെള്ളം എങ്ങനെ വിതരണം ചെയ്യാമെന്നുള്ള ആലോചനയിലായിരുന്നു ജഗനും പ്രസാദും. ജഗൻ രാഷ്ട്രീയക്കാരനായപ്പോൾ പ്രസാദ് സാങ്കേതിക വിദഗ്ധനായി.

ഒരു പാത്രം കിട്ടിയാൽ എളുപ്പത്തിൽ പരിഹരിക്കാവുന്ന പ്രശ്നമേയുള്ളൂ എന്ന് പ്രസാദ്.

കിണർ കണ്ടെത്തിയ കരുണൻ തന്നെ അതിനുള്ള വഴി നിർദ്ദേശിച്ചു.

“കെണറ് തന്നെ കണ്ടുപിടിച്ച്. ഇനി ഒരു പാത്രം കണ്ടുപിടിക്കാനാണോ പ്രയാസം? ആ പൊളിഞ്ഞ വീടിന്റെ ചുറ്റിലും നോക്ക്യാ മതി. കിട്ടും.”

പണ്ട് മനുഷ്യർ പാർത്തിരുന്ന ലോകമാണ്. ആ ജീവിതത്തിന്റെ ചില അവശിഷ്ടങ്ങൾ ഇപ്പോഴും മണ്ണിന് മുകളിലും അടിയിലുമായി ചിതറിക്കിടപ്പുണ്ടാവും. ക്ഷമയോടെ അന്വേഷിക്കാമെന്നുണ്ടെങ്കിൽ അവ കണ്ടെത്താൻ കഴിയും. പഴയ തകരപ്പാത്രങ്ങളോ മൺപാത്രങ്ങളോ അക്കൂട്ടത്തിൽ ഉണ്ടാവാം.

പഴയകാലത്തെ മനുഷ്യജീവിതത്തിന്റെ അവശിഷ്ടങ്ങൾ തേടി ജഗനും പ്രസാദും ഒന്നിച്ചിറങ്ങി. ഇക്കാണുന്ന വിശാലമായ തോട്ടത്തിനുള്ളിൽ, ചെടികൾക്കും മുൾപ്പടർപ്പുകൾക്കുമിടയിൽ പഴയൊരു ജനവാസകേന്ദ്രത്തിന്റെ അവശിഷ്ടങ്ങൾ മൺമറഞ്ഞു കിടക്കുന്നു. കാലത്താലല്ല; മനുഷ്യരാൽ മൂടപ്പെട്ട ഒരു സിന്ധുനദീതട സംസ്കാരം. ആ ജനവാസകേന്ദ്രത്തിന്റെ പഴയ അടയാളങ്ങൾ പരതുമ്പോൾ മൺമറഞ്ഞ ഒരു സംസ്കാരത്തെ ഉത്ഖനനം ചെയ്യുകയാണ് തങ്ങൾ എന്ന് പ്രസാദിന് തോന്നി.

ചളുങ്ങി പരന്ന് പാതിയും മണ്ണിലടിഞ്ഞു കിടന്ന ഒരു അലൂമിനിയം പാത്രമാണ് ആ ഉത്ഖനനത്തിലൂടെ ആദ്യം കണ്ടെടുത്ത വസ്തു. വക്കു പൊട്ടിയ ഒരു മൺപാത്രം ഉപരിതലത്തിൽ നിന്നുതന്നെ കണ്ടെടുത്തു. രണ്ടും കണ്ടെടുത്തത് പ്രസാദാണ്. ക്ലേ കൊണ്ടുള്ള പാത്രം എന്ന ധാരണ യിൽ ജഗൻ മണ്ണിൽ നിന്ന് വലിച്ചെടുത്തത് ഒരു തലയോടിന്റെ മുകൾഭാഗ മാണ്. മനുഷ്യന്റെ തലയോട് തന്നെ. പക്ഷേ, അതൊരു തലയോടാണെന്ന് ഉറപ്പിച്ചത് പ്രസാദാണ്.

കൈയിലിരിക്കുന്നത് തലയോടാണെന്ന് കേൾക്കേ ജഗന്റെ കൈ യൊന്നു വിറച്ചു. പണ്ട് ജീവന്റെ സ്പന്ദനമുണ്ടായിരുന്ന, ലോകത്തെ കാണുകയും കേൾക്കുകയും ചെയ്തിരുന്ന, ലോകാവസ്ഥകളെപ്പറ്റിയും ജീവിതത്തെപ്പറ്റിയും ആശങ്കയോടെ ചിന്തിച്ചിരുന്ന ഒരു തലയാണ് തലയോടായി പരിണമിച്ച് തന്റെ കൈയിലിരിക്കുന്നത്!

“ഇതൊരു ശ്മശാനമായിരിക്കുമോ? എങ്കിൽ ഇതിന്റെ ബാക്കി എവിടെ പ്പോയി?” എന്ന് ജഗൻ സ്വയം ചോദിക്കുകയും ഉത്തരത്തിനായി ചുറ്റും പരതുകയും ചെയ്തു.

“മുമ്പ് ഇവിടെ ജീവിച്ചു മരിച്ച ആളുകളെ ഇവിടെത്തന്നെയാവില്ലേ സംസ്കരിച്ചിരിക്കുക. മണ്ണൊലിച്ചു പോയപ്പോൾ അത് പുറത്തുചാടിയ താവും.” പ്രസാദ് തന്റെ ഊഹം അവതരിപ്പിച്ചു.

“തല്ലിക്കൊന്ന് കുഴിച്ചിട്ടതും ആവാം” എന്ന മറ്റൊരു യുക്തിയോടെ ജഗൻ തലയോടിനുമേൽ ഒട്ടിച്ചേർന്ന മണ്ണ് മെല്ലെ തുടച്ചുനീക്കാൻ തുടങ്ങി. മണ്ണു നീങ്ങിയപ്പോൾ അതിന് ഒരു പാത്രത്തിന്റെ ആകൃതിയായി.

“എടുക്കാം. അല്ലേ. കശുവണ്ടി ഇട്ടുവെക്കാനുള്ള പാത്രമായി ഉപ യോഗിക്കാം.” ജഗൻ പ്രസാദിനെ നോക്കി.

പണ്ട് ജീവിതവിരക്തരായ മഹർഷിമാർ തലയോട് പാത്രമാക്കിയാണ് ഭിക്ഷാടനം നടത്തിയിരുന്നത് എന്ന് കേട്ടിട്ടുണ്ട്. ഇത്രയേയുള്ളൂ നമ്മൾ എന്ന ആത്മബോധം നമുക്കും ഉണ്ടാകട്ടെ എന്ന് ജഗൻ തന്നോടുതന്നെ പറഞ്ഞു. തുടർന്ന് “ആത്മവിദ്യാലയമേ' എന്നാരംഭിക്കുന്ന ഒരു ചലച്ചിത്ര ഗാനം മെല്ലെ മൂളുകയും ചെയ്തു.

“വേണ്ട.” പ്രസാദ് പറഞ്ഞു. “എനിക്കും നിങ്ങൾക്കും അതൊരു പ്രശ്നമല്ലായിരിക്കാം. പക്ഷേ, അവിടെയുള്ളവർ പേടിച്ചുപോകും. മരണ ത്തിന്റെ സിംബലല്ലേ തലയോട്.”

തലയിൽ നിന്ന് തലയോടിലേക്കുള്ള മാറ്റം ജീവനിൽ നിന്ന് മരണ ത്തിലേക്കുള്ള മാറ്റമാണെന്ന ഒരു തത്വവിചാരത്തോടെ ജഗൻ തലയോട് മണ്ണിലേക്കുതന്നെ ചേർത്തു.

ഒരു കല്ല് കൊണ്ട് ശ്രദ്ധാപൂർവം അടിച്ച് പ്രസാദ് പാത്രത്തിന്റെ ചളുക്ക് നിവർത്തിയെടുത്തു. പാതിയും ദ്രവിച്ച ഒരു ചെറിയ അലൂമിനിയം പാത്രം ദ്വാരം വീണിട്ടുണ്ട്. വെള്ളം തിളപ്പിക്കാൻ അത് ഉപയോഗിക്കാൻ കഴിയില്ല.

"കിണറീന്ന് വെള്ളം വലിച്ചു കോരാൻ ഉപയോഗിക്കാം." പ്രസാദ് ആ പാത്രത്തിനും ഒരു പ്രയോജനം കണ്ടെത്തി. മൺപാത്രത്തിന് ദ്വാരമോ വിള്ളലോ ഇല്ല. വെള്ളം തിളപ്പിക്കാൻ അതു മതിയാകും. ഉപേക്ഷിക്കപ്പെട്ടതല്ല, വരുംകാലങ്ങളിൽ ഇതിലേ കടന്നുപോകാവുന്ന സഞ്ചാരികൾക്കായി സംരക്ഷിക്കപ്പെട്ടതാണ് ആ മൺപാത്രം എന്ന് പ്രസാദ് മനസ്സിൽ പറഞ്ഞു. വിദൂരഭൂമിയിൽ നിന്ന് ഉത്ഖനനം ചെയ്തെടുത്ത പ്രാചീനമായ രണ്ട് പാത്രങ്ങളുമായി ജഗനും പ്രസാദും ക്യാപിറ്റലിൽ തിരിച്ചെത്തി. മൂന്നു കല്ലുകൾ അടുക്കിവെച്ച് അടുപ്പ്. തോട്ടത്തിൽ നിന്ന് ശേഖരിച്ച ഉണങ്ങിയ മരക്കൊമ്പുകൾ വിറക്. കഴുകിയെടുത്ത മൺപാത്രത്തിൽ ജഗൻ തന്നെ വെള്ളം തിളപ്പിക്കാൻ വെച്ചു.

പക്ഷേ, തിളപ്പിച്ച വെള്ളംകൊണ്ട് പരിഹരിക്കാൻ കഴിയാത്ത ആരോഗ്യപ്രശ്നങ്ങൾ പിന്നെയും ഉയർന്നുവന്നുകൊണ്ടിരുന്നു. രാവിലെ ആർത്തി പിടിച്ച് അകത്താക്കിയ കശുവണ്ടി വയറുമായി പിണങ്ങി പരിക്ഷീണനായി ഇരിക്കുകയാണ് രാജശേഖരൻ. കടുത്ത ഗ്യാസ്ട്രബിളും വയർസ്തംഭനവുമാണ് അയാളുടെ പ്രശ്നം. മറ്റുള്ളവർക്കായി കശുവണ്ടി ചുട്ട് പരിപ്പെടുത്തു കൊടുക്കുന്നതിനിടയിലും അയാൾ തുടർച്ചയായി ഏമ്പക്കം വിട്ടുകൊണ്ടിരിക്കുന്നുണ്ട്. സമയബന്ധിതമായി ഭക്ഷണം കഴിക്കാത്തതുകൊണ്ട് രക്തത്തിലെ ഷുഗർ നില താഴ്ന്ന് കരുണൻ കുഴഞ്ഞു വീണു. ഹൃദയാഘാതം എന്ന് ഭയന്നുതന്നെ താങ്ങുന്നവരോടായി കരുണൻ പറഞ്ഞു.

"അറ്റാക്കല്ല. ഷുഗറ് കുറയണതാണ്."

ഭക്ഷണം കൃത്യമായി ആമാശയത്തിലെത്താതിരിക്കുമ്പോൾ ചിലർക്കുണ്ടാവുന്ന പ്രശ്നമാണ്. കൈകാലുകൾക്ക് വിറ ബാധിക്കും. വിയർക്കും. ശരീരമാകെ കുഴച്ചിൽ അനുഭവപ്പെടും. ചിലർ കുഴഞ്ഞു വീഴും.

"ഈ പ്രശ്നം എനിക്കും ഉണ്ടാവാറുണ്ട്. മധുരമുള്ള എന്തെങ്കിലും തിന്നാൻ മതി. മാറിക്കോളും." കരുണൻ നേരിടുന്ന അവസ്ഥയ്ക്ക് മധുസൂദനൻ ഒരു പരിഹാരം നിർദ്ദേശിച്ചു. ആരുടെയെങ്കിലും കൈവശം ശരീരത്തിലെ ഷുഗർ നില ഉയർത്താൻ കെല്പുള്ള ഭക്ഷണം ഉണ്ടാവുമോ എന്ന അന്വേഷണമായി ജഗന്റെ അടുത്ത ദൗത്യം.

"ആ ചെക്കന്റെ ബാഗിൽ ചോക്ലേറ്റുണ്ട്. വെളുപ്പിനു മുതലേ അവൻ അതെടുത്ത് തിന്നുന്നുണ്ട്." തെല്ലകലെ ഒരു പാറപ്പുറത്തിരുന്ന് തടിച്ച ഒരു ഇംഗ്ലീഷ് പുസ്തകത്തിൽ മുഖം പൂഴ്ത്തിയിരിക്കുകയായിരുന്ന ജയേഷിനു നേർക്ക് മധുസൂദനൻ കൈചൂണ്ടി. ജയേഷിലേക്കായി എല്ലാവരുടേയും ശ്രദ്ധ.

ഇന്നലെ രാത്രി ബസ്സ് പുറപ്പെട്ടതു മുതൽ മൊബൈൽ ഫോണിൽ കളിക്കുകയായിരുന്നു അവൻ. ഇത്രയൊക്കെ സംഭവങ്ങൾ ഉണ്ടായിട്ടും കൂടെയുള്ള ഒരാളോടും സൗഹൃദമോ സമ്പർക്കമോ പുലർത്താൻ അവൻ

ശ്രമിച്ചിട്ടില്ല. തന്റേതു മാത്രമായ ഒരു ലോകത്ത് നിർബന്ധപൂർവം ഒതുങ്ങിക്കൂടുകയാണ് അവൻ. ബസ്സ് അപരിചിതഭൂമിയിൽ ഒതുങ്ങിയത് അറിയാഞ്ഞിട്ടോ അല്ലെങ്കിൽ അതൊരു പ്രശ്നമായി കരുതാത്തതു കൊണ്ടോ അവന്റെ ഈ ഉദാസീനത?

രാത്രി മറ്റുള്ളവർ ഉറക്കത്തിലേക്കു വീഴുമ്പോഴും അവൻ കളിയിൽ ഭ്രമിച്ചിരിക്കുകയായിരുന്നു. പിന്നീട് എപ്പോഴോ ഉറങ്ങി. രാവിലെ ഉണർന്ന പാടെ ബാഗിൽ നിന്ന് കോളയുടെ കുപ്പിയും ഒരു പാക്കറ്റ് ചോക്ലേറ്റും പുറത്തെടുത്തു. ദാഹവും വിശപ്പും തീർത്ത് വീണ്ടും കളി തുടങ്ങി. ബാറ്ററിയുടെ ചാർജ് തീർന്നപ്പോൾ ആ സ്ഥാനത്ത് മറ്റൊരു ബാറ്ററി സ്ഥാപിച്ച് വീണ്ടും കളി. ഇടയ്ക്ക് കുറച്ചുനേരം ഒരു പുസ്തകമെടുത്തു വായിക്കും. സാഹിത്യമല്ല, പഠിക്കാനുള്ള ഏതോ പുസ്തകമാണ് അവൻ വായിക്കുന്നത്. വണ്ടിയിൽ ഒരാളും അവശേഷിച്ചിട്ടില്ലെന്ന് ഉറപ്പാകും വരെ അവൻ വണ്ടിയിൽത്തന്നെ തുടരുകയായിരുന്നു. വണ്ടി വിജനമായ പ്പോഴാണ് അവൻ പുറത്തേക്കിറങ്ങിയത്. ആ ബാഗ് ഒരു അവയവം പോലെ അപ്പോഴും അവന്റെ ശരീരത്തോട് ഒട്ടിച്ചേർന്നു കിടന്നു.

ജഗൻ മധുസൂദനനു നേർക്ക് സംശയത്തോടെ നോക്കി.

"ചോദിച്ചാൽ അവൻ തരോ?"

"എന്താ തരാണ്ട്?" മറുപടി പറഞ്ഞത് ജെയിംസാണ് ആ കൗമാര ക്കാരന്റെ ഇരിപ്പും കളിയും പഠിപ്പും ജെയിംസിനെ ക്ഷുഭിതനാക്കുന്നു ണ്ടായിരുന്നു.

"തന്നില്ലെങ്കില് എന്താ വേണ്ടെന്ന് ഞാൻ കാണിച്ചുകൊടുക്കാം."

ആ നവയുവാവിനു നേർക്ക് ജെയിംസ് അക്ഷമ നിറഞ്ഞ ചുവടു വെയ്പുകളോടെ തീവ്രഗതിയിൽ നടന്നു. ബാഗ് അപ്പോഴും അവന്റെ തോളിൽ തൂക്കിയ നിലയിലായിരുന്നു. അടുത്തു ചെന്നപാടെ ജെയിംസ് അവനെ ഗൗനിക്കാതെ ബാഗിന്റെ സിബ് വലിച്ചുതുറന്നു. എന്താണ് സംഭവിക്കുന്നത് എന്ന് വ്യക്തമാവാതെ അവൻ ആദ്യമൊന്നു പകച്ചു. പിന്നെ 'എന്റെ ബാഗ്' എന്ന് ശബ്ദം വെച്ചുകൊണ്ട്, ജെയിംസിന്റെ കൈ തട്ടിമാറ്റിക്കൊണ്ട് അവൻ ചാടിയെണീറ്റു. ക്ഷോഭം അടക്കാനാവാതെ ജെയിംസ് ഇടതുകൈകൊണ്ട് അവന്റെ കഴുത്തിനുമേൽ മുറുക്കെ ഒരു പിടിത്തം പിടിച്ചു. ഒപ്പം വലതുകൈകൊണ്ട് അവന്റെ തോളിൽനിന്ന് ബാഗ് വലിച്ചെടുക്കുകയും ചെയ്തു. തുടർന്ന് ഒരു തള്ളലോടെ അവന്റെ കഴുത്തിലെ പിടിവിട്ടു.

"മനുഷ്യന്മാര് ഇവിടെക്കെടന്ന് ചാവുന്നു. അപ്പഴാ അവന്റെയൊര് ബാഗ്."

ബാഗിന്റെ സിബ്ബ് വിശദമായി തുറന്ന് ജെയിംസ് അതിനുള്ളിൽ ചോക്ലേറ്റിനായി കൈയിട്ടു. കൗമാരപ്രായം പിന്നിട്ടിട്ടേ ഉണ്ടായിരുന്നുള്ളൂ വെങ്കിലും ആ ചെറുക്കൻ പുലിക്കുട്ടിയെപ്പോലെ അമറി.

"എന്റെ പപ്പാ ആരാന്നറിയാമോ?"

“നിന്റെ പപ്പാ ആരായാ എനിക്കെന്താടാ?”

ബാഗിനുള്ളിൽ നിന്ന് കോളയുടെ കുപ്പി പുറത്തെടുക്കുന്നതിനിടയിൽ ജെയിംസ് പറഞ്ഞു. “മോളില് ആകാശോം താഴെ ഭൂമീമായിട്ട് നടക്കണ എന്നെ നിന്റെ തന്തപ്പടി എന്തൂട്ടാക്കാനാടാ.”

കുപ്പിയിൽ പകുതിയോളം കോള ബാക്കിയുണ്ട്. കുപ്പിയുടെ അടപ്പു തുറന്ന് ജെയിംസ് അതു മുഴുവൻ പുറത്തേക്കൊഴുക്കി.

“നീയങ്ങനെ കോള കുടിച്ച് നന്നാവണ്ട.”

കോള നശിപ്പിക്കപ്പെടുന്നതു കണ്ട് അവൻ ഒരിക്കൽകൂടി ഒരു പുലിയാവാനുള്ള ശ്രമം നടത്തി. കുപ്പി പിടിച്ചെടുക്കാനുള്ള അവന്റെ ശ്രമത്തെ ശക്തമായ ഒരു വലംകൈ പ്രയോഗം കൊണ്ട് ജെയിംസ് പരാജയപ്പെടുത്തി. ആ തള്ളലിന്റെ ഊക്കുകൊണ്ട് അവൻ പിന്നിലേക്ക് മലർന്നടിച്ചു വീണു. ബാഗിൽ നിന്ന് മൂന്ന് ചോക്ലേറ്റ് പാക്കറ്റുകൾ കണ്ടെടുത്ത് ജെയിംസ് ബാഗ് അവന്റെ മുന്നിലേക്കു തന്നെ വലിച്ചെറിഞ്ഞിട്ടു. കവർ കീറിയെറിഞ്ഞിട്ട് ഒരു ചോക്ലേറ്റ് കരുണന്റെ വായിലേക്ക് തിരുകിക്കയറ്റുകയായിരുന്നു. ചോക്ലേറ്റ് അകത്താക്കി അല്പം വെള്ളവും കുടിച്ചു കഴിഞ്ഞപ്പോൾ കരുണന്റെ പാരവശ്യം നിന്നു. രണ്ടാമത്തെ ചോക്ലേറ്റ് മൂന്നു വയസ്സുകാരി തീർഥയ്ക്ക്. മൂന്നാമത്തെ ചോക്ലേറ്റ് ജെയിംസ് ആ ചെറുക്കനു നേർക്കുതന്നെ എറിഞ്ഞിട്ടു.

“നീ തന്നെ തിന്ന്. വേറൊന്നും തിന്നാ ദഹിക്കാത്ത വയറല്ലേ.”

ഉറക്കത്തിൽ നിന്ന് ഞെട്ടിയെഴുന്നേറ്റിട്ടെന്ന പോലെ ജയേഷ് ചുറ്റിലുമുള്ളവരെ അമ്പരപ്പോടെ നിരീക്ഷിച്ചു. ദാഹമകറ്റാനുള്ള കോളയും വിശപ്പടക്കാനുള്ള ചോക്ലേറ്റും ഇല്ലാതായി എന്ന യാഥാർഥ്യം തിരിച്ചറിഞ്ഞതു കൊണ്ടാവാം ഇപ്പോൾ അവന്റെ മുഖത്ത് ഒരു നേർത്ത മനുഷ്യഭാവം തെളിഞ്ഞുവരുന്നുണ്ട്. ദാഹത്തിനും വിശപ്പിനും മറ്റുള്ളവരെ ആശ്രയിക്കുകയല്ലാതെ ഇനി അവനും മറ്റ് മാർഗമൊന്നുമില്ല. എങ്കിലും, പരാജയം സമ്മതിക്കാൻ തയ്യാറല്ലെന്ന മട്ടിൽ ബാഗും തോളിൽ തൂക്കി അവൻ രോഷത്തോടെ ബസ്സിൽ കയറിയിരിപ്പായി. അന്തരീക്ഷം കലുഷമാവുന്നത് എല്ലാവരുടേയും ശരീരവും മനസ്സും അസ്വസ്ഥമാവുന്നത് സുഗതൻ ശ്രദ്ധിക്കുന്നുണ്ടായിരുന്നു. വിശപ്പും ദാഹവും രോഗവും മനുഷ്യനിൽ നിന്ന് മാനുഷികത ചോർത്തിക്കളയുമെന്നത് ലോകത്തിന്റെയാകെ അനുഭവപാഠമാണ്. അത്തരമൊരു അവസ്ഥയിലേക്കാണ് ഈ യാത്രാസംഘവും മെല്ലെ നീങ്ങിക്കൊണ്ടിരിക്കുന്നത്.

പലരും ഓരോ തരത്തിൽ പരിക്ഷീണരായിക്കൊണ്ടിരിക്കുകയാണ്. അല്ലെങ്കിൽത്തന്നെ പലതരം രോഗങ്ങളും ശാരീരികക്ലേശങ്ങളും പേറിയാണ് ഇക്കാലത്ത് ഓരോ മനുഷ്യനും ജീവിച്ചുപോരുന്നത്. പലതരം മരുന്നുകളിൽ തളയ്ക്കപ്പെട്ട ഒരു ജീവിതം. ഭക്ഷണം കൃത്യമായി കഴിച്ചാലേ മരുന്നുകൾ ചെലുത്താൻ കഴിയൂ. കശുവണ്ടി ചുട്ടുതിന്ന് കുറച്ചുനേരം പിടിച്ചുനിൽക്കാം. അതിനുമേലെ മരുന്നുകൾ ചെലുത്താനാവില്ല

എന്നതാണ് പ്രശ്നം. ഇത്തരത്തിൽ ആരോഗ്യപ്രശ്നങ്ങൾകൂടി നേരിടേണ്ടിവന്നാൽ ഈ മതിൽക്കെട്ട് ഒരു മരണവാർഡ് തന്നെയായി മാറിപ്പോകാനിടയുണ്ട്. ഇപ്പോൾത്തന്നെ അന്തരീക്ഷത്തിൽ മരണത്തിന്റെ ഗന്ധം പരക്കാൻ തുടങ്ങിയിട്ടുണ്ട് എന്ന് സുഗതനു തോന്നി.

"ഭക്ഷണം കൂടാതെ ഒരു ദിവസംപോലും പിടിച്ചുനില്ക്കാൻ കെല്പില്ലാത്ത ഒരു ജനതയായി ഞങ്ങൾ മാറിപ്പോയി ഫിലിപ്പേ." തന്റെ മുന്നിൽ അരങ്ങേറുന്ന യാഥാർത്ഥ്യങ്ങളിൽ നിന്ന് താൻ കണ്ടെടുത്ത തിരിച്ചറിവ് സുഗതൻ ഫിലിപ്പുമായി പങ്കുവെച്ചു. ഭക്ഷണം ഒരു ആർഭാടമോ ഭാഗ്യമോ ആയിരുന്ന ബാല്യകാലം സുഗതന്റെ ഓർമ്മയിലൂടെ കടന്നുപോയി. കൃത്യമായി ഭക്ഷണമില്ലാതെ എത്രയോ ദിവസങ്ങളാണ് അന്ന് അതിജീവിച്ചിട്ടുള്ളത്. തന്റെ കുടുംബം മാത്രമല്ല, നാട്ടിലെ എത്രയോ കുടുംബങ്ങൾ. അന്ന് അതൊരു ശീലമായിരുന്നു.

ആ ജനതയല്ല ഈ ജനത. ആ കാലമല്ല ഈ കാലം. ഒരു ദിവസം കൂടി ഈ മതിൽക്കെട്ടിനകത്ത് ഭക്ഷണമില്ലാതെ തുടരേണ്ടിവന്നാൽ വലിയ ദുരന്തങ്ങൾക്കുതന്നെ നമ്മൾ സാക്ഷ്യം വഹിക്കേണ്ടി വന്നേക്കാം. അതുകൊണ്ട്, താൽക്കാലികമായ പരിഹാരങ്ങളല്ല, മതിൽക്കെട്ടിന് പുറത്തുകടക്കാനുള്ള വഴിയാണ് കണ്ടുപിടിക്കേണ്ടത്. സാഹസികമായ ഉദ്യമങ്ങൾ ആവശ്യമാണെങ്കിൽ അതിനും തയ്യാറാവണം.

കശുവണ്ടി ചുട്ടുതല്ലുന്ന റിയാസ്. റിയാസിന് മുന്നിൽ കത്തിയാളുന്ന കരിയിലകളും മരക്കൊമ്പുകളും. തീയുടെ സ്വർണജ്വാലകൾ. ആ തീയിൽ സുഗതന്റെ നോട്ടം ചെന്നു തറച്ചു.

സുഗതൻ ഫിലിപ്പിനു നേർക്കു തിരിഞ്ഞു.

"ഒരു വഴിയുണ്ട് ഫിലിപ്പേ."

"ഏതുവഴി."

"തീ കൊണ്ടുള്ള വഴി. തീക്കളി."

ഏതു തീക്കളിക്കും ഞാൻ തയ്യാർ എന്ന് ഫിലിപ്പ് ഒരു നോട്ടം കൊണ്ട് സമ്മതം നല്കി.

ഇരുപത്തിമൂന്ന്

ഒരു നിമിഷനേരത്തേക്കു മാത്രമായി മൊബൈൽ ഫോൺ റെയ്ഞ്ചിലേക്കു കടന്നുനിന്ന സ്ഥലം ലക്ഷ്യംവെച്ച് സുഗതൻ ഒരിക്കൽകൂടി നടന്നു. അവസാനമായി ഒരു ശ്രമംകൂടി നടത്തിയിട്ടാവാം അടുത്ത പദ്ധതികൾ. ശ്രീജിത്തിനെ ഒരിക്കൽകൂടി ഫോണിൽ കിട്ടുമെങ്കിൽ രണ്ടു കാര്യങ്ങൾ നിർവഹിക്കാൻ കഴിയും. ഒന്ന്, തൃശൂരിൽ നടക്കുന്ന യോഗത്തിൽ ഒരു പകരക്കാരനെ ചുമതലപ്പെടുത്താൻ നിർദ്ദേശിക്കാം. രണ്ട്, തന്റെ വണ്ടി സഞ്ചരിച്ച ദിശയെപ്പറ്റി ഒരു ഏകദേശധാരണ നല്കാം.

ഫോൺ സന്ദേശങ്ങൾ ഒളിച്ചുകളിക്കുന്ന പഴയ സ്ഥാനത്ത് വീണ്ടും എത്തി സുഗതൻ പോക്കറ്റിൽ നിന്ന് പ്രതീക്ഷയോടെ ഫോൺ പുറത്തെടുത്തു. റെയ്ഞ്ചിനകത്താണ് എന്നതിന്റെ ഒരു നേർത്ത ലക്ഷണം പോലുമില്ല. പല ദിശകളിൽ മാറി മാറി നിന്ന് ശ്രമിച്ചിട്ടും ഫലം അതുതന്നെ.

ഇനി ഒരു വഴിയേയുള്ളൂ. താൻ മുൻകൂട്ടി തയ്യാറാക്കിവെച്ച ആ പദ്ധതി സുഗതൻ പുറത്തെടുത്തു: കശുമാവു തോട്ടത്തിന് തീയിടുക!

പുറംലോകത്തിന്റെ ശ്രദ്ധ ആകർഷിക്കാൻ, തങ്ങളെ ക്യാമറയിലൂടെ ആരെങ്കിലും കണ്ടുകൊണ്ടിരിക്കുന്നുണ്ടെങ്കിൽ അവരെ ഇവിടെ എത്തിക്കാൻ തൽക്കാലം ആ വഴി മാത്രമേ സുഗതന് മുന്നിലുള്ളൂ. ഒരു ചെറിയ മേഖല വേർതിരിച്ചെടുത്ത് അതിനുള്ളിലെ അടിക്കാടിനു തീയിടുക. തീയും പുകയും ആകാശത്തോളം ഉയർന്നു പൊന്തുമ്പോൾ പുറംലോകത്തിന് ഇങ്ങോട്ട് ശ്രദ്ധിക്കാതിരിക്കാൻ കഴിയില്ല.

ഫിലിപ്പിന് ബ്രിട്ടനിലേക്കും സുഗതന് തൃശൂരിലേക്കും സുരേഷിന് ജീവിതത്തിലേക്കും വഴി തുറക്കുന്നത് ഇനി ഒരു തീപ്പെട്ടിയാണ്. മരങ്ങൾക്കു ചുവട്ടിൽ കരിയിലകൾ കനത്തു കിടക്കുകയാണ്. ഇടയ്ക്ക് ഉണങ്ങിയ കുറ്റിച്ചെടികളും. തീപ്പൊരി വീണാൽ അതിവേഗം ആളിക്കത്തും. കത്തിപ്പടരും. അടിക്കാട് കത്തുമ്പോഴുള്ള ചൂടുകൊണ്ട് മരം ഒന്നാകെ പുകഞ്ഞു കത്തും. അതുകൊണ്ട് വളരെ ജാഗ്രതയോടെ വേണം തീകൊണ്ടുള്ള കളി. സുഗതൻ നാലഞ്ചു മരങ്ങൾ ഉൾക്കൊള്ളുന്ന ഒരു സ്ഥലവൃത്തം ലക്ഷ്യം വെച്ച് അതിനുചുറ്റുമുള്ള കരിയിലകൾ ഒരു വടികൊണ്ട് ഒരു ഭാഗത്തേക്ക് വകഞ്ഞുമാറ്റാൻ തുടങ്ങി. അങ്ങനെ, തീ പടർന്നുപിടിക്കാൻ സാധ്യതയില്ലാത്തത്രയും അകലത്തിൽ കരിയിലപ്പരപ്പിൽ ഒരു വിടവ് വരച്ചെടുത്തു. ഉള്ളിലെ തീ പുറത്തേക്ക് പടരാതെ അതിരിനുള്ളിൽ മാത്രമായി ഒതുങ്ങിനില്ക്കുമെന്ന് ഉറപ്പുവരുത്തി.

മതിലിനപ്പുറത്ത് വളരെയകലെ നിന്നുപോലും ഈ തീക്കാഴ്ച കാണാൻ കഴിയണം. അതുകൊണ്ട് മതിലിനോടു ചേർന്ന സ്ഥലം തന്നെയാണ് ദഹനത്തിനായി സജ്ജമാക്കിയത്.

“തുടങ്ങാം അല്ലേ.” സുഗതൻ ഫിലിപ്പിനു നേർക്കു നോക്കി. തുടങ്ങാം എന്ന് ഫിലിപ്പ് തലയാട്ടി. അപ്പോൾ സുഗതനു മാത്രമല്ല ഫിലിപ്പിനും നെഞ്ചത്തൊരു കനം അനുഭവപ്പെട്ടു.

ജീവനോടെ കത്തിയമരാൻ പോകുന്ന കശുമാവുകളെ സുഗതൻ ദയനീയമായി നോക്കി. ‘ഞങ്ങൾക്കു വേറെ വഴിയില്ല’ എന്ന് അവയോട് മനസ്സുകൊണ്ട് മാപ്പു ചോദിച്ചു. മരത്തിൽ കൂടുവെച്ച കിളികളോടോ പ്രാണികളോടോ മാപ്പു ചോദിക്കേണ്ടതില്ല. കാരണം, മരത്തിൽ കിളികളുമില്ല, കിളിക്കൂടുമില്ല. നഗ്നനേത്രങ്ങൾ കൊണ്ട് കാണാൻ കഴിയുന്ന പ്രാണികളുമില്ല. അതുകൊണ്ട് അവയുടെ ശാപം ഭയക്കേണ്ടതില്ല. ജീവികളേയും പ്രാണികളേയും പ്രതിരോധിക്കുന്ന കമ്പനസ്വഭാവമുള്ള ഏതോ

ഒരു ഇലക്ട്രോണിക് ഉപകരണം ഇവിടെ സ്ഥാപിക്കപ്പെട്ടിട്ടുണ്ട് എന്നാണ് പ്രസാദ് അതിന്റെ കാരണം ഊഹിക്കുന്നത്.

സുഗതൻ തീപ്പെട്ടിയുരച്ച് കരിയിലകൾക്ക് തീവെച്ചു. ജീവിതത്തിൽ ആദ്യമായി താനൊരു വിധ്വംസകവൃത്തിയിൽ ഏർപ്പെടുകയാണ് എന്നോർത്ത് അപ്പോൾ സുഗതന് കൈവിറച്ചു.

പതിഞ്ഞ താളത്തിലായിരുന്നു തീയുടെ തുടക്കം. വളരെ കരുതലോടെ മാത്രം സ്വന്തം ശരീരം ചലിപ്പിക്കുന്ന സൗമ്യയായ ഒരു പെൺകുട്ടിയെപ്പോലെ. പത്തു സെക്കന്റിനുശേഷം പെട്ടെന്ന് ആ സൗമ്യഭാവം ഉപേക്ഷിച്ച് കരിയിലക്കൂനകൾക്കുമേലേക്ക് ഒരു ഇളകിയാട്ടം. പിന്നെ, ഒരു രൗദ്രമൂർത്തിയായി മാറി സംഹാരതാണ്ഡവം. കശുമാവുകളുടെ മേൽക്കൂരകളെ ഉലച്ചുകൊണ്ട് കനത്ത പുക മുകളിലേക്ക് ഉയരാൻ തുടങ്ങി. കശുമാവുകൾ തീയിലും പുകയിലുമായി മാഞ്ഞുമറഞ്ഞു. തീയിൽ വേവുന്ന പച്ചമരത്തണ്ടുകൾ പൊട്ടുന്ന ശബ്ദം അതിൽ നിന്ന് ഇടയ്ക്കിടെ പുറത്തേക്കു തെറിച്ചുവീഴുന്നുണ്ട്. തീയും പുകയും ഉയരുന്നതു കണ്ട്, തീ പിടിച്ച മരങ്ങളിൽനിന്ന് തെറിക്കുന്ന ശബ്ദംകേട്ട് ക്യാപിറ്റലും ഇളകി മറിഞ്ഞു. ജഗനും ശ്യാമളയും രാജീവനും വിനയനും തീയിനെ ലക്ഷ്യം വെച്ച് ഓടിയെത്തിയപ്പോൾ ജീവനിൽ കൊതിയുള്ള പലരും ബസ്സിനു സമീപത്തുനിന്ന് കൂടുതൽ തുറസ്സായ ഇടം തേടി പാഞ്ഞു.

അപ്പോഴും, തീ മറ്റു സ്ഥലങ്ങളിലേക്ക് പടരുന്നില്ല എന്ന് ഉറപ്പാക്കാനുള്ള ജാഗ്രതയോടെ ആളുന്ന തീയിനു സമീപം നില്ക്കുയായിരുന്നു സുഗതനും ഫിലിപ്പും. തോട്ടത്തിലെ നിരപ്പുകേടുകൾ മറികടന്ന് ആദ്യം ഓടിയെത്തിയത് ശ്യാമളയാണ്. തീയ്ക്കു പിന്നിലെ താത്പര്യം ഒറ്റനോട്ടത്തിൽത്തന്നെ ഊഹിച്ചറിഞ്ഞ് ശ്യാമള പറഞ്ഞു.

“പരിപാടി ഉഷാറായിട്ടുണ്ട്. ഇതിലെന്തായാലും അവന്മാര് ഇളകും. തോട്ടത്തിനു തീ പിടിച്ചാൽ ഏതു മുതലാളിയാണ് ഓടിയെത്താത്തത്?”

തീയിൽ നിന്ന് ഒരു നിശ്ചിത അകലത്തിൽ വിനയൻ നിശ്ചലനായി. ഒരു യാത്രാനുഭവം എന്ന മട്ടിൽ തീയാട്ടം കണ്ടുനിന്നു. അപകടകാരിയാണെങ്കിലും ലോകത്തിലെ ഏറ്റവും ഗംഭീരമായ കാഴ്ചകളിലൊന്നാണ് ആളിക്കത്തുന്ന തീ. ശ്യാമളയ്ക്കു പിറകെ പരിഭ്രമത്തോടെ ജഗനും രാജീവനും ഓടിയെത്തുമ്പോഴേക്കും എവിടെ നിന്നോ ഒരു കനത്ത മഴയുടെ ആരവം കേട്ടു. സുഗതൻ വിസ്മയത്തോടെ തലയുയർത്തി നോക്കി. കശുമാവു മരങ്ങൾക്കു മുകളിൽ മഴ പെയ്യുന്നു. ചാറ്റൽ മഴയല്ല, കനത്ത മഴ തന്നെ. ആ മഴ പുകമറയ്ക്കുള്ളിലൂടെ കത്തുന്ന അടിക്കാടിലേക്ക് സീൽക്കാരത്തോടെ പെയ്തുകൊണ്ടിരിക്കുകയാണ്. വെള്ളം വീണ് തീയണയുമ്പോൾ ഇരട്ടി ശക്തിയോടെ പതഞ്ഞുപൊന്തുന്ന പുക.

മുഖത്തേക്കും വസ്ത്രത്തിലേക്കും തെറിച്ചുവീഴുന്ന മഴത്തുള്ളികളിൽ നിന്ന് രക്ഷപ്പെടാൻ വേണ്ടി സുഗതനും ഫിലിപ്പും അല്പം പിന്നിലേക്ക് നീങ്ങിനിന്നു.

കാടിന് തീയിട്ട അതേസമയത്തുതന്നെ എവിടന്നു വന്നു അപ്രതീക്ഷിതമായ ഈ വേനൽമഴ എന്ന ആശ്ചര്യമായിരുന്നു ആദ്യം. ആ ആശ്ചര്യം അടുത്ത നിമിഷം തന്നെ മാഞ്ഞു. ആകാശത്തുനിന്നല്ല, ഭൂമിയിൽനിന്നു തന്നെയാണ് ആ മഴ വർഷിക്കപ്പെടുന്നത്. മുകളിൽ നിന്നു താഴേക്കു പെയ്യുന്ന മഴയല്ല, ഭൂമിയിൽ നിന്ന് മുകളിലേക്കു ചീറ്റുന്ന മഴയാണ്. പരിസരത്ത് എവിടെയൊക്കെയോ സ്ഥാപിക്കപ്പെട്ട പൈപ്പുകളിൽ നിന്ന് കശുമാവ് മരങ്ങൾക്ക് മേലെവരെ പൊന്തുന്ന ഫൗണ്ടനുകളാണ് ആ മഴ സൃഷ്ടിക്കുന്നത്. പല ദിശകളിൽനിന്ന് തീപിടിച്ച മരങ്ങളെ മാത്രം ലക്ഷ്യം വെച്ച് ആ ഫൗണ്ടനുകൾ പ്രവർത്തിക്കുന്നു.

പ്രത്യക്ഷത്തിൽ കാണാൻ കഴിയാത്തവിധത്തിൽ വളരെ നിഗൂഢമായാണ് ആ ഫൗണ്ടനുകൾ സ്ഥാപിക്കപ്പെട്ടിരിക്കുന്നത്. മതിലിനോട് ചേർന്ന് രണ്ട്. മരങ്ങൾക്കു ചുവട്ടിലുള്ള ഗുഹാമാർഗങ്ങളിൽ നിന്ന് രണ്ടോ മൂന്നോ ഫൗണ്ടനുകൾ. രണ്ടോ മൂന്നോ നിമിഷങ്ങൾ മാത്രമേ ആ മഴ നീണ്ടുനിന്നുള്ളൂ. അതിനകം തീയണഞ്ഞു കഴിഞ്ഞിരുന്നു. ഒരു നേർത്ത പുക മാത്രം അവിടെ ബാക്കിയായി.

"ഞാൻ പറഞ്ഞില്ലേ, നമ്മളെ അവർ കണ്ടുകൊണ്ടിരിക്കുന്നുണ്ട്." ശ്യാമള പറഞ്ഞു. "നമ്മുടെ ഓരോ നീക്കവും അവരറിയുന്നുണ്ട്."

തങ്ങളുടെ ഓരോ നീക്കവും ആരോ കണ്ടുകൊണ്ടിരിക്കുന്നുണ്ട് എന്നതേക്കാൾ സുഗതനെ ആശ്ചര്യപ്പെടുത്തിയത് ആ തോട്ടത്തിനകത്തെ കൃത്യതയുള്ള സജ്ജീകരണങ്ങളാണ്. എവിടെയോ ഇരുന്നുകൊണ്ട് തന്നെ റിമോട്ട് സാങ്കേതികത വഴി തോട്ടത്തിലെ ഓരോ മരവും നനയ്ക്കാൻ കഴിയുന്ന ജലസേചന സംവിധാനം. യഥാർഥത്തിൽ ഒരു മാതൃകാ കൃഷിത്തോട്ടം എങ്ങനെയിരിക്കണം എന്നതിന്റെ ഒരു പാഠപുസ്തകം തന്നെ.

"അവർ ഇരിക്കുന്നത് അത്ര അകലെയൊന്നും ആയിരിക്കില്ല. ഒരു പക്ഷേ, ഈ മതിലിനപ്പുറത്തു തന്നെ അവരുണ്ടാകും. അല്ലെങ്കിൽ തീപിടിച്ച് ഒരു മിനിറ്റിനകം തന്നെ അതു മനസ്സിലാക്കാനും തീയണയ്ക്കാനും കഴിയുന്നതെങ്ങനെ?" ജഗൻ പറഞ്ഞു.

"എന്നതാണേലും ഒരു കാര്യം ഒറപ്പായി." ഫിലിപ്പ് പറഞ്ഞു. "അവന്മാർക്ക് നമ്മടെ പരിപാടി മനസ്സിലായിട്ടൊണ്ട്. അതുകൊണ്ട് ഒട്ടും വൈകാതെ തന്നെ അവമ്മാര് ഇങ്ങെത്തും."

മഴയ്ക്കു പിന്നിലെ സാധ്യതകൾ ഇങ്ങനെ വിശകലനം ചെയ്തുകൊണ്ടിരിക്കുന്നതിനിടയിൽ ഒരിക്കൽകൂടി മഴ വന്നുവീണു. പുകഞ്ഞുകൊണ്ടിരുന്ന അടിക്കാടിലെ അവസാനത്തെ തീസ്പർശവും അണയ്ക്കാൻ ഉദ്ദേശിച്ചാവണം, ഏതാനും സമയത്തേക്കുകൂടി ഫൗണ്ടൻ വീണ്ടും പ്രവർത്തനക്ഷമമായി.

വാടിത്തൂങ്ങിയ ഇലച്ചാർത്തുകളുടെ വിടവിലൂടെ നേരെ താഴേക്കു വീഴുന്ന വെള്ളം കൈക്കുമ്പിൾകൊണ്ട് പിടിച്ചെടുക്കാനുദ്ദേശിച്ച് സുഗതൻ

കൈനീട്ടാൻ തുടങ്ങിയപ്പോൾ ശ്യാമളയിൽനിന്ന് ഒരു താക്കീത് അലർച്ച യായി പൊന്തി.

"അരുത്."

നീട്ടിയ കൈ പൊടുന്നനെ പിൻവലിച്ചുകൊണ്ട് സുഗതൻ ശ്യാമളയെ നോക്കി.

"എന്തുപറ്റി?"

"എനിക്കെന്തോ സംശയം തോന്നുന്നു. ഇത് സാധാരണ വെള്ളമല്ല."

സുഗതന്റെ കൈകളിലേക്ക് തെറിച്ചുവീണിരുന്ന വെള്ളത്തുള്ളികളിൽ മണം പിടിച്ചിട്ട് ശ്യാമള പറഞ്ഞു.

"ഈ വെള്ളത്തിന് ഒരു വല്ലാത്ത മണമുണ്ട്. തല പെരുപ്പിക്കുന്ന മണം."

സുഗതൻ സ്വന്തം കൈകൾ മണത്തുനോക്കി. ജഗനും രാജീവനും മണത്തു നോക്കി. മൂന്നുപേരും ഒരേ സ്വരത്തിൽ പ്രതികരിച്ചു.

"പ്രത്യേകിച്ച് മണമൊന്നും തോന്നുന്നില്ലല്ലോ."

"ഉണ്ട്. തീർച്ചയായും ഉണ്ട്. എന്റെ മൂക്കിന് അത് പിടിച്ചെടുക്കാൻ കഴിയുന്നുണ്ട്." ശ്യാമള തന്റെ വാദത്തിൽ അപ്പോഴും ഉറച്ചുനിന്നു.

തെല്ലകലെ തീക്കാഴ്ചകളും ഫൗണ്ടൻ കാഴ്ചകളും കണ്ട് രസിച്ചു നില്ക്കുകയായിരുന്ന വിനയൻ അവിടെ നിന്നുകൊണ്ടുതന്നെ ഉറക്കെ വിളിച്ചുപറഞ്ഞു.

"അവര് പറയുന്നത് ശരിയാ. വെള്ളത്തിന് ഒരു കെട്ട മണമുണ്ട്... പക്ഷേ, അത്..."

"എന്ത് മണമെന്നാണ് നിങ്ങൾ ഉദ്ദേശിക്കുന്നത്?" ജഗൻ ശ്യാമളയോടു ചോദിച്ചു.

ഒരു നിമിഷം ഏതോ ആലോചനയിൽ തടഞ്ഞുനിന്ന ശേഷം ശ്യാമള പറഞ്ഞു.

"വിഷത്തിന്റെ മണം!"

ജഗനും സുഗതനും രാജീവനും ആ വാർത്തയുടെ രൂക്ഷതയ്ക്ക് മുന്നിൽ അമ്പരന്ന് ശബ്ദമടഞ്ഞ് നിന്നുപോയി.

ആ നിശ്ശബ്ദതയെ മാന്ത്ര്ചുകൊണ്ട് ശ്യാമള തന്നെ പറഞ്ഞു.

"ഇപ്പോൾ ഈ പൈപ്പിലൂടെ വന്നത് സാധാരണ വെള്ളമായിരിക്കാം. എന്നാലും ഒരു കാര്യം ഒറപ്പാ. എപ്പോഴോ ആ പൈപ്പിലൂടെ വിഷം കടന്നു പോയിട്ടുണ്ട്. അതിന്റെ ഒരു നേർത്ത മണം ഈ വെള്ളത്തിനും ഉണ്ട്."

ശ്യാമള ഒരു സ്ത്രീയാണ്. പുരുഷന്മാർക്കില്ലാത്ത അജ്ഞാതവും തീവ്രവുമായ ചില ഇന്ദ്രിയശക്തികൾ അവർക്കുണ്ട്. അതുപയോഗിച്ച് പ്രകൃതിയുടെ നിഗൂഢലിപികൾ അവർ വായിച്ചെടുക്കും. അതുകൊണ്ട്,

ശ്യാമള മണത്തെടുക്കുന്ന ഗന്ധത്തെ ഒരു യാഥാർത്ഥ്യം എന്നു തന്നെയാണ് മനസ്സിലാക്കേണ്ടത്. സുഗതന്റെ മനസ്സിൽ അപ്പോൾ പുതിയൊരു സന്ദേഹംകൂടി തെളിഞ്ഞുവന്നു. ഇതൊരു മാതൃകാ കൃഷിത്തോട്ടം മാത്രമല്ല, മറ്റെന്തോ കൂടിയാണ്.

ശ്യാമള തന്റെ താക്കീത് ആവർത്തിച്ചു.

"ഇനിയും ഇവിടെ തുടരുന്നത് അപകടമാണ്. ഇനി പൈപ്പിലൂടെ ചീറ്റുന്നത് വെള്ളം മാത്രമായിരിക്കില്ല."

മുൾപ്പടർപ്പുകളും ചെങ്കൽപ്പാറകളും താണ്ടി ശ്യാമള മുമ്പേ നടന്നു. അനുസരണയുള്ള കുട്ടികളെപ്പോലെ മറ്റു നാലുപേർ പിന്നാലെയും.

വിനയൻ അപ്പോഴും ഒരു സഞ്ചാരിയുടെ കൗതുകഭാവത്തോടെ പാതി കരിഞ്ഞ മരങ്ങളിൽ നോക്കിനില്ക്കുകയാണ്.

മടക്കയാത്രയ്ക്കിടയിൽ സുഗതൻ വിനയനോടു ചോദിച്ചു.

"വരുന്നില്ലേ."

"ഞാൻ ഒരാളെ പ്രതീക്ഷിച്ചു നില്ക്കുകയാണ്."

ആരെ എന്ന് പ്രത്യേകം ചോദിക്കേണ്ടതില്ല. ഈ തോട്ടത്തിനകത്ത് ബസ്സ് യാത്രക്കാരനല്ലാത്ത ഒരാൾ മാത്രമേ അവശേഷിക്കുന്നുള്ളൂ.

"അയാളെ കണ്ടിട്ട് എന്തു ഗുണം? വാ തുറക്കില്ല. ഒന്നും മിണ്ടില്ല."

"വെറുതെ. ഒന്നു കാണാൻ വേണ്ടി. എന്റെ അകത്തല്ല, പുറത്താണ് അയാൾ നില്ക്കുന്നതെന്ന് ഉറപ്പിക്കാൻ മാത്രം."

"കാട് കത്തിയത് അവൻ അറിയാതിരിക്കില്ല. ഈ കാട് അവന്റെ വീടാണ്. അവൻ വരും" എന്ന ആശംസയോടെ വിനയനെ ആ വിജനതയിൽ സ്വതന്ത്രനാക്കി വിട്ടിട്ട് സുഗതൻ ക്യാപിറ്റലിലേക്ക് മടങ്ങി.

തീയും പുകയും കണ്ട്, തോട്ടം മുഴുവൻ കത്തിയമരും എന്ന് ഭയന്ന് തുറസ്സ് നോക്കി ഓടിമാറിയ യാത്രക്കാരൊക്കെ തീയണഞ്ഞതോടെ ക്യാപിറ്റലിൽ മടങ്ങിയെത്തിയിരുന്നു.

"തീ കെട്ടോ." ബസ്സിനകത്തുതന്നെ തുടരുകയായിരുന്ന കാദറിന്റെ ശബ്ദത്തിൽ കേവലം ഒരു കൗതുകഭാവം മാത്രമേയുള്ളൂ.

"തീ കെട്ടതല്ല. കെടുത്തിയതാണ്. നമ്മളിട്ട തീ അവര് കെടുത്തി." ശ്യാമളയാണ് മറുപടി നല്കിയത്.

"ആര്?"

ആ ചോദ്യത്തിന് ആർക്കും ഉത്തരമുണ്ടായിരുന്നില്ല. അതിന്റെ ഉത്തരം ഈ മതിൽക്കെട്ടിലിരുന്നുകൊണ്ട് കണ്ടെത്താനുമാവില്ല.

'എന്തിന്' എന്ന ഒരു ചോദ്യവും മുന്നിലുണ്ട്. ഈ മതിൽക്കെട്ടിനകത്തിരുന്നു തന്നെ ഒരുപക്ഷേ, ആ ചോദ്യത്തിന് ഉത്തരം കണ്ടെത്താൻ കഴിഞ്ഞേക്കാം. ആ ചോദ്യത്തിനുള്ള ഉത്തരത്തിനായി സുഗതൻ പ്രസാദിനെ തിരഞ്ഞു.

ഇരുപത്തിനാല്

ചുറ്റുമതിലിന് മുകളിലെ കമ്പികളിൽ വൈദ്യുതി പ്രവഹിക്കുന്നുണ്ടോ എന്ന് ഉറപ്പിക്കുന്നതിനുവേണ്ടിയുള്ള ഒരു പരീക്ഷണത്തിനായി പോയിരിക്കുകയായിരുന്നു പ്രസാദ്. അതിനുവേണ്ടി ബസ്സിന്റെ ജാലകഭാഗത്തുനിന്ന് വളരെ പ്രയാസപ്പെട്ട് ഒരു കമ്പി പിഴുതെടുത്തിട്ടാണ് പോയിരിക്കുന്നത് എന്ന് റിയാസ് സാക്ഷ്യപ്പെടുത്തി. കശുമാവുകൾക്കുമേൽ പെയ്ത വെള്ളത്തിൽ വിഷത്തിന്റെ അംശമുണ്ടെങ്കിൽ, അതിന്റെ പൊരുൾ വിശദീകരിക്കാൻ ഒരുപക്ഷേ, പ്രസാദിനു കഴിഞ്ഞേക്കും. ഈ യാത്രക്കാരുടെ കൂട്ടത്തിൽ ശാസ്ത്രസാങ്കേതികരംഗത്ത് പ്രവർത്തിക്കുന്ന ഒരേയൊരാൾ പ്രസാദാണ്. ഈ മതിൽക്കെട്ട് മറച്ചുവെക്കുന്ന രഹസ്യവും മിക്കവാറും അതിലൂടെ തന്നെ തെളിഞ്ഞുകിട്ടും.

"കരണ്ട് ഉണ്ടെന്ന് മാത്രമല്ല, അതിലുള്ളത് ഹൈ വോൾട്ടേജ് കരണ്ടാണ്" എന്ന പരീക്ഷണഫലവുമായാണ് പ്രസാദ് തിരിച്ചെത്തിയത്.

കമ്പിയിലൂടെ പ്രവഹിക്കുന്ന വൈദ്യുതിയേക്കാൾ അപകടകരമായ ഒരു പ്രശ്നവുമായി നില്ക്കുകയായിരുന്നതുകൊണ്ട് സുഗതന് ആ പരീക്ഷണഫലത്തിൽ കൗതുകം തോന്നിയില്ല. സുഗതന് അറിയേണ്ടത് കശുമാവുകൾക്കുമേൽ പെയ്തിറങ്ങിയ വിഷവെള്ളത്തിന്റെ യാഥാർഥ്യമാണ്. പ്രശ്നം വിവരിച്ചു കേട്ടപ്പോൾ പ്രസാദിന്റെ ആദ്യത്തെ പ്രതികരണം ഇങ്ങനെ: "എന്റെ ഒരു സംശയത്തിന് ഉത്തരമായി. എന്തുകൊണ്ടാണ് ഇതിനകത്ത് ഒരു പ്രാണിപോലും വളരാത്തതെന്ന്."

ഈ മതിൽക്കെട്ടിനകത്തുള്ള ഇത്തിരിവട്ടം ലോകത്തെ ഒരു വിദൂരഗ്രഹമെന്നതുപോലെ നിർജീവമാക്കി നിലനിർത്തുന്നത് ദിവസംതോറും അല്ലെങ്കിൽ ആഴ്ചതോറും ഇവിടെ പെയ്യുന്ന വിഷമഴയാണ്. ഒരു പ്രാണിയും ഇതിനകത്ത് വംശവർധന നടത്തുകയില്ല. ഒരു പറവയും ഇതിനകത്ത് കൂടുകൂട്ടുകയില്ല. ഇതൊരു മരിച്ച ലോകമാണ്. കശുമാവുകളെ മാത്രം അതിജീവിക്കാൻ അനുവദിച്ച് മറ്റെല്ലാ ജീവിവർഗങ്ങളേയും തുടച്ചുനീക്കുന്ന ഒരു ലോകം.

എങ്കിൽ...

ഈ മരവിപ്പിന് പിന്നിൽ പ്രവർത്തിക്കുന്നതെന്ത് എന്ന ആലോചനയുടെ അടുത്ത ഘട്ടത്തിലേക്ക് പ്രസാദ് സ്വാഭാവികമായി ചെന്നെത്തുകയായിരുന്നു. പ്രധാനമായും രണ്ട് സംശയങ്ങളാണ് പ്രസാദിന്റെ മുന്നിൽ നിവർന്നു നില്ക്കുന്നത്. ഒന്ന് അടിസ്ഥാനപരമായി ഇതൊരു കശുമാവുതോട്ടമാണ്. ഒരു കൃഷിയിടം. കീടങ്ങളിൽനിന്ന് കാർഷികവിളകളെ സംരക്ഷിക്കാൻ തോട്ടങ്ങളിൽ കീടനാശിനി പ്രയോഗിക്കുക വളരെ സാധാരണമായ ഒരു കാര്യമാണ്. ആ രീതിയിൽ ഈ തോട്ടത്തിലും കീടനാശിനിയുടെ പ്രയോഗം നടക്കുകയാണ് എന്നു വ്യാഖ്യാനിക്കാം. എന്നാൽ

മരങ്ങളിൽ നിന്ന് ഉതിർന്നു വീഴുന്ന കശുവണ്ടി ഉടമസ്ഥർ ശേഖരിക്കുന്നതിന്റെ ലക്ഷണമില്ല. എത്രയോ നാളുകളായി വീണുകൊണ്ടിരിക്കുന്ന കശുവണ്ടികൾ തോട്ടത്തിലെമ്പാടും ചിതറിക്കിടക്കുകയാണ്. കശുവണ്ടി കൃഷി ചെയ്ത് വിളവുണ്ടാക്കുക എന്ന താൽക്കാലിക ലക്ഷ്യമല്ല അവർക്കുള്ളത് എന്നാണ് അതിനർഥം.

ശ്യാമള മണത്തറിഞ്ഞ യാഥാർഥ്യമാണ് വെള്ളത്തിലെ വിഷഗന്ധം. ആ വെള്ളത്തിൽ വിഷത്തിന്റെ സാന്നിധ്യമുണ്ടെങ്കിൽ ഈ തോട്ടമാകെ വിഷലിപ്തമാണ് എന്നാണ് മനസ്സിലാക്കേണ്ടത്. അങ്ങനെ ഈ തോട്ടത്തെയാകെ നിരന്തരം വിഷത്തിൽ കുളിപ്പിച്ചെടുക്കണമെങ്കിൽ അതിനു പിന്നിൽ കുത്സിതമായ ചില താത്പര്യങ്ങൾതന്നെ ഉണ്ടാവേണ്ടതുണ്ട്. പ്രസാദിന്റെ ആലോചനകളിലേക്ക് കടന്നുകയറി ശ്യാമള സ്വന്തം നിഗമനം ഇങ്ങനെ ഉന്നയിച്ചു.

“സാറ് പറയുന്നതിന്റെ ഉദ്ദേശ്യം എനിക്ക് മനസ്സിലാവുന്നുണ്ട്. സാറ് ഊഹിക്കുന്നത്... ഒരു പരീക്ഷണശാല...?”

“അതുതന്നെ. എന്റെ അറിവും അനുഭവവും വെച്ചുകൊണ്ട് എനിക്കു തോന്നുന്നു, ഇവിടെ നടക്കുന്നത് ഒരു കീടനാശിനിയുടെ പരീക്ഷണമാണ്.”

സർവകലാശാലയിലെ തന്റെ സഹപാഠിയായിരുന്ന തമിഴ്നാട്ടുകാരൻ കൃഷ്ണമൂർത്തി ഒരിക്കൽ തന്നെ പറഞ്ഞു കേൾപ്പിച്ച ഒരനുഭവം പ്രസാദിന്റെ ഓർമയിലേക്ക് തെളിഞ്ഞുവന്നു. അപ്ലൈഡ് കെമിസ്ട്രിയിൽ ബിരുദാനന്തരബിരുദം പൂർത്തിയാക്കിയ കൃഷ്ണമൂർത്തി കുറച്ചുകാലം ആഫ്രിക്കൻ ഭൂഖണ്ഡത്തിൽ കെമിക്കൽ എഞ്ചിനീയറായി ജോലിചെയ്തിരുന്നു. ഒരിക്കൽ അവധിയിൽ വന്ന സന്ദർഭത്തിൽ അവൻ പറഞ്ഞു കേൾപ്പിച്ച ഒരു സംഭവം ഇതായിരുന്നു: പുതുതായി കണ്ടുപിടിച്ചിട്ടുള്ള ഒരു കീടനാശിനി അവിടത്തെ തോട്ടങ്ങളിൽ രഹസ്യമായി പരീക്ഷിച്ചുകൊണ്ടിരിക്കുന്നുണ്ട്. ആഫ്രിക്കയിൽ മാത്രമല്ല, മൂന്നാംലോകരാജ്യങ്ങളിലെ തെരഞ്ഞെടുക്കപ്പെട്ട ചില പ്രദേശങ്ങളിലും ഈ പരീക്ഷണം നടന്നുകൊണ്ടിരിക്കുന്നുണ്ട് എന്നാണറിയുന്നത്.

ലോകത്ത് നിലവിലുള്ള നൂറിലധികം കീടനാശിനികളെ മുഴുവൻ വെല്ലുന്ന ഒരു പുതിയ കീടനാശിനി കൃഷിയിടങ്ങളിൽ മാത്രമല്ല, യുദ്ധകാലത്ത് ജനവാസകേന്ദ്രങ്ങളിലും പ്രയോഗിക്കാവുന്ന ഒരു പുതിയ വിഷം. ആ കീടനാശിനിയുടെ ശക്തിയും ആഘാതശേഷിയും അത് ഇതരജീവികളിലുണ്ടാക്കുന്ന പ്രത്യാഘാതങ്ങളും മനസ്സിലാക്കാൻ വേണ്ടി രഹസ്യമായി നടത്തപ്പെടുന്ന ഒരു പരീക്ഷണം. കൃഷ്ണമൂർത്തിയുടെ ആ അറിവ് മുഖവിലയ്ക്കെടുക്കാമെങ്കിൽ ഒരുപക്ഷേ ആ വിധത്തിലുള്ള ഒരു പരീക്ഷണമാവാം ഇവിടെയും നടക്കുന്നത്.

അന്ന് കൃഷ്ണമൂർത്തി പറഞ്ഞവസാനിപ്പിച്ചത് ഇങ്ങനെയാണ്. “കൃത്യമായ തെളിവുകളൊന്നും എന്റെ കൈവശമില്ല. എന്നാലും അത് സത്യമാകാനാണ് സാധ്യത.”

പിന്നീട് വലിയൊരു ഓഫർ ലഭിച്ചതിനെ തുടർന്ന് കൃഷ്ണമൂർത്തി അമേരിക്കയിലേക്ക് കുടിയേറുകയായിരുന്നു. അതിനുശേഷം അവൻ ഇന്ത്യയിലേക്ക് മടങ്ങിയിട്ടില്ല. നൂറിലധികം കീടനാശിനികൾ ഇപ്പോൾത്തന്നെ ലോകത്തുണ്ടെന്നിരിക്കെ എന്തുകൊണ്ട് പുതിയൊരു കീടനാശിനി എന്ന സംശയത്തിനും പ്രസാദ് ഒരു യുക്തി കാണുന്നുണ്ട്. ഈ പുതിയ വിഷം ഒരു പകരക്കാരനാണ്. ലോകമെങ്ങുമുള്ള പ്ലാന്റേഷനുകളിൽ പ്രയോഗിച്ചുപോന്ന ഒരു കീടനാശിനിയുടെ ആഗോളതലത്തിലുള്ള നിരോധനവുമായി ബന്ധപ്പെടുത്തി വായിക്കുമ്പോൾ ചില സാധ്യതകൾ ഊഹിച്ചെടുക്കാൻ കഴിയും. ആ നിരോധനം വളരെ മുൻകൂട്ടി കണ്ടുകൊണ്ട് അതിന്റെ സ്ഥാനത്ത് പ്രയോഗിക്കാൻ കഴിയുന്ന തരത്തിൽ വികസിപ്പിച്ചെടുത്തതായിരിക്കണം ഈ പുതിയ കീടനാശിനി.

മനുഷ്യരിലും ഇതരജീവികളിലും ഉണ്ടാകാവുന്ന പ്രത്യാഘാതങ്ങൾ ദീർഘകാലത്തേക്ക് മറച്ചുവെക്കാൻ പ്രാപ്തിയുള്ളതാണ് പുതിയ കീടനാശിനി എന്നും കൃഷ്ണമൂർത്തി പറഞ്ഞതോർക്കുന്നു.

പ്രസാദ്, ഒടുവിൽ ഇങ്ങനെയൊരു നിഗമനത്തിൽ ചെന്നുറച്ചു:

"ഒരു വിഷത്തിന്റെ വഴിയടയ്ക്കുമ്പോൾ ലോകത്ത് മറ്റെവിടെയോ മറ്റൊരു വിഷത്തിന് വഴി തുറക്കപ്പെടുന്നുണ്ട്."

ഒരു വിഷത്തിന്റെ മരണത്തിൽ നിന്ന് മറ്റൊരു വിഷം പിറവിയെടുക്കുന്നു. വിഷജന്മങ്ങൾ ഒരിക്കലും അവസാനിക്കുന്നില്ല. കീടനാശിനി എന്ന ഓമനപ്പേരുള്ള ആ വിഷം ആര്, എവിടെ വെച്ച് കണ്ടുപിടിച്ചു എന്നത് നമുക്ക് മനസ്സിലാകണമെന്നില്ല. ആരായിരുന്നാലും എവിടെയായിരുന്നാലും അതൊന്നും ഇവിടെ പ്രസക്തവുമല്ല. കണ്ടുപിടിക്കുന്നതല്ല, പ്രയോഗിക്കുന്നതാണ് പ്രശ്നം. ഏതോ വിദൂരരാജ്യത്ത് ഏതോ പരീക്ഷണശാലയിൽ പിറവിയെടുത്ത ഒരു മാരകവസ്തു. പക്ഷേ, അത് പരീക്ഷിക്കപ്പെടുന്നതും പ്രയോഗിക്കപ്പെടുന്നതും എവിടെല്ലാമോ ഉള്ള ചെറിയ മനുഷ്യരിലാണ്. തന്റെ മറ്റൊരു നിഗമനം കൂടി സുഗതനു മുമ്പാകെ പ്രസാദ് ഇറക്കിവെച്ചു:

"നിങ്ങൾ കണ്ടുവെന്ന് പറയുന്ന ആ മനുഷ്യനുണ്ടല്ലോ. ഭ്രാന്തനെപ്പോലെ ഈ മതിൽക്കെട്ടിനകത്ത് ചുറ്റിത്തിരിയുന്ന അയാൾ യഥാർഥത്തിൽ ഒരു ഗിനിപിഗ് ആവാനാണ് സാധ്യത. ഒരു പരീക്ഷണമൃഗം. മനുഷ്യരിൽ ഈ വിഷം എങ്ങനെ പ്രവർത്തിക്കും എന്ന് അവനെ മുൻനിർത്തി അവർ പഠിക്കും. ഭാവിയിൽ നമ്മളെയെല്ലാം മുൻനിർത്തി അവർ ആ പഠനം തുടരും.

എത്ര വിദഗ്ധമായാണ്, എത്ര ശ്രദ്ധാപൂർവമായാണ് ആ ലോകബുദ്ധിജീവികൾ ഈ പരീക്ഷണശാല സജ്ജമാക്കിയിരിക്കുന്നത് എന്നോർത്ത് പ്രസാദിന് വിസ്മയിക്കാതിരിക്കാൻ കഴിഞ്ഞില്ല. പത്തോ പതിനഞ്ചോ വർഷങ്ങൾക്കു മുമ്പേതന്നെ അതിനുള്ള കരുനീക്കങ്ങൾ

അവർ ആരംഭിച്ചു കഴിഞ്ഞിരിക്കണം. ഒരുപക്ഷേ, പഴയ കീടനാശിനിക്കെതിരായി ജനകീയപ്രതിരോധങ്ങൾ രൂപപ്പെട്ട കാലം മുതൽ തന്നെ. എന്തെല്ലാം ഒരുക്കങ്ങളും തന്ത്രങ്ങളും പദ്ധതികളുമാണ് അതിനുവേണ്ടി അവർ നിർവഹിച്ചത്. കശുമാവു മരങ്ങൾ സമൃദ്ധമായി വളർന്നു നില്ക്കുന്ന ഒരു പ്രദേശം കണ്ടെത്തുക. വലിയ വാഗ്ദാനങ്ങളും പ്രലോഭനങ്ങളും വഴി ഒരു ജനസമൂഹത്തെ ആകമാനം അവിടന്ന് ഒഴിപ്പിച്ചെടുക്കുക. കൃഷി എന്ന ലേബലിൽ അതിന് നിയമപരമായ സ്വീകാര്യത സൃഷ്ടിക്കുക. കൂറ്റൻ മതിൽ കെട്ടി ആ സ്ഥലത്തെ പുറംലോകത്തിന് അന്യമാക്കിത്തീർക്കുക. എന്നിട്ട് അതിരഹസ്യമായി വിഷപ്രയോഗത്തിന്റെ പുതിയ പരീക്ഷണപാഠങ്ങൾ എഴുതിയുണ്ടാക്കുക.

"എന്റെ വിശകലനം ഒരുപക്ഷേ സത്യമായിരിക്കണമെന്നില്ല. എന്നാലും സുഗതൻ, ഈ ആശങ്കയിൽനിന്ന് ഇനി എനിക്ക് പുറത്തു കടക്കാനാവില്ല."

തന്റെ ഉടലിലൂടെ അസഹ്യമായ ഒരു സംഭ്രമത്തിന്റെ റേഡിയേഷൻ രശ്മികൾ കയറിയിറങ്ങുന്നതിന്റെ പുകച്ചിൽ പ്രസാദ് അനുഭവിച്ചു.

"ഒരുപക്ഷേ..." പറയാൻ തുടങ്ങിയത് പൂർത്തിയാക്കാനാവാതെ പ്രസാദിന്റെ ശബ്ദം വഴിയിൽ തടഞ്ഞുനിന്നു.

"ഒരുപക്ഷേ." തീ പിടിച്ച ആകാംക്ഷയോടെ ജഗൻ ചോദിച്ചു. രാജീവൻ ചോദിച്ചു. സുഗതനും ചോദിച്ചു.

"ആ അലഞ്ഞുനടക്കുന്ന ഭ്രാന്തനെപ്പോലെ ഇവിടെ നമ്മുടേയും റോൾ കേവലം പരീക്ഷണമൃഗങ്ങളുടേതായിരിക്കാം."

ഒരു പരീക്ഷണത്തിന്റെ സ്പെസിമൻ ആയി നിശ്ചയിക്കപ്പെട്ട നാല്പത്തിയാറ് യാത്രക്കാർ. അല്ല, വെറും മനുഷ്യർ.

"നാല്പത്തിയാറ് ഇതിനകത്തല്ലേ. പുറത്തുള്ളവരുടെ സ്ഥിതിയും വ്യത്യസ്തമല്ലല്ലോ." ജഗന്റെ ആശങ്ക പുറംലോകത്തെ മനുഷ്യരേയും ഉൾക്കൊള്ളുന്നതാണ്. നാല്പത്തിയാറ് യാത്രക്കാർ മാത്രമല്ല, ഒരു ജനതയാകെയാണ് കുരുങ്ങിക്കിടക്കുന്നത് എന്ന് ജഗൻ തന്നോടുതന്നെ പറഞ്ഞു. വലിയൊരു പരാജയം ഏറ്റുവാങ്ങുന്നതിന്റെ വിമ്മിട്ടംകൊണ്ട് അപ്പോൾ ജഗന് ശ്വാസംമുട്ടുന്നതുപോലെ തോന്നി. ഈ പരീക്ഷണം ഇവിടെ അവസാനിക്കുന്നില്ല. എത്രയോ നാടുകളിൽ, എത്രയോ മനുഷ്യരിൽ അതു തുടർന്നുകൊണ്ടിരിക്കും. വരാൻ പോകുന്ന ദശകങ്ങളിൽ, ശതാബ്ദങ്ങളിൽ, തലമുറകളിൽ. സുഗതൻ ദൃഢനിശ്ചയത്തോടെ എഴുന്നേറ്റു നിന്നു.

വൈദ്യുതി പായുന്ന ആ കമ്പികൾ മുറിക്കണം. മതിൽ തകർക്കണം. എങ്ങനെയും പുറത്തുകടക്കണം. ജഗനും എഴുന്നേറ്റ് നെഞ്ചുവിരിച്ചു നിന്നു. ജയിക്കാനാവുന്നില്ലെങ്കിലും കീഴടങ്ങാൻ വയ്യ.

“ഞാനും വരാം. എനിക്കിവിടെ മറ്റെന്താണ് ചെയ്യാനുള്ളത്?” എന്ന് രാജീവനും തയ്യാറെടുത്തു.

തൊണ്ടയിൽ പിടിമുറുക്കിക്കഴിഞ്ഞ വേദനയെ അവഗണിച്ചുകൊണ്ട് കാദർ പറഞ്ഞു.

“ഞാനും ഇങ്ങക്കൊപ്പം വര്ന്നു.”

റിയാസ് കാദറിനു നേർക്ക് അമ്പരപ്പോടെ നോക്കി: “വല്യുപ്പാ, നിങ്ങളോ?”

കൂസലില്ലാത്ത ഒരു മന്ദഹാസത്തോടെ കാദർ മറുപടി നല്കി.

“മയ്യത്താവണേന്ന് മുന്നേ എന്തേലും ഒര് നല്ല കാര്യം ചെയ്യാല്ലോടാ റിയാസേ. പൊലീസ് പിടിച്ചാലും വധശിക്ഷയ്ക്ക് മോളില് ഒരു ശിക്ഷേം ഇല്ലാലോ.”

ഒരു തമാശ പറഞ്ഞിട്ടെന്നപോലെ കാദർ ഒരു ചിരി ചിരിച്ചു. ഒരു ദുരന്തത്തിനു മുന്നിലെന്നപോലെ അപ്പോൾ റിയാസ് ശബ്ദമില്ലാതെ കരഞ്ഞു.

സുഗതൻ പറഞ്ഞു.

“നമ്മളെല്ലാവരുംകൂടി പോവണ്ട. എനിക്കു തോന്നുന്നത് ഇനി ഒട്ടും വൈകാതെ അവരുടെ ആളുകൾ ഇവിടെ വരുമെന്നാണ്. തീയും പുകയുമൊക്കെ അവർ കണ്ടതല്ലേ. അതുകൊണ്ട് നിങ്ങൾ ഇവിടെത്തന്നെ നിന്നാൽ മതി. പുറത്തുകടക്കാൻ വഴിയുണ്ടാക്കിയിട്ട് ഞങ്ങൾ വരും. അപ്പോഴും അവരുടെ ആളുകൾ വന്നില്ലെങ്കിൽ നമുക്കൊന്നിച്ചു തന്നെ പോവാം.”

സുഗതനും രാജീവനും ജഗനും അവസാനയുദ്ധത്തിനെന്നപോലെ സ്വന്തം മനസ്സിനെ സജ്ജമാക്കി. നിയമലംഘനസമരത്തിന് തയ്യാറെടുത്ത സ്വാതന്ത്ര്യസമര പോരാളികളെപ്പോലെ അപ്പോൾ അവരുടെയുള്ളിൽ വലിയൊരു ആവേശം ഇരമ്പുന്നുണ്ടായിരുന്നു. അവസരം കാത്തിരുന്ന പോരാളിയെപ്പോലെ അപ്പോൾ ഫിലിപ്പ് ചാടിവീണു. ഞാനും വരുന്നുണ്ട്. വഴി തുറന്നുകിട്ടുകാന്നേല് അന്നേരം തന്നെ എനിക്ക് പോവാൻ പറ്റുവല്ലോ. ഇപ്പഴാന്നേ കോട്ടയത്തോട്ടും പോവാം.”

സുഗതൻ ഫിലിപ്പിനെ ദയനീയമായി നോക്കി. അന്യനാട്ടിൽ വെച്ച് കൂട്ടിലകപ്പെട്ടുപോയ ഒരു ദേശാടനപ്പക്ഷിയുടെ അവസ്ഥയാണ് അയാളുടേത്. പുറത്തുകടക്കാൻ ശ്രമിച്ച് ചിറകു തളർന്ന ഒരു പാവം പറവ. ആ അനുകമ്പയോടൊപ്പം ചരിത്രത്തിന്റെ ഒരു ഐറണിയോർത്ത് സുഗതന്റെ മനസ്സിൽ ഒരു ഫലിതവും ഉയർന്നുവന്നു: അന്ന് സ്വാതന്ത്ര്യസമരം ബ്രിട്ടീഷുകാർക്കെതിരെ ആയിരുന്നു. ഇന്ന്, ഗ്രേറ്റ് ബ്രിട്ടന്റെ ഒരു പൗരനും ഈ സ്വാതന്ത്ര്യസമരത്തിൽ പങ്കുചേരുന്നു.

അവർ നടന്നു. സ്വാതന്ത്ര്യത്തിന്റെ വഴി വളരെ അകലെയാണെന്ന് അപ്പോഴും സുഗതന് തോന്നിക്കൊണ്ടിരുന്നു.

ഇരുപത്തിയഞ്ച്

വഴി കണ്ടെത്തുക എന്ന ആശയത്തിന് ഇവിടെ പ്രസക്തിയില്ല. വഴി തുറക്കുകയാണ് ഇനി വേണ്ടത്. കണ്ടെത്തുന്നതിനേക്കാൾ കടുപ്പമാണ് തുറക്കുന്ന പ്രക്രിയ. എവിടെ തുറക്കും, എങ്ങനെ തുറക്കും എന്ന കാര്യങ്ങൾ ഇപ്പോഴും വ്യക്തമല്ല. മതിൽ ഇടിച്ചു തകർക്കുക എന്ന അവ്യക്തമായ ഒരാശയം മാത്രമേ തൽക്കാലം മനസ്സിലുള്ളൂ. അതെങ്ങനെ നടപ്പിലാക്കും എന്നതിനും വ്യക്തതയില്ല. എന്തോ ചെയ്യാനുണ്ട് എന്ന ആവേശവുമായി നടക്കുമ്പോഴും ആരും ഒന്നും സംസാരിക്കുന്നുണ്ടായിരുന്നില്ല. നാവ് അടക്കാൻ നിർബന്ധിതമാക്കുന്ന എന്തോ ഒന്ന് കൂടെയുള്ളതുപോലെ.

വഴി തുറന്നുകിട്ടിയാൽ അടുത്ത നടപടിയെന്ത് എന്നതിനെപ്പറ്റിയും ഇപ്പോഴും വ്യക്തമായ ധാരണയൊന്നുമില്ല. മുൻകൂട്ടി നിശ്ചയിച്ച പല പദ്ധതികൾക്കും ഇനി പ്രായോഗികതയോ പ്രസക്തിയോ ഇല്ല. ഏതാനും മണിക്കൂറുകൾ കൊണ്ട് തന്നെ ആകെയും ദിശ മാറിയൊഴുകുന്നത് ജീവിതത്തിന്റെ ഒരു സ്വഭാവമാണ്. മതിലിനു പുറത്തു കടന്നാലും അഞ്ചു മണിക്കു മുമ്പായി തൃശൂരിൽ എത്താനോ സുരേഷിന്റെ ഓപ്പറേഷനുമായി ബന്ധപ്പെട്ട രേഖകൾ ആരോഗ്യവകുപ്പിന്റെ യോഗത്തിൽ സമർപ്പിക്കാനോ കഴിയുകയില്ലെന്ന് സുഗതനറിയാം. എങ്കിൽത്തന്നെയും തൃശൂരിലേക്കുള്ളു യാത്ര ഒഴിവാക്കാൻ തനിക്ക് അവകാശമില്ല. എന്നാൽ ആ യാത്രയ്ക്കുതന്നെ പുതിയൊരു പ്രസക്തി കണ്ടെത്തേണ്ടതുണ്ട്.

മതിൽക്കെട്ട് തകർത്ത് പുറത്തു കടന്നാലും ഇനി തിരുവനന്തപുരത്തേക്ക് യാത്ര തുടരണമെന്ന് ജഗൻ ആഗ്രഹിക്കുന്നില്ല. കൺട്രോൾ കമ്മീഷനു മുമ്പാകെ തന്റെ വാദങ്ങൾ ഉന്നയിച്ചും അത് സമർഥിച്ചെടുക്കാൻ വേണ്ടി വായിട്ടലച്ചും പാർട്ടിയിൽ തുടരാൻ അവസരം നല്കണമെന്ന് യാചിച്ചും ജീവിതത്തിൽ ഇനിയെന്തെങ്കിലും നേടാനുണ്ടെന്നു തോന്നാത്ത അവസ്ഥ. എവിടെയോ ഇരുന്ന് ഏതോ മിടുക്കന്മാർ നടത്തുന്ന പരീക്ഷണകേളികളിലെ ഗിനിപിഗ്ഗുകളാണ് എല്ലാവരും. ആ ഗിനിപിഗ്ഗുകളിലോരോന്നും സ്വയം കേമനാണെന്ന് തെളിയിക്കാൻ വേണ്ടി നടത്തുന്ന ഒരു മത്സരത്തിന്റെ അപഹാസ്യതയോർത്ത് ജഗന് തന്നോടു തന്നെ പുച്ഛം തോന്നി. പാർട്ടിയിൽ നിന്നു പുറത്തായിപ്പോവുന്നതിനെപ്പറ്റിയല്ല ഇനി തനിക്ക് വ്യാകുലപ്പെടേണ്ടത്, ഈ ലോകത്തുനിന്നുതന്നെ പുറത്തായിപ്പോവുന്നതിനെപ്പറ്റിയാണ്.

ആരാണ് ടാർജറ്റ് എന്ന സന്ദേഹത്തിൽ നിന്ന് രാജീവനും ഇതിനകം മോചിതനായിക്കഴിഞ്ഞിരുന്നു. ട്രാഫിക് ബ്ലോക്ക്, വാഹനത്തിന്റെ ദിശ മാറൽ, അപരിചിതമായ മതിൽക്കെട്ടിനകത്ത് കുരുങ്ങിപ്പോകൽ ഇവയൊക്കെ ഏതോ ഒരു വ്യക്തിയെ മാത്രം ടാർജറ്റ് ചെയ്തുകൊണ്ടുള്ള പദ്ധതിയാണെന്നാണ് ഇതുവരെയും കരുതിയത്. എന്നാൽ, ആ ടാർജറ്റ്

ആരാണെന്ന് ഇപ്പോൾ വ്യക്തമാവുന്നു. അത് നാല്പത്തിയഞ്ചോ നാല്പത്തിയാറോ യാത്രക്കാർക്കിടയിലെ കേവലം ഒന്നോ രണ്ടോ വ്യക്തികളല്ല, ഒരു ജനതയാകെത്തന്നെയാണ്.

സമയവുമായി നടത്താൻ കഴിയുന്ന ഒരു മത്സരത്തിന്റെ പദ്ധതി തയ്യാറാക്കുകയായിരുന്നു ഫിലിപ്പ്. വലിയമ്മച്ചിയുടെ കല്ലറയ്ക്കുമേൽ മെഴുകുതിരി കത്തിക്കുക എന്ന കേവലം റിചൽ ആയ ഒരു ചടങ്ങ് മാത്രമേ കോട്ടയത്തു നിർവ്വഹിക്കാനുള്ളൂ. പ്രത്യക്ഷത്തിൽ യാതൊരു പ്രയോജനവുമില്ലാത്ത ഒരു യാത്ര. അതു വേണ്ടെന്ന് വെച്ചാലെന്ത് എന്ന് ഫിലിപ്പ് തന്നോടുതന്നെ ഒരു വട്ടം ചോദിച്ചു നോക്കി. ഉത്തരവും ഫിലിപ്പ് സ്വയം കണ്ടുപിടിച്ചു. വലിയമ്മച്ചിയുടെ കല്ലറയിൽ മെഴുകുതിരി കത്തിക്കാതെ മടങ്ങാൻ പ്രയാസമില്ല. എന്നാൽ അതോടെ തന്റെ മനസ്സ് മോചനമില്ലാത്ത വിധം ഇന്ത്യയിൽത്തന്നെ കുടുങ്ങിക്കിടന്നുപോയേക്കും; ഈ മതിൽക്കെട്ടിനുള്ളിൽ ഇപ്പോൾ താൻ കുടുങ്ങിക്കിടക്കുന്നതുപോലെ.

അതുകൊണ്ട്, കൂടുതൽ ആലോചിക്കാൻ നില്ക്കാതെ നേരെ കോട്ടയത്തേക്കു വിടുക എന്ന് ഫിലിപ്പ് തന്നോടുതന്നെ നിർദ്ദേശം നല്കി.

ശ്മശാനത്തിൽ നാട്ടിയ അടയാളക്കുരിശുകൾ പോലെ കശുമാവുകൾ നിശ്ചലമായി നില്ക്കുന്നു. കാറ്റ് അടിക്കുന്നില്ല. ഇലകൾ ഇളകുന്നില്ല. ആ നിശ്ചല ചിത്രത്തിലെ ചലിക്കുന്ന നാല് ചിത്രരൂപങ്ങളായി സുഗതനും ജഗനും രാജീവനും ഫിലിപ്പും നടന്നുനീങ്ങി.

ഈ മതിൽക്കെട്ടിൽ നിന്ന് പുറത്തു കടക്കാൻ വഴിയില്ലെങ്കിൽ എങ്ങനെയാണ് ഡ്രൈവറും കണ്ടക്ടറും ഹമീദും പുറത്തിറങ്ങിയിരിക്കുക. ഇതുവരേയും തിരിച്ചുവരാത്ത സ്ഥിതിക്ക് അവർ പുറത്തുകടന്നു എന്നല്ലേ മനസ്സിലാക്കേണ്ടത്?

ഒരുപക്ഷേ, ബസ് അകത്തുകടന്ന അതേ വഴിയേ ഗെയ്റ്റ് അടയുന്നതിനു മുമ്പായി പുറത്തുകടന്നിരിക്കാം. അല്ലെങ്കിൽ ചുറ്റുമതിലും അതിനുമേലുള്ള വൈദ്യുതക്കമ്പികളും അതിസാഹസികമായി മറികടന്നിട്ടുണ്ടാവാം. ഹമീദ് പുറത്തുകടന്നതിനു പിന്നിൽ രാജീവൻ ഒരു യുക്തി കാണുന്നുണ്ട്. മരണശയ്യയിൽ കഴിയുന്ന ഉമ്മയുടെ സമീപമെത്തുക എന്ന തീവ്രമായ അഭിലാഷത്തിനു മുന്നിൽ ഹമീദിനെ സംബന്ധിച്ച് ഒരു തടസ്സവും വെല്ലുവിളിയായിട്ടുണ്ടാവില്ല. ഇരുട്ട്, മതിൽ, വൈദ്യുതക്കമ്പി ഒന്നും കാണുന്നുണ്ടാവില്ല. ഒന്നും അയാളുടെ മനസ്സിലേക്ക് കടന്നുവരുന്നേയുണ്ടാവില്ല. ഇരുട്ടിൽ പല തവണ കാൽതട്ടി വീണിട്ടുണ്ടാവും. മതിലിനു മുകളിൽ നിന്നും താഴേക്ക് വഴുതിയിട്ടുണ്ടാവും. ഷോക്കടിച്ചിട്ടുണ്ടാവും. കാലിൽ മുള്ളു കയറിയിട്ടുണ്ടാവും. പക്ഷേ, ഒന്നും അയാൾ അറിഞ്ഞിട്ടുണ്ടാവില്ല. ഉന്മാദത്തിലെന്നപോലെ.. സ്വപ്നാടനത്തിലെന്നപോലെ ഒരു സഞ്ചാരം.

ഉമ്മയുടെ സമീപം എത്തിക്കഴിഞ്ഞ് തിരിഞ്ഞുനോക്കിയാൽ എങ്ങനെയാണ് താൻ അവിടെ എത്തിയതെന്ന് അയാൾക്കുതന്നെ ഓർമ്മയുണ്ടാവില്ല. അങ്ങനെയൊരവസ്ഥ ചിലപ്പോൾ മനുഷ്യർക്ക് ഉണ്ടാവാറുണ്ട്.

രാജീവന്റെ മനസ്സ് മറ്റുള്ളവർ കേൾക്കാതെ ഇത്രയുംകൂടി പറഞ്ഞു: “പുറംലോകത്ത് എന്നെ ആവേശം കൊള്ളിക്കാൻ അങ്ങനെ ആരും ഇല്ലാത്തതുകൊണ്ടാണ് എനിക്ക് ഒരിക്കലും ജയിൽ ചാടാൻ കഴിയാത്തത്.”

സുഗതനും അസ്വസ്ഥചിത്തനായി ആലോചിക്കുകയായിരുന്നു. ഏകദേശം ഹമീദിന്റെ അവസ്ഥയ്ക്കു സമാനമാണ് തന്റെ അവസ്ഥ. എന്നിട്ടും എന്തുകൊണ്ടാണ് തനിക്ക് പുറത്തുകടക്കാനാവാത്തത്?

തനിക്ക് ഇരുട്ടിൽ കണ്ണുകാണാൻ സാധിക്കുന്നില്ല. മതിലിനുമേലെ ചാടിപ്പിടിക്കാൻ ശക്തി കാട്ടുന്നില്ല. വൈദ്യുതക്കമ്പിയിൽ പിടിക്കാൻ ധൈര്യമില്ല. സുരേഷ് തന്റെ മകനായിരുന്നെങ്കിൽ, ആ മകനാണ് ഇങ്ങനെ മരണശയ്യയിൽ കിടക്കുന്നതെങ്കിൽ ഒരുപക്ഷേ, ഹമീദിനെപ്പോലെ ഇതൊക്കെ തനിക്കും സാധ്യമാകുമായിരിക്കാം.

ഇപ്പോൾ തനിക്കും അതിന് കഴിഞ്ഞേക്കും എന്ന് സുഗതന് തോന്നുന്നുണ്ട്. മതിലിനു മുകളിൽ ചാടിപ്പിടിക്കാം. വൈദ്യുതക്കമ്പി വലിച്ചുപൊട്ടിക്കാം. കോൺക്രീറ്റ് മതിൽ ഇടിച്ചു തകർക്കാം. മരണമല്ലാതെ മറ്റൊന്നും മുന്നിലില്ല എന്ന് ഉറപ്പാവുമ്പോൾ ഏതു മനുഷ്യനും കൈവരുന്ന മഹാബലം!

നിശ്ചലമായ ഒരു ലാന്റ് സ്കേപ്പ് ചിത്രത്തിലെ രൂപങ്ങൾ പെട്ടെന്ന് ചലിക്കാനാരംഭിക്കുന്നതുപോലുള്ള ഒരനുഭവത്തിനു മുന്നിൽ നാലുപേരും പൊടുന്നനെ വിസ്മയിച്ചു നിന്നു. ഉണങ്ങിയ പുൽക്കാടിനപ്പുറത്തു കൂടെ നടന്നുനീങ്ങുന്ന അർധനഗ്നനായ ഗ്രാമീണൻ. മുകളിൽ പറന്നുമറയുന്ന പക്ഷികൾ. കശുമാവല്ലാത്ത മരങ്ങൾ. പനയും മാവും തെങ്ങും. ആഹ്ലാദവും ആശ്ചര്യവും നിയന്ത്രിക്കാനാവാതെ ഫിലിപ്പ് ഉറക്കെ ശബ്ദം വെച്ചു.

“നോക്കിക്കേ. പുറത്തുള്ള സ്ഥലവാ.”

ഇരുവശത്തേക്കുമായി നീണ്ടുകിടന്ന മതിലിനു നടുവിൽ ഒരു വിടവ്. പുറത്തേക്കു തുറക്കപ്പെട്ട കവാടം. ആ കവാടത്തിലൂടെയാണ് പുറത്തുള്ള ലോകം തെളിയുന്നത്. ജീവനുള്ള മരങ്ങളും മനുഷ്യരും പറവകളും പ്രാണികളും പാർക്കുന്ന ലോകം. വെളിച്ചവും വായുപ്രവാഹവും ഉള്ള ലോകം.

ഫിലിപ്പ് വീണ്ടും ആവേശഭരിതനായി.

“നമ്മള് പുറത്തു കടന്നു.”

ജഗൻ തിരുത്തി:

“നമ്മൾ പുറത്തുമല്ല, അകത്തുമല്ല. രണ്ടിനും നടുവിലാണ്.”

“മറ്റൊരു മതിൽക്കെട്ടിനകത്തേക്കാണ് നമ്മൾ കടക്കുന്നതെങ്കിലോ?” രാജീവൻ അപ്പോഴും സംശയിച്ചു നിന്നു.

“എന്നാലും ഇവിടെ പുറത്തുകടക്കാനുള്ള ഒരു സാധ്യതയെങ്കിലുമുണ്ടല്ലോ രാജീവാ. നമുക്ക് ഈ ശ്മശാനത്തിൽ നിന്ന് ആദ്യം പുറത്തു കടക്കാം.” സുഗതൻ പറഞ്ഞു.

ഫിലിപ്പ് തന്റെ കോട്ടയം യാത്രയ്ക്കു വേണ്ടിയുള്ള തയ്യാറെടുപ്പിലാണ്. അല്പം മുമ്പ് കണ്ട അർധനഗ്നനായ ആ മനുഷ്യനെ പിന്തുടർന്നാൽ ജനസഞ്ചാരമുള്ള വഴിയിൽ എത്തിച്ചേരാനാവും. അവിടന്ന് നടന്നോ ഏതെങ്കിലും വണ്ടിയിലോ ഹൈവേ പിടിക്കാം.

"ലോകത്തിന്റെ ഏതേലും മൂലേൽ വെച്ച് വീണ്ടും കാണാം." പുറത്തേക്ക് നടക്കാൻ ഒരുങ്ങിക്കൊണ്ട് ഫിലിപ്പ് ആശംസിച്ചു.

"ഇതുപോലെ ഒരു സന്ദർഭത്തിൽ ആവാതിരിക്കട്ടെ" എന്ന് സുഗതൻ മനസ്സുകൊണ്ട് ആശംസകൾ നേർന്നു.

ജാമർ കൊണ്ട് ഫോൺ സിഗ്നലുകളെ കൊല്ലുന്ന മതിൽക്കെട്ടിന്റെ അധികാരപരിധി മറികടന്നു കഴിഞ്ഞെങ്കിൽ ഫോണിന് റെയ്ഞ്ചു കിട്ടേണ്ടതാണ്. സുഗതൻ പോക്കറ്റിൽ നിന്ന് ഫോണെടുത്തപ്പോൾത്തന്നെ ശ്രദ്ധിച്ചു. ഫോൺ റെയ്ഞ്ചിലാണ്. തെല്ലും സമയം പാഴാക്കാതെ സുഗതൻ ശ്രീജിത്തിന് ഡയൽ ചെയ്തു. രണ്ട് കാര്യങ്ങൾ ഉടനെ അറിയേണ്ടതുണ്ട്. ഒന്ന്, സുരേഷിന്റെ അവസ്ഥ. രണ്ട്, തൃശൂരിൽ നടന്ന മെഡിക്കൽ ബോർഡിന്റെ ഫലം. ശ്രീജിത്തിന്റെ ശബ്ദം കാതിൽ വീണപ്പോൾ ഭൂമിയിൽ മടങ്ങിയെത്തിയ ബഹിരാകാശ സഞ്ചാരിയുടെ ആശ്വാസവും കൗതുകവും. "സുഗതേട്ടാ, ഇന്ന് ഒരു പ്രശ്നമുണ്ടായിട്ടുണ്ട്. ഡയാലിസിസ് ചെയ്യുന്നതിനിടയിൽ സുരേഷിന്റെ ഹാർട്ട് ഫെയിലിയുവറായി."

"എന്നിട്ട്?"

"സിവിയർ അറ്റാക്കാണ്. ബോധം പോയി."

സുഗതൻ മറുപടി പറയാൻ വാക്കുകളില്ലാതെ മരവിച്ചു നിന്നു. സുരേഷ് ജീവിതത്തിൽ നിന്ന് മരണത്തിലേക്ക് ഒരു പടികൂടി നടന്നടുത്തിരിക്കുന്നു എന്നാണ് മനസ്സിലാക്കേണ്ടത്.

"ഓപ്പറേഷനെപ്പറ്റി ഡോക്ടർമാർ എന്തെങ്കിലും പറഞ്ഞോ?"

"തൃശൂരീന്ന് സഹദേവൻ വിളിച്ചിരുന്നു. നമ്മളാരും എത്താത്തതുകൊണ്ട് മെഡിക്കൽ ബോർഡ് നമ്മടെ കാര്യം പരിഗണിച്ചില്ലാന്നു പറഞ്ഞു."

ഇനി ബോർഡ് മീറ്റിംഗ് നടക്കുക അടുത്ത മാസമാണ്. ഇതേ പ്രശ്നം അടുത്ത ബോർഡിൽ വെച്ച് ഒരു തീരുമാനമെടുത്തതിനുശേഷം മാത്രമേ സുരേഷിന്റെ ഓപ്പറേഷൻ നടത്താൻ കഴിയുകയുള്ളൂ."

സുഗതൻ പറഞ്ഞു.

"ഞാൻ പിന്നെ വിളിക്കാം ശ്രീജിത്തേ. യാത്രക്കാരെ ഇവിടന്ന് രക്ഷപ്പെടുത്തിയിട്ട് ഞാൻ വിളിക്കാം."

പുറത്തേക്കുള്ള വഴി, തങ്ങൾക്ക് പുറത്തു പോകാനോ അല്ലെങ്കിൽ ആർക്കെങ്കിലും അകത്തു കയറാനോ വേണ്ടി താൽക്കാലികമായി

തുറക്കപ്പെട്ടതാണെന്ന് സുഗതന് ഉറപ്പായിരുന്നു. അടഞ്ഞുകഴിഞ്ഞാൽ മതിൽ തന്നെയായി മാറുന്ന വിചിത്രമായ ഒരു കവാടമാണത്. അവിടെ ഒരു കവാടം ഉണ്ടായിരുന്നുവെന്ന് തിരിച്ചറിയാൻ തന്നെ കഴിയില്ല.

സുഗതൻ ദ്രുതഗതിയിൽ ഒരു കർമപദ്ധതി തയ്യാറാക്കി. കവാടത്തിന്റെ അടയാളമായി ജഗൻ ആ സ്ഥാനത്തുതന്നെ തുടരുക. വന്നവഴി ഓർമ്മിച്ചെടുക്കാൻ തക്കവിധം എന്തെങ്കിലും സൂചന അവശേഷിപ്പിച്ചുകൊണ്ട് മറ്റു രണ്ടുപേരും മടങ്ങിപ്പോവുക. സുഗതനും രാജീവനും ക്യാപിറ്റൽ ലക്ഷ്യമാക്കി ദ്രുതഗതിയിൽ നടന്നു. നടക്കുന്നതിനിടയിൽത്തന്നെ വഴി ഓർമ്മിക്കാനായി കാൽകൊണ്ട് കരിയിലകൾ വകഞ്ഞുകൂട്ടി കൂനകളാക്കി അടയാളമിട്ടു.

രാജീവൻ അപ്പോഴും നിശ്ശബ്ദനായിരുന്നു. അയാളുടെ മുഖത്ത് ആഹ്ലാദത്തിന്റെയോ ആവേശത്തിന്റെയോ യാതൊരു ലക്ഷണവുമില്ല.

“എന്തുപറ്റി രാജീവാ. പുറത്തു കടക്കുന്നതിൽ ആശ്വാസമില്ലേ.” സുഗതൻ പറഞ്ഞു.

ദയനീയമായി മന്ദഹസിച്ചുകൊണ്ട് ആത്മഗതംപോലെ രാജീവൻ മൊഴിഞ്ഞു:

“പുറത്തുകടക്കുകയാണെന്നു തോന്നുന്നില്ല. അതാണ് പ്രശ്നം... നമ്മൾ തുറന്നെടുത്ത വഴിയല്ല അത്. മറ്റാരോ തുറന്നുതന്ന വഴിയാണ്. ആ വഴി മോചനത്തിലേക്കു തന്നെ ആവണമെന്നില്ല.”

പരോളിലിറങ്ങിയ ഒരു ജയിൽപ്പുള്ളിയാണ് രാജീവൻ എന്ന കാര്യം അപ്പോൾ മാത്രമാണ് സുഗതന് ഓർമ്മ വന്നത്. ഈ മതിൽക്കെട്ടിനു പുറത്തിറങ്ങിയാൽത്തന്നെയും മറ്റൊരു മതിൽക്കെട്ട് രാജീവനെ കാത്തിരിക്കുന്നുണ്ട്. അതുകൊണ്ട് രാജീവന് അകത്തുനിന്ന് പുറത്തേക്കല്ല, അകത്തുനിന്ന് മറ്റൊരു അകത്തേക്കുള്ള യാത്രയാണ് ഇത്. പക്ഷേ, ആ സാധൂകരണത്തെ പ്രതിരോധിച്ചുകൊണ്ട് രാജീവൻ തന്നെ പറഞ്ഞു.

“ജയിലിലേക്കു തിരിച്ചുപോകണമെന്ന് ഓർത്തിട്ടല്ല ഞാനങ്ങനെ പറഞ്ഞത്. ജയിലിനു പുറത്തിറങ്ങിയപ്പോഴും പുറത്തു കടന്നതായി എനിക്ക് തോന്നിയില്ല. ഇപ്പോഴും അങ്ങനെ തന്നെ തോന്നുന്നു.”

രാജീവന്റെ വാക്കുകൾക്കു പിന്നിൽ ദാർശനികമായ താത്പര്യങ്ങളാണുള്ളത്. സ്വാതന്ത്ര്യത്തെപ്പറ്റിയുള്ള തത്ത്വജ്ഞാനങ്ങൾ. എന്നാൽ അതേപ്പറ്റിയുള്ള ഒരു സംവാദത്തിനു യോജിച്ച സന്ദർഭമല്ല ഇത്. പ്രതീക്ഷയോടെ കാത്തിരിക്കുന്ന ആ യാത്രക്കാരുടെ മോചനമാണ് ഇപ്പോഴത്തെ ആവശ്യം. അത് പൂർത്തിയായാൽ കഴിയുന്നത്ര വേഗം സുരേഷിന്റെ സമീപമെത്തണം.

ഇരുപത്തിയാറ്

വിനയൻ ഒരു സഞ്ചാരിയാണ്. അപരിചിതമായ ദേശങ്ങളും അപരിചിതരായ മനുഷ്യരുമാണ് അയാളെ ആകർഷിക്കുന്നത്. നിഗൂഢതകളാണ് അയാളെ ആവേശം കൊള്ളിക്കുന്നത്. വിനയൻ ഇപ്പോഴും നിഗൂഢമായ ഒന്നിനെ പിന്തുടരുകയാണ്.

രാത്രിയിൽ ഗന്ധരൂപത്തിൽ സാന്നിധ്യം അനുഭവിച്ച, തോട്ടത്തിനകത്ത് അലഞ്ഞുനടക്കുന്ന, സുഗതനും ഫിലിപ്പും നേരിട്ടു കണ്ട ആ മനുഷ്യൻ ആരാണ്. അയാളെ പൊതിഞ്ഞു നില്ക്കുന്ന രഹസ്യം എന്താണ്? തോട്ടത്തിനുള്ളിൽ നിന്ന് പുറത്തു കടക്കുന്നതിനു മുമ്പായി ഈ കാര്യങ്ങൾ അറിയാൻ കഴിയുന്നില്ലെങ്കിൽ തന്റെ തുടർജീവിതമാകെത്തന്നെ ഈ മതിൽക്കെട്ടിനുള്ളിൽ കുരുങ്ങിപ്പോകുമെന്നു വിനയനു തോന്നി.

മരങ്ങൾക്കു തീപിടിച്ച് അഗ്നിയും പുകയും ആകാശത്തിൽ അടയാളസ്തൂപങ്ങൾ വരച്ചുകൊണ്ടിരിക്കെ വിനയൻ പ്രതീക്ഷിച്ചു, ഈ കാഴ്ചയുടെ വഴിയേ അയാൾ വരാതിരിക്കില്ലെന്ന്. വിഷഗന്ധമുള്ള വെള്ളം ഒരു താക്കീതായെടുത്ത് സഹയാത്രികർ പിരിഞ്ഞു പോയിട്ടും വിനയൻ ആ കാത്തുനില്പ് തുടർന്നു. കാത്തുനില്പ് വ്യർഥമായി; അയാൾ വന്നു ചേരുകയുണ്ടായില്ല.

ഒടുവിൽ ആഫ്രിക്കൻ ഭൂഖണ്ഡത്തിൽ ആദിമമനുഷ്യരെത്തേടിയിറങ്ങിയ പര്യവേഷകനെപ്പോലെ വിനയൻ ഒറ്റയ്ക്ക് ആ വനരഹസ്യങ്ങളിലേക്കിറങ്ങി. ഓരോ മരവും നിരീക്ഷിച്ചുകൊണ്ട്, ഓരോ ഇരുളിടത്തിലും കാതോർത്തുകൊണ്ട്, ഓരോ ശ്വാസത്തിലും മണം പിടിച്ചുകൊണ്ട്. ആ അന്വേഷണം ഒടുവിൽ അയാളിൽ ചെന്നുതന്നെ നിന്നു.

ഒരു വശത്തേക്കു പടർന്നുനിന്ന തടിച്ച ഒരു മരക്കൊമ്പിൽ കമിഴ്ന്നു കിടന്ന് ഉറങ്ങുകയായിരുന്നു അയാൾ. അയാളുടെ ഇരുകൈകളും മരക്കൊമ്പിന്റെ ഇരുദിശകളിലേക്കായി ഞാന്നുകിടന്നു. അകലക്കാഴ്ചയിൽ ഒരു കുരങ്ങൻ എന്നുതന്നെ തോന്നിപ്പിച്ചു ആ രൂപം. മരത്തിനു കീഴിൽ കരിയിലകൾ ഞെരിയുന്ന ശബ്ദം കേട്ട് അവൻ ഉണർന്നു. അപരിചിതനായ ഒരാളെ കണ്ടിട്ടും അവന്റെ മുഖത്ത് വിശേഷിച്ച് ഒരു ഭാവഭേദവുമില്ല. വിനയൻ അവനെ കാരുണ്യം നിറഞ്ഞ മുഖത്തോടെ സൂക്ഷിച്ചു നോക്കി.

മുഖത്തിന്റെ ഘടനവെച്ച് അവൻ ഒരു മലയാളിയല്ല എന്ന് ഊഹിക്കാം. കിഴക്കൻ സംസ്ഥാനങ്ങളിൽ നിന്നാവാം. ഒറീസ്സയോ ഝാർഖണ്ഡോ ബംഗാളോ അല്ലെങ്കിൽ ബീഹാറോ ആവാം. വിനയൻ അവനോട് സൗമ്യമായ ശബ്ദത്തിൽ ഹിന്ദിയിൽ ചോദിച്ചു.

“ഞാൻ ഒരു കാര്യമറിയാൻ വന്നതാണ്. സഹായിക്കാമോ?”

ആ ചോദ്യത്തിന് മറുപടിയുണ്ടായില്ല. ചോദ്യം വീണ്ടും പല തവണ ആവർത്തിച്ചപ്പോൾ അവന്റെ പ്രതികരണം വന്നു. ആ പ്രതികരണം തന്നെ അവന്റെ ഐഡന്റിറ്റി വെളിപ്പെടുത്തി: അവൻ പശ്ചിമബംഗാൾ സ്വദേശിയാണ്. അവന് അറിയാവുന്ന ഒരേയൊരു ഭാഷ ബംഗാളിയാണ്.

ഒരു സഞ്ചാരി എന്ന നിലയിൽ ബംഗാളിലെ ഗ്രാമങ്ങളിലൂടെ പല തവണ കടന്നുപോയിട്ടുണ്ട്. അതുവഴി ബംഗാളി ഭാഷയുമായി പരിചയവുമുണ്ട്. ആ പരിചയത്തിന്റെ ബലത്തിൽ വിനയൻ ചോദ്യം ബംഗാളി ഭാഷയിൽ ആവർത്തിച്ചു. രവീന്ദ്രനാഥ ടാഗോറിന്റെ ഒരു കാവ്യശകലം തുടർന്ന് മെല്ലെ ആലപിക്കുകയും ചെയ്തു. അതോടെ അവൻ മരക്കൊമ്പിൽ നിന്ന് എഴുന്നേറ്റ് താഴേക്കു ചാടി.

അവൻ ഒരു ഊമയായിരുന്നില്ല. ഭ്രാന്തൻ എന്നു വിശേഷിപ്പിക്കാവുന്ന തരത്തിൽ ഭ്രാന്തനുമായിരുന്നില്ല. എങ്കിലും ഏതോ തരത്തിൽ അവൻ ഒരു അബ്നോർമൽ ആണെന്ന കാര്യത്തിൽ വിനയന് സംശയമുണ്ടായിരുന്നില്ല. വിനയന്റെ ചോദ്യങ്ങൾക്ക് മടിച്ചുമടിച്ചാണെങ്കിലും മറുപടി പറയാൻ അവൻ തയ്യാറായിരുന്നു. മറുപടി പറയുമ്പോഴും അവന്റെ മനസ്സ് മറ്റേതോ ലോകത്ത് വിഹരിക്കുന്നതുപോലെ തോന്നി. രണ്ട് കാര്യങ്ങളാണ് വിനയന് അറിയേണ്ടിയിരുന്നത്. ഒന്ന്, അവൻ ആരാണ്? രണ്ട്, അവന്റെ ഈ അജ്ഞാതവാസത്തിന്റെ പൊരുളെന്ത്?

ഒന്നാമത്തെ ചോദ്യത്തിനുള്ള മറുപടി അവൻ തന്നെ വിശദമായി അവതരിപ്പിച്ചു.

മനുഷ്യൻ കൈകൊണ്ട് വലിക്കുന്ന റിക്ഷ നിങ്ങൾ കണ്ടിട്ടുണ്ടോ? ഉണ്ടാവില്ല. കാരണം കേരളത്തിൽ ആ മാതിരി റിക്ഷയില്ല. എന്നാൽ എന്റെ നാട്ടിൽ ഇപ്പോഴും മനുഷ്യർ കൈകൊണ്ട് വലിക്കുന്ന റിക്ഷയുണ്ട്. അങ്ങനത്തെ ഒരു റിക്ഷാവാലയായിരുന്നു എന്റെ അച്ഛൻ. നാല്പത്തിയഞ്ച് വയസ്സെത്തിയപ്പോഴേക്കും അച്ഛൻ വൃദ്ധനായി. മരിച്ചു. അച്ഛന്റെ റിക്ഷ മാത്രമാണ് പൈതൃകസ്വത്തായി ബാക്കിയുണ്ടായിരുന്നത്. എന്നാൽ ഒരു റിക്ഷാവാലയായി ജീവിച്ചു മരിക്കാൻ എനിക്ക് ആഗ്രഹമുണ്ടായിരുന്നില്ല. അതുകൊണ്ട് റിക്ഷ ഞാൻ ഇളയച്ഛനു കൊടുത്തു. ചില പരിചയക്കാരോടൊപ്പം പതിനേഴാം വയസ്സിൽ കേരളത്തിലേക്കു പോന്നു.

അവൻ അവന്റെ ജീവചരിത്രത്തിന്റെ ഒന്നാംഘട്ടം ഇങ്ങനെ വിവരിച്ചുകൊണ്ടിരുന്നു. കേരളത്തിൽ നിർമ്മാണത്തൊഴിലാളിയുടെ റോളാണ് അവനു കിട്ടിയത്. അതും മതിൽനിർമ്മാണം. കിണർ കുഴിച്ച് കോൺക്രീറ്റ് റിങ്ങുകൾ ഉപയോഗിച്ച് കെട്ടിയുറപ്പിക്കുക, കോൺക്രീറ്റ് കൊണ്ട് മതിൽ നിർമിക്കുക എന്നീ രണ്ട് തൊഴിലുകളിൽ അവൻ ഒരു സ്പെഷ്യലിസ്റ്റായി വളർന്നു.

അവിടെ അവന്റെ ജീവചരിത്രകഥനം അവസാനിച്ചു.

“പിന്നെന്തുപറ്റി?” വിനയൻ ചോദിച്ചു.

“അറിയില്ല.” അവന്റെ വിചിത്രമായ മറുപടി.

“എന്തിനാണ് ഈ കാട്ടിൽ ഒളിച്ചുകഴിയുന്നത്?”

അവൻ സംഭാഷണം അവസാനിപ്പിച്ച് മരക്കൊമ്പിലേക്ക് തന്നെ തിരിച്ചു കയറി. മരക്കൊമ്പിൽ വീണ്ടും കമിഴ്ന്നുകിടന്നു. സങ്കീർണവും അതേസമയം വിസ്മയകരവുമായ ഒരു ചരിത്രം അയാൾക്കു പിന്നിൽ മറഞ്ഞിരിക്കുന്നുണ്ട് എന്ന കാര്യത്തിൽ സംശയമില്ല. കാരണം, ആ തോട്ടത്തിൽ നിന്ന് പുറത്തുകടക്കാൻ അവൻ തെല്ലും ആഗ്രഹിക്കുന്നുണ്ടെന്നു തോന്നുന്നില്ല. അവൻ മറച്ചുവെക്കുന്ന ആ ജീവചരിത്രത്തിലെ ചില സാധ്യതകൾ വിനയൻ ഇങ്ങനെ ഊഹിച്ചു:

തന്റെ സഹതൊഴിലാളിയെ ചുറ്റികകൊണ്ട് അടിച്ചുകൊന്ന് ഒളിവിൽ പോയ ഒരു അന്യനാട്ടു തൊഴിലാളിയെപ്പറ്റി ഒരിക്കൽ പത്രത്തിൽ വായിച്ചത് ഓർമ്മയുണ്ട്. ഒരുപക്ഷേ, അങ്ങനെയൊരു ചരിത്രം അയാളുടെ ഒളിവുജീവിതത്തിനു പിന്നിലും ഉണ്ടാവാം. കേരളത്തിലോ സ്വന്തം നാട്ടിലോ ഒരു തുറന്ന ജീവിതം അസാധ്യമായതുകൊണ്ട് അയാൾ ഈ തോട്ടത്തിൽ അജ്ഞാതവാസം നയിക്കുകയാണ് എന്നാണ് മനസ്സിലാക്കേണ്ടത്. ആരോ ആ അജ്ഞാതവാസത്തിന് അയാൾക്ക് അവസരം ഒരുക്കിക്കൊടുക്കുകയും ചെയ്യുന്നുണ്ട്. ആ ഔദാര്യത്തിനു പിന്നിലും ചില രഹസ്യതാത്പര്യങ്ങൾ പ്രവർത്തിക്കുന്നുണ്ടാവാം. സ്വയം തിരഞ്ഞെടുത്തതായാലും ആരെങ്കിലും വിധിച്ചതായാലും അയാൾ നയിക്കുന്നത് ഒരു തടവുജീവിതമാണ്.

മരക്കൊമ്പിൽ കമിഴ്ന്നു കിടന്നുകൊണ്ട് തന്നെ നോക്കുകയായിരുന്ന അയാളോട് വിനയൻ ചോദിച്ചു.

“ബംഗാളിലേക്ക് പോകണ്ടേ?”

അവൻ മറുപടി പറഞ്ഞു:

“ഇതു തന്നെയാണ് ബംഗാൾ.”

ആ മറുപടി കേട്ട് വിനയൻ അമ്പരന്നു പോയി. എന്താണ് ആ പറഞ്ഞതിന്റെ അർഥം?

രവീന്ദ്രനാഥ ടാഗോറിന്റേയും ബങ്കിംചന്ദ്രന്റേയും സുഭാഷ് ചന്ദ്ര ബോസിന്റേയും വിവേകാനന്ദന്റേയും സത്യജിത്റായിയുടേയും ബംഗാൾ. മദർ തെരേസയുടേയും ജ്യോതി ബസുവിന്റേയും ബംഗാൾ. ആ ബംഗാൾ തന്നെയായിരിക്കുമോ അയാളുടെ ബംഗാൾ? മരക്കൊമ്പിൽ കമിഴ്ന്നു കിടന്ന് അവൻ ഉറങ്ങാൻ തുടങ്ങിയിരുന്നു. രവീന്ദ്ര സംഗീതത്തിന്റെ ഒരു ഈണം നേർത്ത നിലവിളിപോലെ വിനയന്റെ മനസ്സിൽ അനുരണനം ചെയ്തുകൊണ്ടിരുന്നു.

ഇരുപത്തിയേഴ്

ഉണങ്ങിയ കരിയിലകൾക്കുമേൽ ടയറുകൾ കയറിയിറങ്ങുന്നതിന്റേയും മരക്കൊമ്പുകൾ ഉലയുന്നതിന്റേയും സീൽക്കാരശബ്ദമായിരുന്നു ആദ്യം. എന്തോ ഒന്നിന്റെ വരവ് ആ സീൽക്കാരത്തിൽ നിന്നുതന്നെ വ്യക്തമായിരുന്നു. എന്നാൽ എഞ്ചിന്റെ ശബ്ദം പരമാവധി നിയന്ത്രിച്ചും ഹോൺ മുഴക്കാതെയും വന്നതുകൊണ്ട് അത് വാഹനമാണെന്നറിയാൻ മുന്നിൽ പ്രത്യക്ഷപ്പെടേണ്ടി വന്നു. മരങ്ങൾക്കിടയിലെ ഇരുൾമാർഗത്തിലൂടെ വെള്ളനിറമുള്ള ഒരു ടവേര ജീപ്പും ഒരു കാറും നീലനിറത്തിൽ ഒരു പൊലീസ് വാനും കയറിവന്നു.

വരാൻ പോകുന്ന ഏതോ ഒരു ദുരന്തത്തിന്റെ അവ്യക്തശബ്ദം ഏഴാം ഇന്ദ്രിയം കൊണ്ട് ശ്രവിച്ചുകൊണ്ടിരിക്കുകയായിരുന്നതുകൊണ്ട് യാത്രക്കാരിൽ പലർക്കും ആ കാഴ്ച അവിശ്വസനീയമായി അനുഭവപ്പെട്ടു. സ്വാതന്ത്ര്യത്തിലെക്കു വഴി തുറക്കപ്പെട്ടു എന്ന് അംഗീകരിക്കാൻ മനസ്സ് മടിച്ചു നില്ക്കുന്നപോലെ. ജീപ്പിൽ നിന്നിറങ്ങി വന്നത് പൊലീസുകാരായിരുന്നില്ല. എക്സിക്യൂട്ടീവ് ശരീരഭാഷയുള്ള ഒരു സംഘം അതിൽ ഒന്നോ രണ്ടോ ആളുകൾക്ക് ഉത്തരേന്ത്യൻ ഛായയാണുണ്ടായിരുന്നത്. അവരുടെയെല്ലാം മുഖം ഒരുതരം കൃത്രിമമായ അധികാരഭാവംകൊണ്ട് കർക്കശമായിരുന്നു.

വാനിൽനിന്ന് യുദ്ധകാലവേഗതയിൽ പുറത്തിറങ്ങിയ പൊലീസുകാർ ഒരു കമാൻഡോ ഓപ്പറേഷന്റെ ശൈലിയിൽ ബസ്സിനും യാത്രക്കാർക്കും ചുറ്റിലുമായി ജാഗ്രത പാലിച്ചുനിന്നു. അവരുടെ കണ്ണുകൾ പരിസരങ്ങളിൽ എന്തോ പരതുന്നുണ്ട്. അഡീഷണൽ ഡിസ്ട്രിക്റ്റ് മജിസ്ട്രേറ്റ് എന്ന ബോർഡ് വെച്ച കാറിൽ നിന്ന് ഇറങ്ങിവന്ന ശുഭ്രവേഷധാരിയായ ആൾ പ്രസന്നമായ ഭാവത്തിൽ മുന്നോട്ട് നടന്നുവന്നു. പലയിടത്തായി ചിതറിനിന്ന യാത്രക്കാരോട് ചോദിച്ചു:

“നിങ്ങൾക്ക് കുഴപ്പമൊന്നുമില്ലല്ലോ.”

രാജശേഖരനാണ് മറുപടി നല്കിയത്.

‘ഭക്ഷണം കൃത്യമായി കഴിക്കാത്തതിന്റെ ക്ഷീണമുണ്ട്.”

“അവർ നിങ്ങളെ ഉപദ്രവിച്ചോ?” മജിസ്ട്രേറ്റിന്റെ അടുത്ത ചോദ്യം.

“ആര്?” രാജശേഖരന്റെ വിസ്മയം നിറഞ്ഞ പ്രതികരണം കണ്ട് അയാൾ കൂടുതൽ ചോദ്യങ്ങൾക്ക് ശ്രമിക്കാതെ പിൻവാങ്ങി. പിന്നിൽ നില്ക്കുന്ന പൊലീസുദ്യോഗസ്ഥരോടായി അയാൾ പറഞ്ഞു: “ഇവർക്ക് പ്രശ്നം മനസ്സിലായിട്ടില്ല.”

ഒരു പൊലീസുദ്യോഗസ്ഥൻ മുന്നോട്ടു കയറി വന്ന് ഉറക്കെ ആജ്ഞാപിച്ചു.

“എല്ലാവരും ബസ്സിൽ കയറൂ.”

അശുഭകരമായ എന്തോ സംഭവിക്കാൻ പോവുകയാണെന്ന് പ്രസാദിനു തോന്നി. ശ്യാമളയ്ക്കും ജെയിംസിനും ജോസഫിനും തോന്നി.

യാത്രക്കാർ ഓരോരുത്തരായി ബസ്സിനു നേർക്ക് നടക്കാൻ തുടങ്ങുന്നതിനിടയിൽ കരുത്തയായ ഒരു വനിതാ പൊലീസ് മുന്നോട്ടുവന്ന് ശ്യാമളയെ തടഞ്ഞു.

"നീ കയറണ്ട."

ശ്യാമള അദ്ഭുതത്തോടെ, അതിലേറെ ആശങ്കയോടെ പൊലീസിനു നേർക്ക് മുഖമുയർത്തി ശ്യാമള പ്രതിഷേധിക്കാൻ തുടങ്ങുന്നതിന് മുമ്പായി അവർ കല്പിച്ചു: "നടക്ക്."

ആ കല്പന അനുസരിക്കുകയില്ലെന്ന ശാഠ്യത്തോടെ ശ്യാമള പറഞ്ഞു.

"എന്താണ് കാര്യമെന്നു പറയൂ."

"കാര്യമൊക്കെ ഞങ്ങള് പറഞ്ഞുതരണോ? തൽക്കാലം വണ്ടിയിൽ കയറ്." അവരുടെ ശബ്ദം പുരുഷമായി.

ഏതോ ഒരു കുരുക്ക് തനിക്കു നേരെ എറിയപ്പെട്ടിരിക്കുന്നു എന്ന് ശ്യാമളയ്ക്ക് ബോധ്യമായി. അതിനപ്പുറം ഒന്നും മനസ്സിലാകുന്നുമില്ല. ചുറ്റുമുള്ള യാത്രക്കാർ ഇപ്പോൾ തന്റെ നേർക്ക് സംശയത്തോടെയും ഭയത്തോടെയും അന്യതാഭാവത്തോടെയുമാണ് നോക്കുന്നത് എന്ന് ശ്യാമള ശ്രദ്ധിച്ചു. പൊലീസിന്റെ നടപടിയേക്കാൾ ശ്യാമള ആ പ്രതികരണത്തെ ഭയപ്പെട്ടു. പൊലീസിന്റെ നടപടി ആ യാത്രക്കാരുടെ ദൃഷ്ടിയിൽ, തന്നെ ഒരു സംശയാസ്പദ കഥാപാത്രമാക്കി മാറ്റുകയാണ്.

ഈ സമയം വരെയും തന്റെ കൂടെയുണ്ടായിരുന്ന ആ രണ്ട് പെൺകുട്ടികളുടെ മുഖത്തും ഇപ്പോൾ തെളിഞ്ഞുകാണുന്നത് ആ അന്യഭാവവും സംശയവും തന്നെ. തിടുക്കപ്പെട്ട് ബസ്സിൽ കയറാനുള്ള ആവേശമാണ് അവർക്കും.

പൊലീസ് വാനിൽ കയറാൻ തയ്യാറാവാതെ ചെറുത്തുനിന്ന ശ്യാമളയെ പൊലീസുകാർ ബലം പ്രയോഗിച്ച് വാനിനു നേർക്ക് വലിച്ചുകൊണ്ടുപോയി.

ശ്യാമളയെ കൊണ്ടുപോയ രീതിയിലും പൊലീസുകാരുടെ പെരുമാറ്റത്തിലും അസ്വസ്ഥനായി നില്ക്കുകയായിരുന്നു പ്രസാദ്. തികഞ്ഞ മുൻവിധിയോടെയാണ് അവർ പെരുമാറുന്നത്. അതുകൊണ്ടുതന്നെ അവരുടെ പ്രവൃത്തികൾക്ക് മേൽ ഒരു ഇടപെടൽ അസാധ്യമാണെന്നും പ്രസാദിന് വ്യക്തമായിരുന്നു.

എന്താണ് സംഭവിക്കുന്നതെന്ന് വ്യക്തമാവാതെ, ഈ സംഭവത്തിൽ തന്റെ റോൾ എന്തായിരിക്കുമെന്ന യാതൊരു ധാരണയുമില്ലാതെ, പ്രസാദ് നിന്നു. ആ സമയത്ത് ജീപ്പിൽ നിന്ന് ആജാനബാഹുവായ ഒരാൾ ഇറങ്ങി

വന്നു. വെളുത്ത നിറം. തുടുത്ത കവിൾ. ക്ലീൻ ഷേവ് മുഖം. എന്നാൽ അതിനുമേൽ അധികാരപദവിയുടെ കർക്കശഭാവം.

കാഴ്ചയിൽ മലയാളിതന്നെയാണെന്ന് തോന്നുമായിരുന്നില്ല. എന്നാൽ അയാൾ സംസാരിച്ചത് വൃത്തിയുള്ള മലയാളത്തിലാണ്.

“സാർ. സാറിന് ഞങ്ങളുടെ വണ്ടിയിൽ പോകാം.” തന്ത്രപൂർവ്വമായ ഒരുതരം വിനയഭാവത്തിൽ അയാൾ പ്രസാദിനോട് പറഞ്ഞു.

പ്രസാദ് വിസ്മയത്തോടെ അയാളെ നോക്കി.

“നിങ്ങൾക്ക് എന്നെ അറിയാമോ?”

“സാറിന്റെ സ്ഥാപനത്തിൽനിന്ന് ഞങ്ങളെ വിളിച്ചിരുന്നു. സാറിനി ബസ്സിൽ പോകണ്ട. വൈകും.”

ആ ഔദാര്യം തികച്ചും നിരസിച്ചുകൊണ്ട് പ്രസാദ് പറഞ്ഞു.

“സാരമില്ല. ഞാൻ വന്നത് ബസ്സിലല്ലേ. അതുകൊണ്ട് ബസ്സിൽത്തന്നെ കയറാം.”

“അതുകൊണ്ടല്ല സാർ. ഈ ബസ്സ് ഇപ്പോൾ പൊലീസിന്റെ നിയന്ത്രണത്തിലാണ്. കുറെ ഫോർമാലിറ്റികളൊക്കെ ഉണ്ടാവും. ജീപ്പിലാണെങ്കിൽ അതൊക്കെ വേഗം പൂർത്തിയാക്കി സാറിനു പോകാൻ കഴിയും.”

വിനയപൂർവം ആരംഭിച്ച അയാളുടെ സംഭാഷണം മെല്ലെ ഒരു ശാഠ്യമായും കല്പനയായും വികസിക്കുന്നത് പ്രസാദ് ശ്രദ്ധിച്ചു.

“ഈ യാത്രക്കാരിൽ നിന്ന് എനിക്കെന്താ വ്യത്യാസം? അവർ നേരിടുന്ന പ്രശ്നങ്ങൾ ഞാനും നേരിട്ടാൽ മതിയല്ലോ.”പ്രസാദ് തന്റെ നിലപാട് വീണ്ടും ആവർത്തിച്ചു. അയാളുടെ ഔദാര്യത്തിന് വഴങ്ങാതെ പ്രസാദ് ബസ്സിനു നേർക്ക് നടന്നു. മധുസൂദനനായിരുന്നു ആ ആജാനുബാഹുവിന്റെ അടുത്ത ലക്ഷ്യം.

ബസ്സിൽ കയറാൻ ഒരുമ്പെട്ടു നിൽക്കുകയായിരുന്ന മധുസൂദനനെ സമീപിച്ച് അയാൾ അതേ ഔദാര്യം പുറത്തെടുത്തു.

“സാർ ബസ്സിൽ കയറണ്ട. സാറിനെ കൊണ്ടുപോകാൻ കൊച്ചിയിൽ നിന്ന് ഒരു ടീം തന്നെ എത്തിയിട്ടുണ്ട്. കമ്മീഷണർ പ്രത്യേക താത്പര്യമെടുത്ത് സാറിന്റെ കാര്യം ചോദിക്കുകയും ചെയ്തു.”

അപ്രതീക്ഷിതമായ ആ സൗമനസ്യത്തിൽ മധുസൂദനനും അമ്പരന്നുപോയിരുന്നു. അയാളുടെ സംഭാഷണം കേട്ടപ്പോഴാണ് കോടിക്കണക്കിന് രൂപയുടെ ഇടപാടുകളുള്ള ഒരു സ്ഥാപനത്തിന്റെ ഉടമയാണ് താൻ എന്ന ബോധം മധുസൂദനന്റെ മനസ്സിൽ വീണ്ടും കത്തിയത്. മതിൽക്കെട്ടിന് പുറത്തേക്ക് വഴിതെളിഞ്ഞ സ്ഥിതിക്ക് ഇനി താനൊരു തെണ്ടിയല്ല, രാജാവു തന്നെയാണ്.

അവരുടെ ആ സൗമനസ്യം ഒരു അംഗീകാരമായി കണ്ട് മധുസൂദനൻ സഹയാത്രികരോട് യാത്ര പറയാൻ പോലും നില്ക്കാതെ നേരെ ജീപ്പിലേക്കു കയറി.

വാനിൽ നിന്ന് ഇറങ്ങിവന്ന രണ്ട് പൊലീസുകാരും ജീപ്പിലെത്തിയ ശുഭ്രവേഷധാരിയായ ഒരാളും ചേർന്നാണ് യാത്രക്കാരെ ബസ്സിലേക്ക് നയിച്ചുകൊണ്ടിരുന്നത്. ബസ്സിൽ കയറുന്ന ഓരോരുത്തരുടേയും മുഖം ആ ശുഭ്രവേഷധാരി അതിസൂക്ഷ്മമായി നിരീക്ഷിച്ചുകൊണ്ടിരുന്നു. അലസഭാവത്തിൽ ബസ്സിലേക്ക് കയറുകയായിരുന്ന ജയിംസിനെ കാൺകെ അയാളുടെ മുഖത്ത് ഫലിതം നിറഞ്ഞ ഒരു ചിരി തെളിഞ്ഞു.

എല്ലാ യാത്രക്കാരും ബസ്സിൽ കയറിക്കഴിഞ്ഞപ്പോൾ അയാൾ പൊലീസുദ്യോഗസ്ഥരോടായി വിളിച്ചുപറഞ്ഞു:

“ആ നാലുപേരും ഇക്കൂട്ടത്തിലില്ല. അവർ രക്ഷപ്പെട്ടെന്നാണ് തോന്നുന്നത്.”

പൊലീസുകാരുടെ മുഖത്ത് ആ വാർത്ത ഒരു ഭാവമാറ്റവും സൃഷ്ടിച്ചില്ല.

“പോയാത്തന്നെ എവടെ വരെ പോകാനാ സാറേ. ഒരു മണിക്കൂറിനുള്ളില് അവന്മാരെ ഞങ്ങള് പൊക്കും.”

ജീപ്പിലെത്തിയ ഒരാൾ ഇതിനകം ബസ്സിൽ കയറി ഡ്രൈവറുടെ സീറ്റിൽ സ്ഥാനം പിടിച്ചിരുന്നു. യാത്രക്കാരെല്ലാം ബസ്സിൽ കയറിയതോടെ അയാൾ ബസ് സ്റ്റാർട്ട് ചെയ്തു. രണ്ട് കശുമാവുകൾക്കിടയിലെ വിടവിലൂടെ റിവേഴ്സെടുത്ത് വണ്ടി അനായാസം തിരിച്ചിട്ടു.

ശുഭ്രവേഷധാരിയായ ആൾ ബസ്സിനു പുറത്ത് ഡ്രൈവറുടെ സമീപമെത്തി വീണ്ടും ഒരു നിർദ്ദേശം നല്കി.

“നേരെ മെഡിക്കൽ സെന്ററിലേക്ക് വിട്ടാമതി. ഞങ്ങൾ അവിടെയെത്തി അവരോട് സംസാരിച്ചോളാം.”

ആ ശുഭ്രവേഷധാരി ജീപ്പിലേക്കു മടങ്ങി. രണ്ടു പൊലീസുകാർ ബസ്സിൽത്തന്നെ തുടർന്നു.

മുന്നിൽ എ.ഡി.എമ്മിന്റെ കാർ. പിന്നെ പൊലീസ് വാൻ. അതിനു പിറകിൽ ബസ്. ഏറ്റവും പിറകിൽ ജീപ്പ്. ഈ ക്രമത്തിൽ നാലു വണ്ടികളും മുന്നോട്ടു നീങ്ങി. കരിയിലകളുടെ സീൽക്കാരം മാത്രമല്ല എഞ്ചിനുകളുടെ ഇരമ്പലും ഇപ്പോൾ കശുമാവുതോട്ടത്തിൽ മുഴങ്ങുന്നുണ്ട്.

വഴി തേടിപ്പോയ മൂന്നുപേർ തിരിച്ചെത്താനുണ്ട് എന്നത് റിയാസിനെ അസ്വസ്ഥനാക്കി. ബസ്സിന്റെ പിൻഭാഗത്ത് ഒരു കാവൽക്കാരന്റെ റോളിൽ കമ്പിയിൽ പിടിച്ചുനില്ക്കുകയായിരുന്ന പൊലീസുകാരനു നേർക്ക് റിയാസ് വിളിച്ചുപറഞ്ഞു.

"മൂന്നാളുകൂടി കയറാനുണ്ട്."

പരിഹാസഭാവം സ്ഫുരിക്കുന്ന ഒരു നേർത്ത ചിരിയോടെ പൊലീസുകാരൻ പറഞ്ഞു.

"അവര് പൊലീസ് വാനില് വന്നോളും."

ഒരു കെട്ടുകഥയുടെ നാടകാവിഷ്കാരം പോലെയാണ് പ്രസാദിന് തോന്നുന്നത്. ചോദിക്കാൻ നിരവധി ചോദ്യങ്ങളുണ്ട്. അറിയാൻ നിരവധി കാര്യങ്ങളുണ്ട്. എന്നാൽ കഥയിൽ ചോദ്യമില്ല എന്നാണ് പ്രമാണം.

ബസ്സ് മെഡിക്കൽ സെന്ററിലേക്ക് കൊണ്ടുപോകുന്നതിനു പിന്നിൽ നിഷ്കളങ്കമല്ലാത്ത ഒരു താത്പര്യം പ്രവർത്തിക്കുന്നുണ്ടെന്നു തന്നെയാണ് പ്രസാദ് ഊഹിക്കുന്നത്. ഒരു നേരത്തെ ഭക്ഷണം മുടങ്ങിപ്പോയെങ്കിലും യാത്രക്കാരിൽ ഒന്നോ രണ്ടോ പേരൊഴികെ ആരും ക്ഷീണിതരോ അവശരോ അല്ല. മാത്രമല്ല അവരെല്ലാം തന്നെ സ്വന്തം താവളങ്ങളിലെത്താൻ തിടുക്കം പൂണ്ട അവസ്ഥയിലുമാണ്. ഈ സാഹചര്യത്തിൽ ബസ്സ് നിർബന്ധബുദ്ധിയോടെ മെഡിക്കൽ സെന്ററിലേക്കു തന്നെ കൊണ്ടുപോകുന്നതിന്റെ ഉദ്ദേശ്യമെന്തായിരിക്കും?

തന്റെ കപടഗൗരവം ഉപേക്ഷിക്കാതെ തന്നെ ആ പൊലീസുകാരൻ അതിനും യുക്തി കണ്ടെത്തി.

ഒരു ദിവസം മുഴുവൻ ഭക്ഷണം കഴിക്കാതെയും വെള്ളം കുടിക്കാതെയും അപരിചിതമായ ചുറ്റുപാടിൽ പരിഭ്രാന്തമായ മാനസികാവസ്ഥയിൽ കഴിയേണ്ടിവന്നത് യാത്രക്കാരുടെ ആരോഗ്യസ്ഥിതിയെ ബാധിച്ചിട്ടുണ്ടാവാം. അതു പരിശോധിച്ചറിയേണ്ടതും എന്തെങ്കിലും പ്രശ്നം കണ്ടെത്തിയാൽ പരിഹരിക്കേണ്ടതും ഗവണ്മെന്റിന്റെ ചുമതലയാണ്. മാത്രമല്ല, ഈ വിഷയത്തിൽ ഒരു രാഷ്ട്രീയപ്രശ്നവും നിയമപ്രശ്നവും കൂടി ഉള്ളതിനാൽ ആ പരിശോധന ഒഴിവാക്കാനാവുകയില്ല.

പ്രസാദിന് ഊഹിച്ചെടുക്കാൻ കഴിഞ്ഞ യുക്തി മറ്റൊന്നായിരുന്നു.

രാസവിഷത്തിൽ കുളിപ്പിച്ചു നിർത്തിയ ഒരിടത്ത് വിഷവായു പ്രസരിക്കുന്ന അന്തരീക്ഷത്തിൽ ഒരു ദിവസം കഴിച്ചുകൂട്ടിയാൽ മനുഷ്യശരീരത്തിൽ എന്തെല്ലാം പ്രത്യാഘാതങ്ങളാണ് ഉണ്ടാവുക എന്ന് കണ്ടെത്താൻ വേണ്ടിയാകാം ആ പരിശോധന. ഒരു കൂട്ടം ഗിനി പിഗ്ഗുകളെ ഒരു ചെലവുമില്ലാതെ ഒന്നിച്ചുകിട്ടിയിരിക്കയാണ്.

കിട്ടിയതല്ല, സംഘടിപ്പിച്ചതാണ് എന്ന് പ്രസാദ് ഉടനെ തിരുത്തി.

ഏതു കുറ്റത്തിനാണ് ശ്യാമളയെ പൊലീസുകാർ പിടിച്ചുകൊണ്ടുപോയത് എന്ന വിചാരം ജെയിംസിന്റെ മനസ്സിൽ ഒരു കനത്ത ഭാരമായി വളർന്നുകൊണ്ടിരുന്നു. ധീരയാണ്. കൂസലില്ലാത്തവളാണ്. അസാധാരണമായ ഒരു വ്യക്തിപ്രഭാവം അവരെ ചൂഴ്ന്നു നില്ക്കുന്നുണ്ട്. എന്നാൽ അറസ്റ്റ് ചെയ്ത് കൊണ്ടുപോകാൻതക്ക വിധത്തിൽ ഏതെങ്കിലും ഒരു കുറ്റകൃത്യം അവർ ചെയ്തിട്ടുണ്ടെന്ന് വിശ്വസിക്കാൻ കഴിയുന്നില്ല.

ധീരയായ ഒരു പൊതുപ്രവർത്തകയെ ഒഴിവാക്കിയെടുക്കാൻ ആരോ പ്രയോഗിക്കുന്ന കുതന്ത്രമായിരിക്കണം അത്.

ജെയിംസിന്റെ സംശയത്തിന് ആ പൊലീസുകാരൻ തന്നെ മറുപടി നല്കി.

"അവളും അവരുടെ കൂട്ടത്തിൽപ്പെട്ട ആളാണ്."

"ആരുടെ കൂട്ടത്തിൽ?"

"ബസ്സ് തട്ടിയെടുത്ത് നിങ്ങളെ ബന്ദിയാക്കിയവർ തന്നെ. മൊത്തം ആറു പേരുണ്ട്. അതിലൊന്ന് അവളാണ്."

അവിശ്വസനീയമായ ആ വ്യാഖ്യാനം കേട്ട് ജെയിംസ് മാത്രമല്ല ബസ്സിലെ മിക്ക യാത്രക്കാരും നടുങ്ങിപ്പോയി. കണ്ടതും അനുഭവിച്ചതുമായി ഒരു ബന്ധവുമില്ലാത്ത കെട്ടുകഥയാണ് പൊലീസ് ഭാഷ്യം. വിചിത്രമായ ചില യുക്തികൾകൊണ്ട് ആ വ്യാഖ്യാനത്തെ സാധൂകരിക്കാനും പൊലീസിന് കഴിയുന്നുണ്ട്. അതാണ് അദ്ഭുതം!

ആ യുക്തിയനുസരിച്ച് ഈ ഹൈജാക്ക് കഥയിലെ വില്ലന്മാർ ആറു പേരാണ്. ഒരു സ്ത്രീയും അഞ്ചു പുരുഷന്മാരും. അവർ ആറുപേർ ചേർന്നാണ് കോഴിക്കോടു നിന്ന് തിരുവനന്തപുരത്തേക്ക് പുറപ്പെട്ട ബസ് ഏതാനും സമയത്തിനകം തട്ടിയെടുത്തത്.

ആറുപേരിൽ ഒരാൾ വിദേശപൗരനാണ്. ജയിലിൽ നിന്ന് പരോളിലിറങ്ങിയ ഇരട്ടക്കൊലപാതകത്തിലെ പ്രതിയാണ് മറ്റൊരാൾ. പാർട്ടിയിൽ നിന്ന് പുറത്താക്കപ്പെട്ട പഴയ കമ്യൂണിസ്റ്റുകാരനാണ് മൂന്നാമൻ. ബസ് തട്ടിയെടുത്ത് പ്ലാന്റേഷനിൽ എത്തിച്ചശേഷം ഒരാൾ രാത്രിതന്നെ സ്ഥലത്തു നിന്നു വിട്ടുപോയിട്ടുണ്ട്. സംഘത്തിലുള്ള ഒരേയൊരു സ്ത്രീ പരിസ്ഥിതി ആക്ടിവിസ്റ്റായാണ് പുറമേ അറിയപ്പെടുന്നത്. പഴയ കാലത്തെ ഒരു നക്സലൈറ്റും ഇപ്പോൾ കോഴിക്കോട് കേന്ദ്രമാക്കി പ്രവർത്തിക്കുന്ന കിഡ്ണി മാഫിയയുടെ ഏജന്റും ആണ് ആറാമൻ. ഇവർക്ക് ചില തീവ്രവാദ സംഘടനകളുമായി ബന്ധമുണ്ടെന്ന് പ്രാഥമികമായ അന്വേഷണത്തിൽ ബോധ്യമായിട്ടുണ്ട്.

എന്നാൽ ബസ്സ് തട്ടിയെടുത്തതിന്റേയും യാത്രക്കാരെ ബന്ദികളാക്കിയതിന്റേയും യഥാർഥ കാരണം കൃത്യമായി നിർണയിക്കാൻ കഴിഞ്ഞിട്ടില്ല. എല്ലാ പ്രതികളേയും പിടികൂടി വിശദമായി ചോദ്യം ചെയ്താൽ മാത്രമേ അത് വ്യക്തമാവുകയുള്ളൂ. സർക്കാർ സംവിധാനത്തെ വെല്ലുവിളിച്ച് സ്വന്തം ശക്തി പ്രഖ്യാപിക്കാനും സ്വന്തം സാന്നിധ്യം ഉറപ്പിക്കാനും വേണ്ടി ഒരു പുതിയ തീവ്രവാദി ഗ്രൂപ്പ് നടപ്പിലാക്കിയ പദ്ധതിയാണ് അതെന്നും പൊലീസും സംശയിക്കുന്നുണ്ട്. ജീവിതത്തിൽ ഇന്നോളം കേട്ടിട്ടുള്ളതിൽ വെച്ച് ഏറ്റവും വിചിത്രമായ ഫലിതം എന്ന് പ്രസാദ് മനസ്സിൽ കുറിച്ചു.

പ്രതിയുടേയും വാദിയുടേയും പൊസിഷനുകൾ എത്ര വേഗമാണ്; എത്ര അനായാസമാണ് മാറ്റിമറിക്കപ്പെടുന്നത്. പ്രതിരോധിക്കുന്ന ഇരകളെ അപകടകാരികളായി മുദ്രകുത്തി ഇല്ലായ്മ ചെയ്യുന്ന വിദഗ്ധ മായ കൗശലം തന്നെ.

"എന്തെല്ലാം തട്ടിപ്പുകഥകളാണ് ഇവർ കെട്ടിയുണ്ടാക്കുന്നത്." ഉറക്കെ യുള്ള ഒരു ആത്മഗതത്തിലൂടെ പ്രസാദ് തന്റെ രോഷവും നിസ്സഹാ യതയും എങ്ങോട്ടെന്നില്ലാതെ എറിഞ്ഞിട്ടു.

ആ ആത്മഗതം ഏറ്റുപിടിച്ചുകൊണ്ട്, അടുത്തിരുന്ന പുരുഷോത്തമൻ അടക്കത്തിൽ ചോദിച്ചു.

"അവരെപ്പറ്റി നമുക്കെന്തറിയാം? പൊലീസ് പറയുന്നതായിക്കൂടെ സത്യം?"

മറുപടി പറഞ്ഞത് കാദറാണ്.

"തട്ടിക്കൊണ്ടു പോയീന്ന് ഇവരെ പറയുന്നേല്ലേ. സത്യത്തില് ഓര് മ്മളെ സഹായിക്കേല്ലേ ചെയ്തേന്ന്."

"ഈ തീവ്രവാദികള്ടെ ഒരു സ്റ്റൈല് അങ്ങനെയാ. മര്യാദക്കാരാന്ന് തോന്നിപ്പിക്കും." പുരുഷോത്തമന്റെ സംശയം തന്നെ രാജശേഖരനും പങ്കുവെച്ചു.

"തോട്ടത്തിന് തീ വെയ്ക്കണേക്കെ നുമ്മളപ്പോലൊള്ള സാധാരണ ക്കാരിക്ക് തോന്നണ കാര്യാണോ?" എന്ന ഒരു യുക്തികൊണ്ട് ജോസഫ് ആ സംശയത്തെ ഉറപ്പിക്കുകയും ചെയ്തു.

"എനിക്ക് ഇന്നലെത്തന്നെ തോന്ന്യതാണ്. അയാളെന്തിനാണ് ഒരാവശ്യോല്ലാണ്ട് നുമ്മടെ എണ്ണോട്ത്തത്?" കരുണൻ കൂടുതൽ തെളിവു കണ്ടെത്തുന്നതിൽ ജാഗരൂകനായി.

"ആ ചേച്ചീടെ പെരുമാറ്റം കണ്ടാല് ടെററിസ്റ്റാണെന്ന് തോന്നുകയേ യില്ല." അമൃത സുഷമയോട് വിസ്മയിച്ചു.

"അവര്ടെ കൂടെ നടന്നത് നമുക്ക് പ്രശ്നാവോ ആവോ?" എന്ന് സുഷമ അസസ്ഥയായി. "പരിചയമില്ലാത്തവരോട് കൂടര്ത്ന്ന് അമ്മ എപ്പഴും പറയാറുള്ളതാ."

"വൈ ഡൗട്ട്. അവന്മാര് ടെററിസ്റ്റുകൾ തന്നാ." അതുവരെയും ആരോടും സംസാരിക്കുന്നതിൽ താത്പര്യമില്ലാതിരുന്ന ജയേഷ് പുതിയ ആവേശത്തോടെ വിളിച്ചുകൂവി. "അവര്ടെ കൂട്ടത്തിലെ ഒരുത്തൻ ഇപ്പഴും ഈ വണ്ടിയിലൊണ്ട്."

മുൻഭാഗത്ത് ഇരിക്കുകയായിരുന്നു ജെയിംസ്. അവന്റെ ലക്ഷ്യം താനാണെന്ന് മനസ്സിലാക്കി ജെയിംസ് സീറ്റിൽ നിന്നെഴുന്നേറ്റ് ക്ഷുഭിത ഭാവത്തിൽ ജയേഷിനെ സമീപിച്ചു. സമീപത്ത് പൊലീസുണ്ടെന്ന് ഗൗനി ക്കാതെ അവന്റെ കോളറിൽ പിടിച്ച് പൊന്തിച്ചുകൊണ്ട് അട്ടഹസിച്ചു.

“ആരാൺഡാ നിന്റെ ടെററിസ്റ്റ്... തോന്ന്യാസം പറഞ്ഞാലൊണ്ടല്ലോ, അടിച്ച് നിന്റെ ഷേപ്പ് മാറ്റിക്കളയും ഞാൻ.”

പിൻഭാഗത്തു നിന്ന് അപ്പോഴേക്കും രണ്ടു പൊലീസുകാരും മുന്നിലേക്ക് കുതിച്ചെത്തി ജയിംസിനെ പിടികൂടി.

ബസ്സ് മതിൽക്കെട്ടിന് പുറത്തു കടന്നു കഴിഞ്ഞിരുന്നു. മൊബൈൽ ഫോണുകൾ റെയ്ഞ്ചിലേക്ക് തിരിച്ചെത്തി എന്ന് ഓർമ്മപ്പെടുത്തിക്കൊണ്ട് ആരുടെയോ മൊബൈൽ ഫോണിൽ റിംഗ് ടോൺ ഉയർന്നു.

സ്വന്തം സ്വകാര്യതകളിലേക്ക് ഞെട്ടിയുണർന്ന യാത്രക്കാരുടെ കൈകൾ പോക്കറ്റിലേക്കും ബാഗിലേക്കും യാന്ത്രികമായി നീണ്ടു. തടവിൽ നിന്നിറങ്ങിയ വന്യമൃഗത്തെപ്പോലെ പോക്കറ്റുകളിൽ നിന്നും ബാഗുകളിൽ നിന്നും മൊബൈൽ ഫോണുകൾ പുറത്തേക്കു ചാടി. പുറത്തു ചാടിയ ഓരോ ഫോണും ഉടമസ്ഥരുടെ കാതുകളിൽ ചെന്നു പതുങ്ങി.

മറ്റൊരു ശബ്ദവും കടന്നുവരാത്ത വിധത്തിൽ അവരുടെ കാതുകൾ മൊബൈൽ ഫോണുകളിൽ മൂടപ്പെട്ടു. മൊബൈൽ ഫോണിന്റെ മായാലോകത്തിലേക്ക് അവർ ഓരോരുത്തരായി മാഞ്ഞുപോയി. അതിനിടയിൽ ജയിംസിന് എന്തു സംഭവിച്ചു എന്ന് ആരും ശ്രദ്ധിച്ചില്ല; അറിഞ്ഞുമില്ല.

ഇരുപത്തിയെട്ട്

ഒരു മാന്ത്രികപ്രകടനത്തിന് സാക്ഷ്യം വഹിക്കുന്നതുപോലെയാണ് സുഗതനും രാജീവനും അനുഭവപ്പെട്ടത്; ബസ്സും യാത്രക്കാരും മാഞ്ഞു പോയിരിക്കുന്നു!

നടന്നതൊക്കെ ഒരു സ്വപ്നമായിരുന്നില്ല എന്ന് ഉറപ്പിക്കുന്നത് വിനയന്റെ സാന്നിധ്യമാണ്. ബസ്സ് നിന്ന സ്ഥലത്ത് അയാൾ മാത്രം ബാക്കി നില്ക്കുന്നുണ്ട്, വിജനദ്വീപിലെ റോബിൻസൺ ക്രൂസോവിനെപ്പോലെ.

മരണത്തിനു സമാനമായ മരവിപ്പാണ് ചുറ്റിലും. കറുപ്പിലും വെളുപ്പിലും വരച്ച ഒരു നിശ്ചലചിത്രം പോലെ സമീപപ്രകൃതി. വിനയന്റെ നില്പ് ഒരു ശിലാശില്പത്തെ ഓർമ്മപ്പെടുത്തുന്നു.

ഇതിനിടയിൽ എന്താണ് സംഭവിച്ചിരിക്കുക എന്ന് ഊഹിക്കാൻ പ്രയാസമില്ല. ആരോ വന്ന്, അല്ലെങ്കിൽ ആരൊക്കെയോ വന്ന് യാത്രക്കാരെ ഈ തടവറയിൽ നിന്ന് മോചിപ്പിച്ചിരിക്കുന്നു. അവരെല്ലാം ഇതിനകം സ്വാതന്ത്ര്യത്തിന്റെ ലോകത്തേക്ക് പ്രവേശിച്ചു കഴിഞ്ഞിരിക്കും. മെഡിക്കൽ ബോർഡിനു മുമ്പാകെ സമർപ്പിക്കേണ്ടിയിരുന്ന സുരേഷിന്റെ

ഫയലും അതുൾപ്പെടുന്ന ബാഗും ബസ്സിനകത്താണ്. ആശങ്ക യുണർത്തുന്ന ഒരു പ്രശ്നമാണ് അതെങ്കിലും ബസ്സ്റ്റാന്റിൽ മടങ്ങി ച്ചെന്നാൽ അത് തിരികെ ലഭിക്കുമെന്ന് പ്രത്യാശിക്കാം. അല്ലെങ്കിൽ ത്തന്നെ ഇനി ആ ഫയൽകൊണ്ട് എന്തെങ്കിലും പ്രയോജനമുണ്ടാകുമോ എന്ന് ഉറപ്പില്ല.

വന്നുപോയ വാഹനങ്ങൾ അവശേഷിപ്പിച്ച ടയറിന്റെ രേഖാചിത്രങ്ങൾ നിരീക്ഷിച്ചിട്ട് രാജീവൻ കണ്ടെത്തി: മൂന്നു വണ്ടികൾ വന്നുപോയിട്ടുണ്ട്. അതിനർഥം സാമാന്യം വലിയ ഒരു സംഘം തന്നെ ഉണ്ടായിരുന്നു എന്നാണ്.

"അവരെ പിന്തുടരുകയല്ലാതെ ഇനി നമുക്കൊന്നും ചെയ്യാനില്ലല്ലോ രാജീവാ." സുഗതൻ പറഞ്ഞു. "നമുക്കുവേണ്ടി മാത്രമായി ഇനി ഒരു വണ്ടിയും വരാനിടയില്ല."

വിനയന്റെ ശിലാശില്പത്തിനു നേർക്ക് സുഗതൻ ചോദിച്ചു.

"നിങ്ങളെന്താ പോവാഞ്ഞത്?"

അപ്പോൾ മാത്രമാണ് ആ ശിലാശില്പത്തിൽ ചെറുതായി ഒരു അനക്കമുണ്ടായത്.

"ഞാനിവിടെ എത്തുമ്പോഴേക്കും വണ്ടികൾ നീങ്ങിത്തുടങ്ങിയിരുന്നു. പിറകെ പാഞ്ഞ് വണ്ടിയിൽ കയറാൻ തോന്നിയില്ല."

"അതുവരെ എന്തു ചെയ്തു?"

"ഞാൻ അയാളെ തിരക്കി പോയതാണ്. ഈ തോട്ടത്തിനുള്ളിൽ അലഞ്ഞു തിരിയുന്ന..."

"എന്നിട്ട് കണ്ടെത്തിയോ? വാ തുറന്നോ?"

"അവൻ ഒരു ഊമയല്ല. ഭ്രാന്തനുമല്ല."

അയാളുടെ ജീവചരിത്രം ചുരുങ്ങിയ വാക്കുകളിൽ വിനയൻ പറഞ്ഞു കേൾപ്പിച്ചു.

"കൊലക്കേസിലെ പ്രതിയോ ഭ്രാന്തനോ ഒരു ക്രിമിനലോ ആരു മാവട്ടെ, ഇവിടെ അവൻ ഒരു പരീക്ഷണമൃഗം മാത്രമാവാനാണ് സാധ്യത. അങ്ങനെയാണ് പ്രസാദ് പറഞ്ഞത്." സുഗതൻ പറഞ്ഞു.

ഈ തടവുജീവിതം അയാൾ സ്വയം വരിച്ചതാണ്. അതുകൊണ്ടു തന്നെ മതിൽക്കെട്ടിൽ നിന്ന് അയാളെ പുറത്തെടുക്കാൻ തങ്ങൾക്ക് അവ കാശമില്ല.

തിരിച്ചുപോകാൻ തയ്യാറെടുത്തുകൊണ്ട് സുഗതൻ ചോദിച്ചു.

"പോവുകയല്ലേ."

വിനയൻ പറഞ്ഞു.

"എനിക്ക് തിടുക്കമില്ലല്ലോ. ഞാൻ കുറച്ചു നേരം കൂടി ഈ ബംഗാളിൽ ചുറ്റിക്കറങ്ങട്ടെ."

ഒരു കറുത്ത ഫലിതം എന്ന് സുഗതൻ നിശ്ശബ്ദമായി വ്യാഖ്യാനിച്ചു.

വിനയനെ അയാളുടെ സ്വച്ഛന്ദമായ സഞ്ചാരത്തിന് വിട്ട് സുഗതനും രാജീവനും മടക്കയാത്ര ആരംഭിച്ചു.

സഹസഞ്ചാരികളുടെ അഭാവത്തിൽ സുഗതന് പെട്ടെന്ന് ഒരുതരം ഏകാന്തതയും വിഷാദവും അനുഭവപ്പെട്ടു. ഒരു ശ്മശാന ശൂന്യതയിൽ വന്നവസാനിച്ച യാത്രപോലെ.

ആ ശൂന്യതയിൽ നിന്നുകൊണ്ട് സുഗതൻ ഒരു ആത്മഗതത്തിന്റെ ശീലിൽ ചോദിച്ചു.

"അങ്ങനെ ഈ നാടകത്തിൽ നമ്മുടെ റോൾ അവസാനിച്ചു, അല്ലേ രാജീവാ."

രാജീവന്റെ മുഖത്ത് ഗൂഢമായ, നേർത്ത ഒരു ചിരി മാഞ്ഞു മറഞ്ഞു.

"നാടകത്തിന്റെ സംവിധായകൻ ആരെന്നുതന്നെ അറിയില്ല. പിന്നെങ്ങനെയാണ് നമ്മുടെ റോൾ പൂർത്തിയായെന്ന് ഉറപ്പിക്കുക?"

കഴിഞ്ഞ രാത്രി മുതൽ അരങ്ങേറിക്കൊണ്ടിരിക്കുന്ന ഈ അസംബന്ധ നാടകത്തിനു പിന്നിൽ ഒരു സംവിധായകന്റെ കൃത്യമായ പദ്ധതികൾ ഉണ്ടെന്ന കാര്യത്തിൽ രാജീവന് തെല്ലും സംശയമില്ല. എന്നാൽ അയാൾ ആരാണെന്നോ എവിടെയിരുന്നാണ് നാടകം നിയന്ത്രിച്ചുകൊണ്ടിരിക്കുന്നതെന്നോ ഊഹിക്കാൻ ഇപ്പോഴും കഴിയുന്നില്ല.

എവിടെയോ ഇരുന്നുകൊണ്ട് നമ്മുടെ ജീവിതത്തിലേക്ക് സദാ നോക്കിക്കൊണ്ടിരിക്കുന്നവൻ... ഒരു റിമോട്ട് കൺട്രോൾ മെഷീൻകൊണ്ട് നമ്മളേയും ഒപ്പം ലോകത്തെത്തന്നെയും ചലിപ്പിക്കുന്നവൻ...

ഇന്ത്യയിൽ, അമേരിക്കയിൽ, യൂറോപ്പിൽ അല്ലെങ്കിൽ അതുപോലുള്ള ഏതോ ഒരു വിദൂര ഭൂഖണ്ഡത്തിൽ അവനിരിക്കുന്നു.

പുറത്തുകടക്കാൻ രണ്ടു വഴികളുണ്ട്. ടയർ പാടുകൾ പിന്തുടർന്നാൽ വണ്ടികൾ കടന്നുപോയ വഴിയേ മതിൽക്കെട്ടിന്റെ ഗെയ്റ്റ് കടക്കാം. എന്നാൽ തങ്ങൾ അടയാളം വെച്ച മറ്റൊരു വഴിയുണ്ട്. ജഗൻ അവിടെ കാത്തുനില്ക്കുന്നുണ്ട്.

ജഗനെ പ്രതീക്ഷിച്ച് തിരിച്ചെത്തുമ്പോൾ അകലെ നിന്നുതന്നെ കണ്ടു; ആ ഗെയ്റ്റിൽ കാത്തുനില്ക്കുന്നത് ഒരു പൊലീസ് സംഘമാണ്.

ജഗനെ കാണാനുണ്ടായിരുന്നില്ല. അല്ലെങ്കിൽ, ജഗനെ മറച്ചുകൊണ്ടാണ് പൊലീസ് സംഘം നില്ക്കുന്നത്.

യഥാർഥത്തിൽ, സംരക്ഷണം നല്കാനെത്തിയ നിയമപാലകർ എന്ന ആശ്വാസമാണ് തോന്നേണ്ടിയിരുന്നത്. എന്നാൽ അമിത ജാഗ്രതയാർന്ന അവരുടെ നില്പും കർക്കശഭാവവും ഹിംസാത്മകമായ നോട്ടവും അത്തരമൊരു ആശ്വാസത്തിന് അവസരം നല്കുന്നില്ല.

യുദ്ധമുന്നണിയിലെന്ന പോലെയായിരുന്നു അവരുടെ നീക്കങ്ങൾ.

ഗെയ്റ്റിനോട് അടുക്കാറായപ്പോഴേക്കും നാലഞ്ചു പൊലീസുകാർ ഒരു കമാൻഡോ ഓപ്പറേഷന്റെ ദൃശ്യാവിഷ്കാരം പോലെ മുന്നോട്ടു കുതിച്ചു വന്ന് സുഗതനേയും രാജീവനേയും വളഞ്ഞു. അവരുടെ നിറച്ച തോക്കുകൾ സുഗതനും രാജീവനും നേർക്ക് അഹങ്കാരത്തോടെ നീണ്ടു.

ഒരു സാഹസിക കൃത്യത്തിന് ഒരുങ്ങുന്ന ഭാവത്തിൽ രണ്ടു പൊലീസുകാർ മുന്നോട്ടു കയറിനിന്ന് സുഗതന്റേയും രാജീവന്റേയും വസ്ത്രങ്ങൾക്കുമേൽ ഇരുകൈകളാലും ഒരു റെയ്ഡ് പൂർത്തിയാക്കി. ആയുധങ്ങളൊന്നും ഇല്ല എന്ന് ഉറപ്പാക്കി പിന്നിലുള്ളവർക്ക് സന്ദേശം കൊടുത്തു.

എന്താണ് സംഭവിക്കുന്നതെന്ന് വ്യക്തമാവാതെ സുഗതനും രാജീവനും പകച്ചുനില്ക്കെ പൊലീസിന്റെ പരുഷമായ ആജ്ഞ ഉയർന്നു കേട്ടു.

“നടക്ക്.”

പരിഭ്രമം ബലമായി നിയന്ത്രിച്ചുകൊണ്ട് സുഗതൻ സൗമ്യമായി ചോദിച്ചു:

“എന്തിനാണു സാർ?”

“ചോദ്യം വേണ്ട. നടന്നാൽ മതി.” പൊലീസിന്റെ ശബ്ദം കൂടുതൽ കർക്കശമാവുകയാണ്.

കഥാപാത്രങ്ങൾ മാറിമറിയുന്ന, ഒരേ നടൻ തന്നെ പലേ വേഷങ്ങൾ കെട്ടിയാടുന്ന ഒരു അസംബന്ധ നാടകത്തിലെ കഥാപാത്രങ്ങളാണ് തങ്ങളെന്ന് സുഗതനും തോന്നി.

ജീവിതത്തിൽ ഒരിക്കൽകൂടി താൻ മറ്റൊരു ടെയോ ടാർജറ്റായി മാറിയിരിക്കുന്നുവെന്ന് രാജീവൻ നടുക്കത്തോടെ, അതിലേറെ വിസ്മയത്തോടെ തിരിച്ചറിഞ്ഞു. എല്ലാം ഒരു തനിയാവർത്തനം. എന്നാൽ കഴിഞ്ഞ തവണത്തേതിൽ നിന്ന് ഇപ്പോൾ ഒരു വ്യത്യാസമുണ്ട്. പുതുതായി ഒന്നും ഭയക്കാനില്ല. കുറ്റങ്ങൾ എത്രയായാലും ജയിൽശിക്ഷ ഒന്നേയുള്ളൂ.

പൊലീസുകാരാൽ വലയം ചെയ്യപ്പെട്ട്, വി.ഐ.പി. പരിഗണനയ്ക്കുള്ളിൽ സുഗതനും രാജീവനും നടന്നു നീങ്ങി. കുറച്ചകലെ ഇടവഴിയിൽ ഒരു പൊലീസ് വാൻ അഹങ്കാരഭാവത്തിൽ കാത്തുകിടക്കുന്നുണ്ട്.

അതിനുമപ്പുറത്ത് വാർത്താചാനലുകളുടെ ഒ.ബി. വാനുകൾ. പൊലീസ് നിയന്ത്രണത്തെ ഭേദിച്ച് ഫോട്ടോയെടുക്കാൻ തിരക്കുകൂട്ടുന്ന ക്യാമറകൾ. മത്സരബുദ്ധിയോടെ തത്ക്ഷണവാർത്തകൾക്കായി പോസ് ചെയ്യുന്ന റിപ്പോർട്ടർമാർ.

കണ്ണിന്റെ കാഴ്ചവട്ടത്തിനുള്ളിൽ അവരെല്ലാം നിരക്കുന്നുണ്ടായിരുന്നെങ്കിലും അവരുടെ ക്യാമറകളിലേക്ക് ഇടവേളയില്ലാതെ

കയറിപ്പോവുന്നത് തങ്ങളുടെ മുഖമാണെന്ന് എന്തുകൊണ്ടോ സുഗതന് തോന്നുകയുണ്ടായില്ല.

രാജീവന് സംഭവങ്ങളുടെ സഞ്ചാരദിശ ഇതിനകം തെളിഞ്ഞുകിട്ടിയിരുന്നു. അതുകൊണ്ടുതന്നെ പ്രത്യേകിച്ച് ഒരാശങ്കയും കൂടാതെ, ലോകം മുഴുവൻ ഇപ്പോൾ തന്നെ കണ്ടുകൊണ്ടിരിക്കുകയാണ് എന്ന ബോധ്യത്തോടെ അയാൾ അക്ഷോഭ്യനായി നടന്നു.

വാനിലേക്ക് കയറാൻ ക്ലേശിക്കേണ്ടി വന്നില്ല. ഒരു പൊലീസുകാരൻ ഒരു അഭ്യാസിയുടെ മെയ്‌വഴക്കത്തോടെ ഇരുവരേയും തള്ളി അകത്തേക്കിടുകയായിരുന്നു.

ക്യാമറകളെ ലക്ഷ്യംവെച്ച് ആ പൊലീസുകാരൻ ഒരു ഹീറോ വേഷം ആടുകയാണെന്ന് രാജീവന് മനസ്സിലായി.

വെളിച്ചം കുറവായിരുന്നെങ്കിലും വാനിനു അകത്തുള്ള ദൃശ്യങ്ങൾ സാവധാനം തെളിഞ്ഞുകിട്ടി. ഒരു സീറ്റിൽ ജഗൻ ഇരിപ്പുണ്ട്. മറ്റൊരു സീറ്റിൽ ശ്യാമളയും അല്പം നീങ്ങി മറ്റൊരു സീറ്റിൽ ജെയിംസും.

പൊലീസുകാർ ജഗനു സമീപത്തായി സുഗതനെ സ്ഥാപിച്ചു. രാജീവനെ ഒട്ടൊരു പരുക്കൻമട്ടിൽ പിൻസീറ്റുകളിലൊന്നിലേക്ക് എറിഞ്ഞിടുകയായിരുന്നു.

പൊലീസ് വാനിലാണെന്ന ഭാവത്തിലല്ല ജെയിംസിന്റെ ഇരിപ്പ്. ആ ഇരിപ്പു കണ്ടാൽ ഒരു നാടകവണ്ടിയിൽ ഇരിക്കുകയാണെന്നേ തോന്നൂ. നാടകത്തിലെ കഥാപാത്രത്തിൽ നിന്നെന്നപോലെ ഉറക്കെയുള്ള ചില ആത്മഗതങ്ങൾ അയാളിൽ നിന്നു പുറപ്പെടുന്നുണ്ട്.

സുഗതൻ ജഗനു നേർക്ക് മന്ദസ്വരത്തിൽ ചോദിച്ചു:

"എന്താണ് സംഭവിക്കുന്നത്?"

"ബസ്സ് തട്ടിയെടുത്ത് യാത്രക്കാരെ ബന്ദികളാക്കുകയും ഡ്രൈവറെ തല്ലിക്കൊന്ന് കിണറ്റിൽ തള്ളുകയും ചെയ്ത നാല് കൊടുംഭീകരന്മാർ. മൂന്നു പുരുഷന്മാരും ഒരു സ്ത്രീയും. അവർ പൊലീസിനു കീഴടങ്ങിയിരിക്കുന്നു. അല്ലെങ്കിൽ ഒരു ഏറ്റുമുട്ടലിലൂടെ പൊലീസ് അവരെ കീഴടക്കിയിരിക്കുന്നു. രണ്ടാമത്തേതാവാനാണ് കൂടുതൽ സാധ്യത."

"ഡ്രൈവറെ കൊന്ന് കിണറ്റിൽ തള്ളിയെന്നോ?" സുഗതന്റെ അമ്പരപ്പിന് ഒരു നിലവിളിയുടെ ഈണമുണ്ടായിരുന്നു.

"എന്നാണ് ആ പൊലീസുകാരൻ പറഞ്ഞത്."

"എത്ര ഗംഭീരമായ തമാശ" എന്ന് സുഗതൻ മനസ്സിൽ പറഞ്ഞുപോയി.

ഇത്തരം തമാശകളുടെ ചരിത്രമാണ് ലോകത്തിന്റെ ചരിത്രം. ചില മനുഷ്യരുടെ ജീവചരിത്രത്തിന്റെ സ്ഥിതിയും ഇതുതന്നെയാണ്.

“അപ്പോൾ അയാളോ?” ജെയിംസിനു നേർക്ക് നോട്ടമെറിഞ്ഞു കൊണ്ട് സുഗതൻ ചോദിച്ചു.

“ആ ചെറുക്കന്റെ പരാതിയാ. അവന്റെ പപ്പാ ഏതോ പാർട്ടീടെ ലോക്കൽ നേതാവാണത്രെ. കോടീശ്വരനും.”

നടന്നതും നടക്കുന്നതുമായ കാര്യങ്ങളെ ഒരു നാടകമായി സങ്കല്പിച്ചു കൊണ്ട് സുഗതൻ സ്വയം പറഞ്ഞു: “രാജീവാ, നീ പറഞ്ഞതാണ് സത്യം. നാടകത്തിലെ നമ്മുടെ റോൾ അവസാനിക്കുകയല്ല, കൂടുതൽ സങ്കീർണ മാവുകയാണ് ചെയ്തിരിക്കുന്നത്. നീ പറഞ്ഞതുപോലെ ഈ നാടക ത്തിന് ഒരു സംവിധായകനുണ്ട്. അയാൾ അജ്ഞാതമായ ഏതോ അണി യറയിൽ ഇരുന്നുകൊണ്ട് ഈ നാടകം നിയന്ത്രിച്ചുകൊണ്ടിരിക്കുയാണ്. ആ സംവിധായകന്റെ സാന്നിധ്യമാകാം ഇന്നലെ വണ്ടിയിൽ വെച്ച് എന്റെ ഓരോ എണ്ണലിനേയും തെറ്റിച്ചുകൊണ്ടിരുന്നത്. എന്റെ ഓരോ എണ്ണ ലിലും കയറിക്കൂടിയ നാല്പത്തിയാറാമൻ. കണ്ടക്ടർക്ക് എണ്ണാൻ കഴിയാതെ മറഞ്ഞുകളഞ്ഞവൻ. സമീപസ്ഥനാണെങ്കിലും ഒരിക്കലും കാണാൻ കഴിയാത്തവൻ.

പണ്ട് ദൈവത്തെപ്പറ്റി നമ്മൾ പറയാറുണ്ട്, മുകളിലിരുന്ന് ഒരാൾ ഇതെല്ലാം കാണുന്നുണ്ട് എന്ന്. ഇപ്പോൾ നമുക്ക് മാറ്റിപ്പറയാം. മുകളിലെ ഉപഗ്രഹങ്ങളിലിരുന്ന്, അല്ലെങ്കിൽ ആ ഉപഗ്രഹങ്ങളിലൂടെ ആരോ ഒരാൾ ഇതെല്ലം കണ്ടുകൊണ്ടിരിക്കുന്നുണ്ട് എന്ന്. അവനാണ് നമുക്ക് അജ്ഞാതനായ ആ സംവിധായകൻ.

തൂണിലും തുരുമ്പിലും ഭൂമിയിലും ആകാശത്തിലും അവനുണ്ട്. അവന്റെ നിയന്ത്രണത്തിലാണ് ഭൂമിയിലെ നാടകങ്ങളെല്ലാം നടന്നു കൊണ്ടിരിക്കുന്നത്. രാഷ്ട്രീയം, ചരിത്രം, ഭരണം, അധികാരം, നിയമം, വിജ്ഞാനം, വ്യവസായം, വിനോദം, കാഴ്ച, കളി, വേഷം, ഭക്ഷണം, സഞ്ചാരം, ആരോഗ്യം, രോഗം, ചികിത്സ, വിവാഹം, മരണം, പുരോഗതി... എന്തിന്, ഈ ജീവിതമാകെത്തന്നെ. ഒന്നും നമ്മൾ തീരുമാനിക്കുന്നതല്ല. എല്ലാം അവന്റെ ലീലാവിലാസങ്ങൾ.

ജഗൻ സുഗതനോടു ചോദിച്ചു:

“വഴി തുറക്കാനല്ലേ നമ്മൾ വന്നത്.”

“അതെ.”

“എന്നിട്ട് വഴി തുറയുകയല്ല, അടയുകയാണ് ചെയ്തത്. അല്ലേ.”

കൂടുതൽ അടഞ്ഞ ലോകം. കൂടുതൽ കനത്ത മതിൽക്കെട്ടുകൾ. കൂടുതൽ നിശ്ശബ്ദത.

മുൻനിരയിലെ സീറ്റിൽ ഇരിക്കുകയായിരുന്ന ശ്യാമള തിരിഞ്ഞു നോക്കി കൂസലില്ലാതെ ഒരു ചിരി ചിരിച്ചുകൊണ്ട് ജഗനോട് പറഞ്ഞു.

“ഇതൊക്കെ യഥാർഥത്തിൽ നടക്കുന്നതാണെന്നാണോ കരുതുന്നത്?

ഒക്കെ ഏതോ ചാനലുകാരുടെ റിയാലിറ്റി ഷോയാണെന്നേ. എവിടെയോ ഇരുന്ന് ആരൊക്കെയോ ഇത് കണ്ടു രസിക്കുന്നുണ്ട്. പരിപാടി തീരുമ്പോൾ ഏറ്റവും നല്ല പെർഫോർമർക്ക് ഒരു സമ്മാനവും കിട്ടും."

"അപ്പോൾ വിഷവെള്ളമോ?"

"അത് ഷോവിൽപെടുന്നില്ല. അന്വേഷിച്ചു പോയാൽ ഏത് റിയാലിറ്റി ഷോവിനും പിന്നിലും ഉണ്ടാവും വിഷലിപ്തമായ ചില രഹസ്യപദ്ധതികൾ."

ഭയത്തിന്റെയോ പരിഭ്രമത്തിന്റെയോ പരിക്ഷീണഭാവം ശ്യാമളയെ തെല്ലും ബാധിച്ചിട്ടില്ല.

"ശ്യാമള പറഞ്ഞതു മനസ്സിലായോ?" ജഗൻ സുഗതനു നേർക്ക് മുഖമുയർത്തി. "നമ്മുടെ റിയാലിറ്റി. ആരുടെയോ ഷോ."

സുഗതൻ ജാലകത്തിലൂടെ പുറത്തേക്ക് നോക്കി.

വാൻ ഓടുന്നുണ്ട്. ലോകം പിന്നിലേക്ക് പായുന്നുണ്ട്. വാനിനു പുറത്ത് വാഹനങ്ങൾ തിക്കിത്തിരക്കുന്നുണ്ട്. ആളുകൾ അന്തമില്ലാതെ ഒഴുകി മറയുന്നുണ്ട്. ജീവിതം തുടരുന്നുണ്ട്. ആകാശത്ത് മേഘത്തുണ്ടുകൾ പാറുന്നുണ്ട്. ഭൂമി തിരിയുന്നുണ്ട്. സൂര്യൻ ചക്രവാളത്തിലേക്ക് മറയുന്നുണ്ട്. പകലിനെ സ്വപ്നം കണ്ട് ഒരു ഇരുണ്ട രാത്രികൂടി കടന്നുവരുന്നുണ്ട്.

■